ரெய்ச்சல் கார்சன்

மௌன வசந்தம்

ரெய்ச்சல் கார்சன்

மௌன வசந்தம்

தமிழில்:

பேராசிரியர் ச. வின்சென்ட்

எதிர்
வெளியீடு

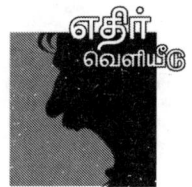

மௌன வசந்தம்
ஆசிரியர்: ரெய்ச்சல் கார்சன்
தமிழில்: பேராசிரியர் ச. வின்செண்ட்

முதல் பதிப்பு: டிசம்பர் 2013
நான்காம் பதிப்பு: மார்ச் 2024

எதிர் வெளியீடு,
96, நியூ ஸ்கீம் ரோடு, பொள்ளாச்சி – 642 002
தொலைபேசி: 04259 – 226012, 99425 11302

விலை: ரூ. 300

Mauna Vasantham
Author: Rachel Carson
Translated by Prof. S. Vincent

First Edition: December 2013
Fourth Edition: March 2024

Published by
Ethir Veliyeedu, 96, New Scheme Road, Pollachi - 2
Email: ethirveliyedu@gmail.com
www.ethirveliyeedu.com

ISBN: 978-81-92868-08-0
Layout and Cover Design: Jeevamani
Printed at Jothy Enterprises, Chennai.

All rights reserved. No part of this book may be reprinted or reproduced or utilised in any form or by any electronic, mechanical or other means, now known or hereafter invented, including photocopying and recording, or in any information storage or retrieval system, without permission in writing from the Publisher.

'மனிதன் வரவிருப்பதை அறிந்து
தடுக்கும் திறமையை இழந்து விட்டான்.
அவன் இறுதியில் உலகையே
அழித்து விடுவான்' என்று கூறிய
ஆல்பர்ட் ஷ்வைசருக்கு

கோரைப் புல் ஏரியில் வாடிவிட்டது
பறவைகள் பண்ணிசைப்பதில்லை.

— கீட்ஸ்

எனக்கு மனித இனத்தின் மேல் நம்பிக்கை இல்லை. ஏனென்றால் அது நிலத்தை அழிக்கும் அளவிற்கு அறிவைப் பெருக்கிக் கொண்டுவிட்டது. இயற்கையை அடக்கி அடிபணியச் செய்வது நமது அணுகுமுறை. நாம் இந்த உலகிற்குத் தகுந்தாற் போல நம்மை மாற்றிக் கொண்டு, அதனை சந்தேகக் கண்ணோடு அதிகாரத் தோரணையில் பார்க்காமல் பாராட்டும் உள்ளத்தோடு பார்த்தால் நாம் பிழைக்க வழி உண்டு.

— ஈ.பி. வைட்

1907இல் பிறந்த ரெய்ச்சல் கார்சன் எழுத்தாளராக விரும்பினார். எனினும் கல்லூரியில் படிக்கும்போது இலக்கியத்திலிருந்து உயிரியலுக்கு மாறிவிட்டார். கடல் உயிரியலில் எம்.ஏ பட்டம் பெற்றார். மேரிலண்ட் பல்கலைக்கழகத்தில் பணியாற்றினார். இயற்கை வரலாறு பற்றிக் கட்டுரைகள் எழுதினார். 1937 முதல் 1952 வரை அமெரிக்க அரசுத்துறையில் பணியாற்றினார். பிறகு முழுநேர எழுத்தாளர் ஆனார்.

1951இல் தெ சீ அரௌண்ட் அஸ் என்ற நூலின் மூலம் உலகப் புகழ் பெற்றார். அவருடைய கவிதை நடையும் துல்லிய அறிவியலும் அவருடைய நூல்களுக்குச் சிறப்புச் சேர்த்தன. அவர் படைத்த முதல் நூல் அண்டர் த சீ விண்ட் 1941இல் வெளியாயிற்று. சைலெண்ட் ஸ்ப்ரிங் (மௌன வசந்தம்) 1962இல் வெளியாயிற்று. கார்சன் தனது 56ஆம் வயதில் புற்றுநோயால் காலமானார்.

கார்சன் பல விருதுகளையும் பட்டங்களையும் தன்னுடைய நூல்களுக்காகப் பெற்றார்.

இந்த நூலுக்குப் பின்னுரை வழங்கிய லிண்டா லியர் ஜார்ஜ் வாஷிங்டன் பல்கலைக்கழகத்தில் பணியாற்றுகிறார். ரெய்ச்சல் கார்சனைப் பற்றிய வாழ்க்கை வரலாற்றினையும் எழுதியிருக்கிறார்.

உள்ளே...

- முன்னுரை ...13
- முகவுரை ...21
1. நாளைக்கான ஒரு கொடுங்கதை ...25
2. தாங்கிக் கொள்வது ஒரு கடமை ...28
3. சாவின் அமுதசுரபிகள் ...37
4. ஆறு, குளம், நிலத்தடி நீர் ...61
5. மண் ...73
6. பூமியின் பச்சைக் கம்பளம் ...81
7. தேவையற்ற அழிவு ...97
8. பறவைகளின் பாடல் எங்கே? ...107
9. மரணத்தின் ஆறுகள் ...123
10. வானிலிருந்து பொழியும் சாவு மழை ...134
11. கனவுகளுக்கு அப்பால் ...147
12. மனிதர் தரும் விலை ...158
13. குறுகிய சாளரத்தின் வழியாக ...168
14. நான்கில் ஒன்று ...181
15. இயற்கை திரும்பத் தாக்குகிறது ...198
16. பனிச்சரிவின் குமுறல்கள் ...208
17. மாற்றுப் பாதை ...219
- பின்னுரை ...233

முன்னுரை

இந்தச் சிறப்புமிக்க, சர்ச்சைக்குரிய நூலில் செல்வி ரெய்ச்சல் கார்சன் மனிதனின் தொழில் நுட்ப முன்னேற்றத்தின் மிக முக்கியமான ஆனால் சந்தேகத்திற்குரிய தன்மையை மிக ஆணித்தரமாக உயிரியல் பயிற்சி மற்றும் தனது எழுத்தாற்றலைப் பயன்படுத்தி விளக்கியிருக்கிறார். நச்சுத் தன்மையுள்ள இரசாயனப் பொருட்களை அமெரிக்காவின் கிராமப் புறங்களில் பயன்படுத்துவது மற்றும் பூச்சிக் கொல்லிகள், பூஞ்சக் காளான் கொல்லிகள், களைக் கொல்லிகள் ஆகியவற்றால் வன உயிரினங்கள் அழிக்கப்படுவது ஆகியவற்றைப் பற்றிய கதை இது. ஆனால் மௌன வசந்தம் நச்சுப் பொருட்களைப் பற்றியது மட்டுமில்லை. அது சுற்றுப்புறச்சூழலைப் பற்றியது. தாவரங்களும் விலங்குகளும் சுற்றுப்புறசூழலுடன் உள்ள உறவுகளை, ஒன்றுக்கொன்று உள்ள தொடர்புகளைச் சொல்லும் கதை. சுற்றுப்புறசூழலாளர்களின் இந்த நோக்கில் மனிதனும் விலங்கு தான்; மிக முக்கியமான மிருகம். அவனுடைய இருப்பிடம் எவ்வளவு செயற்கையாக இருந்தாலும், இயற்கைச் சுற்றுச் சூழல் அழிக்கப்படுவதை அனுமதிக்க முடியாது. எனவே அடிப்படையிலேயே மனிதர்கள் இந்த உலகில் வசிக்கும் உயிரினங்களில் தாங்களும் ஒன்று என்பதையும், அவற்றின் இயற்கைச் சூழல்களைப் புரிந்து கொண்டு அவற்றின் இயல்புகள் பாதிக்காமல் நடக்கவும் கற்றுக் கொள்ள வேண்டும்.

பிரிட்டனிலுள்ள நாம் அமெரிக்காவில் ஏற்பட்டது போல அவ்வளவு தீவிரமான தாக்குதலுக்கு இன்னும் உள்ளாகவில்லை. ஆனால் இங்கும் இன்னொரு பயங்கரமான பகுதி இருக்கிறது. அண்மையில் நரிகளைத் தாக்கும் வினோதமான நோய்களைப் பற்றிய செய்திகள் வந்தன. நார்தம்ப்டன்ஷையர் பகுதியிலிருந்த நரிகளின் சாவைப் பற்றிய பதிவுகள் வந்தன. நாடு முழுவதும் 1300 நரிகள் இறந்து விட்டன. இதன் காரணம் பற்றிப் பல யூகங்கள். இதற்கு வைரஸ் நோய் தான் காரணம் என்று சொல்லப்பட்டது. நரிகளுக்கு உண்டான அறிகுறிகள் வித்தியாசமானவையாக இருந்தன. நரிகள் பாதி

பார்வை இழந்து, சப்தத்திற்கு மிகவும் பயந்து, அதிக தாகம் எடுத்துக் கஷ்டப்பட்டன. இறுதியில் சாவு ஒரு வித்தியாசமான அறிகுறியுடன் நேர்ந்தது. நோயுற்ற நரிகள் மனிதர்களிடம் பயம் இல்லாதிருந்தன. மக்கள் குடியிருக்கும் இடங்களில் காணப்பட்டன. அப்போது நடத்தப்பட்ட சோதனைகளால் எந்த முடிவிற்கும் வர முடியவில்லை. ஆனால் இப்போது பயன்படுத்தப்படும் சோதனைகளின் உதவியுடன் ஆராய்ந்தபோது நரிகள் செத்தது குளோரினேற்றப்பட்ட ஹைடிரோ கார்பன்களாலும் கிராமப்புறங்களில் பரவலாகப் பயன்படுத்தப்படும் பிற நச்சுக்களாலும் என்று தெரியவந்தது.

ஆனால் நிறையப் பறவைகள் இறந்தது உண்மையை வெளிப்படுத்திற்று. டியல்டிரின், அல்டரின், ஹெப்டாகுளோர் போன்ற வேதிப் பொருட்களைத் தடை செய்ய வேண்டும் அல்லது கட்டுப்படுத்த வேண்டும் என்று 1960இல் நாடாளுமன்றத்தில் குரல்கள் எழுந்தன. உயிரியலறிஞர்களும் எச்சரிக்கை விடுத்திருந்தார்கள். எனினும் கட்டுப்பாடு அவ்வளவாக இல்லை. அரசு நிறுவனங்களின் வேண்டுகோள்களும் கேட்கப்படவில்லை. விளைவு? 1961 வசந்த காலத்தில் பறவைகள் ஆயிரக்கணக்கில் செத்து விழுந்தன. கிராமப்புறங்களில் இறந்த அல்லது உயிருக்கு மன்றாடிக் கொண்டிருக்கும் பறவைகள் நிறைந்து காணப்பட்டன. 1960இல் லிங்கன்ஷையரில் பறவைகள் அதிக அளவில் இறந்து போனதாகத் தகவல் வந்தது. 1961இல் மட்டும் 6000 பறவைகள் இறந்து விட்டன. நாள்போக்கில் இறந்த பறவைகளில் கௌதாரிகள், புறாக்கள், குருவிகள், காகங்கள் என்று பல வகைப்பட்ட பறவைகள் இறந்து போயின. 11½ மணி நேரத்தில் 142 செத்த பறவைகளைச் சேர்த்தார்கள். அவற்றில் சில பறவைகள் சட்டத்தால் பாதுகாக்கப்பட்டவை. அனைத்தையும் வேதிப் பொருட்கள் எனும் அரிவாள் சாய்த்துவிட்டது.

இந்தப் பேரழிவைத் தொடர்ந்து நாடாளுமன்றத்தில் இது விவாதிக்கப்பட்டது. வேளாண் - மீன், உணவுத் துறை கூட்டங்கள் கூட்டியது. பல இயற்கைப் பாதுகாப்பு அமைப்புகளும் குறுக்கிட்டன. அதில் சில முடிவுகள் எடுக்கப்பட்டன. சில விதைகளில் இரசாயனப் பொருட்களைப் பயன்படுத்துவது நிறுத்தப்பட்டது. எனினும் தெளிப்புகளால் நச்சுக் கலப்பது இன்னும் முழுவதுமாக நிறுத்தப்படவில்லை என்பதற்கு ஆதாரமும் இருக்கிறது. எனினும் தாமாக வலிய வந்து ஏற்படுத்திக் கொண்ட தடையினால் விதைகளை இரசாயனப் பொருட்களில் நனைப்பதால் ஏற்படும் பறவைகளின் சாவு குறைந்திருக்கிறது என்பதில் ஐயமில்லை. 1961-

62இல் விதைக்கும் சூழல் சாதகமாக இருந்ததால் சாவு எண்ணிக்கை குறைந்திருக்கலாம். ஆனால் வெவ்வேறு இடங்களிலிருந்து பறவைகள் இறக்கும் செய்திகள் வருகின்றன. டும்பி பகுதியில் மயில் போன்ற காட்டுக் கோழிகளின் சாவும் அவற்றின் இனப் பெருக்கம் குறைவுபட்டிருப்பதும் தெரிய வருகின்றன. கூடுகள் காலியாக இருந்தன. 740 முட்டைகளில், பொரித்தவை மிகக் குறைவு. பொரிக்காத முட்டைகளை ஆய்வு செய்ததில் அவற்றில் பாதரசமும், பென்சின் ஹெக்சாக் குளோரைடும் இருப்பது தெரிய வந்தது. இரண்டும் விவசாயத்தில் பயன்படுத்தப்பட்டவை.

வேட்டைப் பருந்து (peregrine) பற்றிய கதை மிக முக்கியமானது. இது பிற இரை உண்ணும் பறவைகளைப் போல கிராமப்புறத்தின் சுற்றுப்புறத்தைக் காக்க உதவுகின்றது. 1962இல் தெற்கு இங்கிலாந்திலிருந்து அவை பெரிதும் காணாமல் போய் விட்டன. வடக்கு இங்கிலாந்தில் அவை ஓரளவு அதிகம் காணப்பட்டாலும், அவை இடும் முட்டைகள் பாதி பொரிப்பதில்லை. ஸ்காட்லாந்திலும் இதே நிலை தான். மலைப் பகுதிகளிலும், தீவுகளிலும் தான் நிலைமை நன்றாக இருக்கிறது. பெர்த் பகுதிக்கு அருகில் காலியான கூடுகளிலிருந்த முட்டைகளைச் சோதித்ததில், நச்சுப் பொருள் இருந்தது கண்டுபிடிக்கப்பட்டது.

ஆந்தைகள் போன்ற பிற இரை தின்னிகளும் இறந்து வருகின்றன. கென்சிங்டனில் 1962 ஜூலை 9 அன்று ஒரு ஆந்தை இறந்து கிடந்தது. அதனை பறவைகள் காப்பக அமைப்பின் விஞ்ஞானி சோதித்துப் பார்த்தார். பறவையில் மெர்க்குரி, பென்சீன் ஹெக்சாக் குளோரைடு, ஹெப்டாகுளோர், டியல்டிரின் முதலியன இருந்தன. இந்த ஆந்தை லண்டனிலுள்ள தோட்டங்களில் எலிகள், பூச்சிகளைத் தின்றிருப்பதால் நஞ்சூட்டப்பட்டிருக்க வேண்டும். 1962இல் பாடும் பறவை ஒன்று மத்திய லண்டனில் இறந்து கிடந்தது. அதிலும் அதே இரசாயனப் பொருட்கள் இருந்தன. வீட்டுத் தோட்டங்களில் பயன்படும் வேதிப் பொருட்களில் பெரும்பாலும் குளோரினேற்றப்பட்ட ஹைடிரோ கார்பன்கள் இருக்கும். அவை ‘பாதுகாப்பானது’ என்று விளம்பரப்படுத்தப்பட்டிருக்கும். ஆனால் அவற்றிலும் வயல்களில் அழிவை ஏற்படுத்திய பொருட்களைப் போன்றவை இருப்பது அச்சமூட்டுவதாக இருக்கிறது. நம்முடைய வீட்டுத் தோட்டங்கள் கூட விலங்குகளுக்கும் பறவைகளுக்கும் ஆபத்தான இடங்களாகி விட்டன.

அமெரிக்காவைப் போல, இந்த நாட்டில் எந்த அரசு முகமைகளும் நெருப்பு எறும்பு, நாடோடி அந்து போன்றவற்றை அழிக்க பெருமளவில் பூச்சிக் கொல்லிகளை தெளித்து வன விலங்குகளையும், வீட்டு விலங்குகளையும் சேதப்படுத்துவது இல்லை. 1950களில் தான் வர்த்தக நிறுவனங்கள் பிரிட்டிஷ் சாலை அதிகாரிகளைச் சாலையோர வேலிகளில் தாவரக் கொல்லிகளைப் பயன்படுத்துமாறு வற்புறுத்தி வந்தன. அமெரிக்காவில் இந்த முயற்சி மேற்கொள்ளப்பட்டதால் ஏற்பட்ட பயங்கர விளைவுகளை ரெய்ச்சல் கார்சன் விவரித்திருக்கிறார். ஆனால் எங்கள் நாட்டில் இயற்கைப் பாதுகாப்பு அமைப்பு, கோபமடைந்த இயற்கை ஆர்வலர்களின் ஆதரவுடன் இதை நிறுத்தச் செய்துவிட்டது. சோதனைகள் மட்டும் அனுமதிக்கப்பட்டன. ஆய்வகச் சோதனையின் முடிவும், செலவுப் பகுப்பாய்வும், மிகைப்படுத்தப்பட்ட பயன்களும், மொத்தமாக இரசாயனத் தெளிப்பைப் பயன்படுத்துவதன் தேவையும் திறனாய்வுக்கு முன் நிற்காது என்று காட்டின. ஆகவே தான் பிரிட்டிஷ் பயணியும், வரி செலுத்துவோரும் மௌன வசந்தம் பதிவு செய்யும் கோரங்களிலிருந்து காக்கப்பட்டிருக்கிறார்கள். பெரிய சாலைகளில் குறிக்கப்பட்ட தெளிப்பை மட்டும் அனுமதித்திருக்கிறார்கள்.

மனிதர் தொடர்பானது தான் இப்புத்தகத்தில் தரப்பட்டிருக்கிற மிக அச்சுறுத்தும் செய்தி. இந்தக் கதையை விரிவாக செல்வி கார்சன் சொல்வதற்கு விட்டுவிடுகிறேன். ஆனால் நாம் உண்ணும் உணவில் இரசாயனக் கசடுகள் இருக்கின்றன என்பது உண்மை. இதனால் ஆபத்தில்லை என்று அதிகாரபூர்வமாகச் சொல்கிறார்கள். ஆனால் செஸ்ட் பீட்டி இன்ஸ்ட்டிடியூட்டின் பேராசிரியர் பால்ட் ‘கார்சினோஜனுக்கு மிகக் குறைந்த அளவு என்று எதுவுமில்லை, அப்படி இருந்தாலும் அது எவ்வளவு என்று நமக்குத் தெரியாது’ என்று கூறுகிறார். இந்த இரசாயனப் பொருட்களைச் சிறிய அளவிலோ, பெரிய அளவிலோ உணவோடு சேர்த்து உண்கிறோம். அவை அனைத்தும் கல்லீரலிலும், கொழுப்பிலும் சேமித்து வைக்கப்படும். செல்வி கார்சனுடைய மேற்கோள்களுடன் நிறுவப்பட்ட நிகழ்வின் ஆதாரங்களை ஏற்றாலும் ஏற்காவிட்டாலும், ஒரு பொருள் பாதுகாப்பானது என்று நிரூபிக்கப்படும் வரையில் அதைத் தவிர்த்து விட வேண்டும். கதிர்வீச்சைக் கொண்டு வயல்களில் தெளிக்க வேண்டும் என்று யாரும் கூற மாட்டார்கள். ஆனால் வகை மாற்றி (*mutagen*) வேதிப் பொருட்களைப் பயன்படுத்துவது பற்றி எண்ணிப் பார்ப்பதில்லை. இவற்றின் விளைவுகளைப் பற்றி டாக்டர் அலெக்சாண்டர் ஏற்கனவே எடுத்துக் காட்டியிருக்கிறார்.

இது சாதாரண விஷயமில்லை. ஏனென்றால் நமது உணவில் பல வேதிப் பொருட்கள் கலந்திருக்கின்றன. இயற்கையில் சேருகின்ற மாசும் மனிதனுக்கு ஆபத்தை விளைவிக்கலாம்.

பிரிட்டனில் இது பற்றி அரசுத் துறைகளுக்கு சிறிதும் அக்கறை இல்லை என்று கூறுவது நியாயமாகாது. பிரிட்டிஷ் தொழில் உயிரியல் ஆய்வுக் கழகம் போன்ற அமைப்புகள் அண்மையில் நிறுவப்பட்டு, அவை இச்சிக்கல் பற்றி நடவடிக்கை எடுத்து வருகின்றன. மேல் மட்ட அரசு மற்றும் அறிவியல் குழுக்களும் இருக்கின்றன. வேளாண்மை, மீன், உணவுத்துறை வேளாண் தொழிலாளர்கள் நச்சூட்டுவதைத் தடுக்கத் தேவையான முயற்சிகளை மேற்கொண்டு வருகிறது. இத்துறை பல சிறந்த பணிகளை ஆற்றி வருகிறது. இரசாயன நிறுவனங்களும் இதில் அடங்கும்.

நாம் இரண்டு பக்கங்களையும் பார்க்க வேண்டியது அவசியம் தான். அயர்லாந்தில் உருளைக் கிழங்குப் பஞ்சத்தை எண்ணிப் பார்க்கிறோம். எனினும் சில வேதிப் பொருட்களான நஞ்சுகளினால் ஏற்படும் ஆபத்தைப் பற்றிக் கவனிக்க வேண்டிய அவசரத்தை நாம் உணரவில்லை. வேளாண்மையில் ஈடுபட்டிருப்போர் இந்த வேதிப் பொருட்களின் மூலம் தங்கள் உற்பத்தியைப் பெருக்குவதனால் ஏற்படும் பயனைத் தான் முதன்மையாகக் கருதுகிறார்கள். பயன்களோடு அவை ஏற்படுத்தும் ஆபத்தை ஒப்பிட்டுப் பார்க்கிறார்கள். ஆனால் அவை பரவலாக, நீண்ட நாட்கள் தள்ளி ஏற்படுத்தும் விளைவுகளைச் சிந்தித்துப் பார்ப்பதில்லை. இந்த வேதிப் பொருட்களை விழுங்கிக் கொண்டிருக்கிறோம். நாம் விரும்புகிறோமோ இல்லையோ அவற்றின் பாதிப்பு இன்னும் இருபது முப்பது ஆண்டுகளுக்குத் தெரியாது.

போதுமான ஆய்வுகள் மேற்கொள்ளப்படவில்லை என்றும் கூற முடியாது. சாண்டர்ஸ் குழுவின் அறிக்கை இதைத் தெளிவுபடுத்துகிறது. வேதிப் பொருட்களால் ஏற்படுகின்ற ஆபத்து மிகக் குறைவு தான் என்று சில நிபுணர்கள் கூறினாலும் மனிதர்களுக்கு இதனால் நன்மை இருக்கிறதா? வன விலங்குகளுக்கு அழிவையும், இரக்கமில்லாமல் அவற்றை வதைப்படுத்துவதையும் கண்டு கொள்ளாமல் விட்டு விட நாம் தயாரா? இன்னொரு ஆபத்தும் இருக்கிறது, அதனை சுற்றுப் புறவியலறிஞரும் அறிவார்கள். அண்மையில் மேற்கு ஆப்பிரிக்காவில் கோக்கோ பயிரை ஒரு நோய் தாக்கியது. எறும்புகளால் பாதுகாக்கப்பட்ட கூட்டிலுள்ள வைரஸ் தாக்கியிருப்பது கண்டுபிடிக்கப்பட்டது. உடனே எறும்புகளைத்

தாக்கி அழித்தார்கள். நோய் மட்டுப்பட்டது. ஆனால் இயற்கை சமநிலை பாதிக்கப்பட்டு விட்டது. அதன்பிறகு நான்கு புதிய பூச்சித் தாக்குதல் ஏற்பட்டது. இன்னொரு குளோரினேற்றப்பட்ட ஹைடிரோ கார்பனான DDT சரியாக வேலை செய்வதில்லை. மலேரியா உண்டாக்கும் அனோஃபிலிஸ் கொசுவில் 26 வகைகள் DDT-க்கு எதிர்ப்பு சக்தியை வளர்த்து விட்டன. நமது கைகளிலுள்ள இரசாயன ஆயுதங்கள் ஒடிந்து போய்விட்டன.

சுற்றுப்புற இயல் நாம் வசிக்கின்ற சுற்றப் புறத்திலுள்ள எல்லா உயிரினங்களின் உறவுகளைப் புரிந்து கொள்ளக் கற்றுத் தருகிறது. பிரிட்டனில் இயற்கைப் பாதுகாப்புத் துறை (nature conservancy) என்கிற அதிகாரப்பூர்வமான அமைப்பு செயல்பட்டு வருகிறது. இதன் வேலை இயற்கைச் சூழலை ஆராய்வது. அதனைப் பாதுகாப்பது எப்படி என்று ஆய்வின் மூலமும் சோதனையின் மூலமும் அறிவது இதன் பணி. மனிதனுக்கும் இயற்கைக்கும் இடையில் ஒத்திசைவான இணக்கத்தை உருவாக்குவது அதன் நோக்கம். பறவைகள், வண்ணத்துப் பூச்சிகள், காட்டுப் பூக்களைப் பாதுகாக்கும் பணியைத்தான் இந்த இயற்கைப் பாதுகாப்புத் துறை செய்து வருகிறது என்று மக்கள் கருதுகிறார்கள். இந்தத் துறை கவனிக்க வேண்டிய அச்சுறுத்தும் பல பிரச்சினைகள் இருக்கின்றன என்பதை மக்கள் உடனடியாக அறிந்து கொள்ள வேண்டும். அறிவியல் துறை சாராதவர்கள் இதனைப் புரிந்து கொள்வதற்கு மௌன வசந்தம் ஒரு சிறப்பான கருவியாக இருக்கும்.

மண் உயிரில்லாத ஒன்று இல்லை. அதில் நுண்ணிய பிராணிகளும், தாவரங்களும் நிறைந்திருக்கின்றன. அவற்றை நம்பியே நாம் இருக்கிறோம். ஆனால் நாம் அதன் மீது ஒட்டு மொத்தமாக நஞ்சினைத் தெளிக்கிறோம். இரைகளை உண்பவை இறந்து போவது இரை தேடுபவற்றில் எல்லாம் பெரியதான மனித இனத்திற்கு ஓர் எச்சரிக்கை. அண்மையில் வனவுயிர் காப்பதற்கான நிதி விருந்தில் பங்கேற்ற நெதர்லாந்து இளவரசர் பெர்ன்ஹார்டு கூறினார்:

> "நாம் விண்வெளியை வெற்றி கொள்வது பற்றிக் கனவு காண்கிறோம். நிலவை வெற்றி கொள்ள ஆயத்தமாகி விட்டோம். நாம் நமது கோளை நடத்துவது போலவே பிற கோள்களையும் நடத்தப் போகிறோம் என்றால் நிலவு, செவ்வாய், வெள்ளி ஆகியவற்றை எல்லாம் பிழைக்க விட்டு விடுவது நல்லது."

நாம் நமது நகரங்களின் காற்றை மாசுபடுத்துகிறோம். ஆறுகளையும், கடல்களையும் நச்சு மயமாக ஆக்குகிறோம். மண்ணையும் நஞ்சாக்குகிறோம். இவற்றில் சில தவிர்க்க முடியாதனவாக இருக்கலாம். ஆனால் நமது பூமி அன்னையின் மேல் நாம் நடத்தும் தாக்குதல்களை நிறுத்த உண்மையான தீவிர முயற்சிகளை எங்கெல்லாம் முடியுமோ அங்கெல்லாம் எடுக்காவிட்டால், நாம் ஒரு நாள் பிளாஸ்டிக்கும், கான்கிரீட்டும், மனித ரோபோட்டுகளும் நிறைந்த பாலைவனத்தில் உட்கார்ந்திருப்போம். அந்த உலகில் இயற்கை இருக்காது. அந்த உலகில் மனிதனும், சில வீட்டு விலங்குகள் மட்டுமே உயிரினங்களாக இருக்கும்.

எனினும் மனிதன் இயற்கையோடு ஒட்டுறவில்லாமல் இருக்க முடியாது. அவனுடைய மகிழ்ச்சிக்கு அது அவசியம்.

இந்தப் புத்தகத்தின் சில பகுதிகள் சிலருக்குப் பிடிக்கவில்லை என்றால் அல்லது அவர்கள் அதில் காணப்படும் விவாதங்கள் மறுப்பு தெரிவிக்கப்படக் கூடியவை என்று கருதினால் அவர்கள் மொத்த நிலையையும் பார்க்குமாறு கேட்டுக் கொள்கிறேன். நாம் மிக ஆபத்தானவற்றைக் கையாண்டு வருகிறோம். இந்த ஆபத்தின் நேரான ஆதாரத்திற்காகக் காத்திருந்தால் கால தாமதம் ஆகிவிடும். தாலிடோமைடு, புகை பிடித்தலால் வரும் நுரையீரல் புற்றுநோய் முதலான அவலங்களுக்கு ஆபத்தை முன் கூட்டியே உணர்ந்து, துரிதமாக நடவடிக்கை எடுக்காததே காரணம். ஒரு பிரபல சுற்றுப்புறசூழலியல் அறிஞர் என்னிடம், மௌன வசந்தம் மிகைப்படுத்திச் சொல்வதாகக் கூறினார். ஆனால் பத்து ஆண்டுகளில் குறைத்து மதிப்பிடப்பட்டதாகக் கருதவேண்டி நிலைமை ஏற்படும்.

நாம் இவற்றிற்கு முழுமையான தீர்வுகளைக் காண வேண்டும். நோய் எதிர்ப்புள்ள பயிர் வகைகளை உண்டாக்க வேண்டும். அது மெதுவாக நடைபெறக் கூடியது. அனைத்திற்கும் மேலாக, மனிதனின் எல்லாத் தேவைகளுக்கும் பொருந்துகிற, இயற்கைச் சமநிலையை வளர்க்கச் சரியான, சுற்றுப்புற மேலாண்மை வேண்டும். தற்போது பல்கலைக்கழகங்களில் இத்துறையில் பயிற்சி கொடுக்கப்படுவதில்லை. இது அறிவியலறிஞருக்கோ, மனித இனத்திற்கோ கடினமான ஒரு அறைகூவல். ஆனால் அதைச் சந்தித்தே ஆக வேண்டும். அடிப்படை ஆய்வுக்கு நிறையப் பணம் ஒதுக்க வேண்டும். நேரடியாகச் சந்தைக்குச் செல்லும் பொருட்களை உற்பத்தி செய்வதற்குக் குறைந்த பணம் செலவிட வேண்டும். கிராமப்புறங்களில் ஏற்படும் வன உயிர் அழிவும் அவலமும் ஒழுக்க

நெறி, அழகியல் விழுமியங்கள் சம்பந்தப்பட்டவை. மனிதன் உயிர் பிழைத்தலுக்கு அவசியம். வன விலங்கு நிதி விருந்தில் எடின்பரோ கோமகன் சொன்னது போல சுரங்கத் தொழிலாளர்கள் ஆபத்தான வாயுக்களைப் பற்றி எச்சரிக்க பாடும் பறவைகளைப் (canaries) பயன்படுத்துகிறார்கள். நமது ஊரகப் பகுதியில் இறந்து விழும் பறவைகளை நாமும் ஒரு எச்சரிக்கையாக எடுத்துக் கொள்வது நல்லது.

பிரபுக்கள் சபை
லண்டன்

ஷேக்கிள்டன்

முகவுரை

ரெய்ச்சல் கார்சனின் முக்கியமான நூலை பிரிட்டிஷ் மக்களுக்கு அறிமுகப்படுத்துவதில் மகிழ்ச்சி அடைகிறேன். ஷேக்கிள்டன் பிரபுவின் முன்னுரைக்கு மேல் அதிகம் சொல்ல ஒன்றும் இல்லாவிட்டாலும் கூட இது மகிழ்ச்சியான பணி.

எனினும் நான் சில கருத்துக்களை முன்வைக்க விரும்புகிறேன். பூச்சிகளைக் கட்டுப்படுத்துவது மிகத் தேவையானது, விரும்பத்தக்கதும் கூட. ஆனால் அது சுற்றுப்புற நலனைச் சேர்ந்தது. முழுவதுமாக அதனை வேதியியல் அறிஞர்களின் கையில் கொடுத்துவிட முடியாது. மொத்தமாக இரசாயனப் பொருட்களின் உதவியுடன் கட்டுப்படுத்த வேண்டும் என்ற இன்றைய திட்டம் இலாப நோக்கத்தோடு வளர்க்கப்படுகிறது என்பது ஒருபுறமிருக்க, நம்முடைய மிகைப்படுத்தப்பட்ட தொழில் நுட்ப, கணக்குப் பார்க்கின்ற அணுகுமுறையின் ஒரு அறிகுறி அது. மாறாக, சுற்றுப்புற நலன் சார்ந்த அணுகுமுறை ஒரு உயிரோட்டமுள்ள சம நிலையை நோக்கமாகக் கொண்டுள்ளது. போட்டி போடுகின்ற அல்லது முரண்படுகின்ற காரணங்கள் பலவற்றின் இடையே ஒரு ஒத்துப்போகின்ற ஒருங்கிணைக்கும் அமைப்பை நோக்கமாகக் கொண்டுள்ளது.

மனிதனின் பார்வையில் சுற்றுப்புறவியல் என்பது வெறும் கணக்குப் புள்ளி விபரம் தருகின்ற ஒன்றாக மட்டும் இருக்க முடியாது. அது முழுமையான சூழல்களைக் கையாள வேண்டும். அளவையும் தரத்தையும் பற்றிச் சிந்திக்க வேண்டும்.இதில் இன்றைக்கும், நாளைக்கும் இடையே, உடனடியான தேவைகளுக்கும் மொத்த மனித இனத்தின் தொடர் தேவைகளுக்கும் இடையே உள்ள முரண்பாடும் ஒன்று. எனவே சுற்றுப்புறவியல் மிக மேலான அளவு பயன்பாட்டை மட்டுமின்றி, வளங்களை மேலான அளவில் காப்பது பற்றியும் குறிக்கோளாகக் கொள்ள வேண்டும். மேலும் இந்த வளங்கள் இயற்கை எழில் தனிமை ஆகிய வளங்களையும், அழகு,

ஆர்வம் ஆகியவற்றையும் உள்ளடக்கி இருக்கும். அவற்றோடு உணவு, கனிமப் பொருட்கள் முதலான விவசாய விஷயங்களையும் கொண்டிருக்கும். உணவு உற்பத்திக்கான தேவையை வேறு நோக்கங்களான உடல் நலம், நீர்வளம், கேளிக்கை ஆகியவற்றோடு சம நிலைப்படுத்த வேண்டும்.

இரசாயன பூச்சிக் கொல்லிகளை மொத்தமாகப் பயன்படுத்தியதன் விளைவாக பிரிட்டனில் பலவகை வண்ணத்துப் பூச்சிகள் மறைந்து விட்டன. குக்கூ பறவைகளின் உணவு கூட்டுப்புழு. ஆனால் அது இப்போது கொல்லப்பட்டு விட்டதால் குக்கூ பறவைகளைப் பார்ப்பது அரிதாகிவிட்டது. பாடும் பறவைகளுக்குப் பூச்சிகளும், புழுக்களும் கிடைக்காததாலும் மீதமிருப்பவற்றை நஞ்சூட்டி விட்டதாலும், அவை துன்பப்படுகின்றன. வேலிகளும், சாலை ஓரங்களும் அழகிய மலர்களை இழந்து வருகின்றன. உண்மையில் என்னுடைய சகோதரர் ஆல்டஸ் (ஹக்ஸ்லி) ரெய்ச்சல் கார்சனின் நூலைப் படித்து விட்டுச் சொன்னது போல, ஆங்கிலக் கவிதைக்கான கருப்பொருளை இழந்து வருகிறோம்.

பூச்சிகளைக் கட்டுப்படுத்தாமல் அழித்து விடுவதில் ஆர்வம் காட்டுகிறோம். இதற்கு ரெய்ச்சல் கார்சன் பல எடுத்துக்காட்டுகள் தருகிறார். இது கணக்கிடும் சிந்தனைப் போக்கிற்கு ஒரு அறிகுறி. அழித்துவிடும் எண்ணமே சுற்றுப்புற நலனுக்கு எதிரானது. அதிகமாக இருக்கும் பயிர்களை அழிக்கும் பூச்சியை முழுவதுமாக அழிப்பது இயலாது. அப்படி அழிக்கும்போது சிறிதே எண்ணிக்கையில் உள்ள, அழிவுதராத பூச்சிகளை அழிப்பதும் எளிதாக நடந்துவிடும்.

கட்டுப்படுத்தும் முறைகள் இல்லாமல் இல்லை. செல்வி கார்சன் அமெரிக்காவில் வெற்றிகரமாகப் பயன்பட்ட முறைகளை எடுத்துக் காட்டுகிறார். பூச்சிகளை கட்டுப்படுத்த உயிரியல் சார்ந்த முறை, கதிர்வீச்சிற்கு உட்படுத்தப்பட்ட ஆண் பூச்சிகளை விடுவதாகும். இவை மலட்டுத் தன்மை உடையவை. இவை அதிக அளவில் இருந்தால் இனப் பெருக்கம் குறைந்துவிடும்.

இரசாயன முறையில் கட்டுப்படுத்துவதை விட்டுவிட வேண்டும் என்று நான் சொல்லவில்லை. நமது உயிருக்கு ஆபத்து விளைவிக்கும் பூச்சிகளைக் கட்டுப்படுத்த வழிகளைக் கொடுத்திருக்கிற வேதியியல் அறிஞருக்கு நாம் கடமைப்பட்டிருக்கிறோம். தொற்று நோய்களைக் கட்டுப்படுத்தும் எதிர் உயிரிகள் (*antibiotics*) மலேரியாவைக் கட்டுப்படுத்தும் *DDT* ஆகியவை பற்றி நினைத்துப் பார்க்கிறோம்.

(இங்கும் கூட எதிர்ப்பு சக்தியுள்ள பாக்டீரியாக்களும், கொசுக்களும் உண்டாகிவிடுகிற எதிர்பாராத விளைவுகளைப் பார்க்கிறோம்.) நான் எதனை எதிர்க்கிறேன் என்றால் - இங்கே நான் சுற்றுப்புற இயலாளர், இயற்கை விரும்பிகள், இயற்கைப் பாதுகாப்பு ஆர்வலர் ஆகியவர்களின் சார்பாகப் பேசுகிறேன் என்று நம்புகிறேன் - நான் எதனை எதிர்க்கிறேன் என்றால் பூச்சியைக் கட்டுப்படுத்த ஒட்டு மொத்தமாக இரசாயனப்படுத்துவதை ஆதரிப்பதையும் பழக்கமாகக் கொண்டிருப்பதையும் எதிர்க்கிறேன். மாறாக, இரசாயனக் கட்டுப்பாட்டு முறைகள் பயனுடையவையாக இருந்தாலும், அதனையும் கட்டுப்படுத்த வேண்டியது அவசியம். வேறு முறைகள் இல்லாத போதுதான் அவற்றைப் பயன்படுத்த வேண்டும். அதிலும் கூட கடுமையான சட்ட திட்டங்களுக்கு உட்பட்டு, மொத்த சுற்றுப்புற நலத் திட்டத்திற்குள் வரும்போது அனுமதிக்கப்படலாம்.

ஷேக்கிள்டன் பிரபு கடைசிப் பத்தியில் வன உயிர்களில் நடைபெறும் துயர நிகழ்ச்சியைப் பற்றிக் குறிப்பிடுகிறார். அது அவலம் தான். அதிலும் ஒரு படி மேலே! அது சுற்றுப்புற நலனில் அவலம். மனிதன் தனது உறைவிடத்தைத் தானே சிறிது சிறிதாக அழித்து ஒழித்து விடுவதில் அது முக்கிய அங்கம் வகிக்கிறது. பூச்சியைக் கட்டுப்படுத்துபவர்கள் கட்டுக்கடங்காமல் போவதற்கு முன்னர் அவர்களைக் கட்டுப்படுத்த வேண்டும்.

ஜூலியன் ஹக்ஸ்லி

1. நாளைக்கான ஒரு கொடுங்கதை

அமெரிக்காவின் இதயத்தில் முன்னொரு காலத்தில் ஒரு சிறு நகரம் இருந்தது. அங்கே உயிரெல்லாம் சுற்றுச் சூழல்களில் இயைந்து இயங்கின. நகரைச் சுற்றி வளமான பண்ணைகள், குலை சாய்ந்து கிடக்கும் கதிர்கள், மலை அடிவாரங்களில் பழத் தோட்டங்கள் ஆகியவை இருக்கும். வசந்த காலத்தில் வெண் முகில்கள் போன்ற பூங்கொத்துக்கள் பச்சை வெளியில் கவிந்திருக்கும். இலையுதிர் காலத்திலோ வண்ணக் கோலங்கள் தான். ஓக், மேப்பிள், பிர்ச் மரங்கள் பூத்துக் குலுங்கும். பைன் மரங்களின் பின்னணியில் வண்ணங்கள் பளிச்சிடும். நரிகள் குன்றுகளில் ஊளையிடும். மான்கள் காலைப் பனிமூட்டத்தின் ஊடே ஒலியெழுப்பாமல் வயல்களைக் கடந்து ஓடும்.

சாலைகளின் இருமருங்கும் வானளாவ உயர்ந்த மரங்களும், கொடிகளும் காட்டுப் பூச்செடிகளும் கண்களுக்கு ஆண்டு முழுவதும் விருந்தளிக்கும். பனிக்காலத்தில் கூட சாலைகள் அழகின் இருப்பிடங்கள் தாம். எண்ணற்ற பறவைகள் பழங்களைத்

தின்னவும், வெண்பனியின் ஊடே நீட்டியிருக்கும் கிளைகளின் விதைகளைக் கொறிக்கவும் கூடும். பறவை இனங்களின் கூட்டங்கள் ஊர்ப்புறத்தில் மொய்ப்பதைக் காணத் தொலைவிலிருந்து கூட ஆர்வலர்கள் வருவார்கள். மலைகளிலிருந்து வழிந்தோடும் ஓடைகளிலும், வழியில் தேங்கும் சிறு குட்டைகளிலும் மீன்பிடிக்க வருவோரும் உண்டு. பல ஆண்டுகளுக்கு முன்னர் அப்படித்தான் இருந்தது. முதன் முதலாய்க் குடியேறியவர்கள், வீடுகள் கட்டி, கிணறுகள் தோண்டி, கழனி வளர்த்த காலத்திலிருந்து அப்படித் தான் இருந்தது.

பிறகு ஒரு மாய அழிவு அந்தப் பகுதியில் பரவிற்று. அனைத்தும் மாறத் தொடங்குகிறது. வீடுகளில் எல்லாம் தீயசக்தி ஒன்று ஆதிக்கம் செலுத்தியது போல இருந்தது. நோய்கள் கோழிகளைக் கொள்ளை கொண்டு போயின. மாடும், கன்றும், ஆடும் நோய் வந்து மாண்டு போயின. எங்கும் சாவின் நிழல் நீண்டு பரவிற்று. குடும்பங்களில் புதிரான நோய்கள் தொற்றி விட்டதாகப் பெற்றோர் கவலைப்பட்டார்கள். தங்கள் நோயாளிகள் மத்தியில் புதிய வகை நோய்கள் நிறைந்து வருவதைக் கண்டு மருத்துவர்கள் திகைத்து நின்றார்கள். திடீரென்று, என்ன காரணம் என்று சொல்ல முடியாமல் பலர் இறந்து போனார்கள். பெரியவர்கள் மட்டுமில்லை, விளையாடும் குழந்தைகள் கூட சுருண்டு விழுந்து சில மணி நேரங்களில் உயிர் விட்டார்கள்.

எங்கும் மயான அமைதி. கிரிச்சிடும் பறவைகள் எங்கே போயின? பலர் எதுவும் புரியாமல் கலங்கிப் போய் அதுபற்றிப் பேசினார்கள். வீட்டுக் கொல்லைகளில் பறவைகள் தீனி தின்ன வரும் இடங்கள் எல்லாம் வெறிச்சோடிப் போய்க்கிடந்தன. எங்கோ அங்கொன்றும் இங்கொன்றுமாகத் திரிந்த பறவைகளும் சோர்ந்து உடல் நடுங்கிப் பறக்க முடியாமல் கிடந்தன. வசந்தம் இருந்தது, ஒலி இல்லை. ஊமையாய் போயின உயிரினங்கள். காலையில் கேட்கும் பறவைகளின் விதவிதமான குரல்கள் அடங்கிப் போயின. வயல்களிலும் வெளிகளிலும் காடுகளிலும் அமைதி ஆட்சி புரிந்தது.

பண்ணைகளில் கோழிகள் அடைகாத்தன. ஆனால் குஞ்சு பொரிக்கவில்லை. பன்றிகளை வளர்ப்பது இயலாமற் போய்விட்டது என்று விவசாயிகள் புலம்பினார்கள். பன்றிகளோ மெலிந்து சிறுத்துப் போய்விட்டன. பன்றிக் குட்டிகளும் அதிக நாட்கள் உயிரோடு இருப்பதில்லை. ஆப்பிள் மரங்கள் பூப்பூத்தன. ஆனால்

வண்டுகள் இல்லாததால் மகரந்தச் சேர்க்கை நடைபெறவில்லை. பழம் கிடைக்கவில்லை .

வனப்பு மிகுந்த சாலை ஓரங்களில் ஏதோ நெருப்பால் எரிந்து கருகிப் போனது போன்று செடி கொடிகள் வரிசையாக நின்றன. அங்கும் உயிர்கள் எவற்றையும் காணவில்லை. நீரோடைகள் உயிரின்றி ஓடின. மீன்கள் இல்லை; மீன் பிடிப்பாரும் இல்லை.

நீர்க்குழாய்களின் கீழ் சாக்கடைகளிலும், கூரைகளின் இடுக்குகளிலும் இன்னும் அந்த வெள்ளைப் பொடி ஒட்டிக் கொண்டிருந்தது. சில வாரங்களுக்கு முன்னர் குருணை போன்ற வெள்ளைப் பொடி கூரைகளிலும், புல்வெளிகளிலும், வயல்களிலும், நீரோடைகளிலும் வெண்பணி போல விழுந்தது.

இந்த உலகில் புதிய உயிர் மீண்டும் பிறப்பதை நசுக்கிப் போட்டது. மந்திரமோ, மாந்திரீகமோ, எதிரிகளின் தாக்குதலோ இல்லை. மக்களே தங்கள் மேல் இதனைச் சுமத்திக் கொண்டார்கள்.

இதுபோன்ற சிறு நகரம் எதுவும் இல்லை. இது கதை தான். ஆனால் உலகின் எல்லா நாடுகளிலும், அமெரிக்காவின் எல்லா மாநிலங்களிலும் இதுபோன்ற ஆயிரமாயிரம் நகரங்கள் இருக்கின்றன. நான் இங்கே விவரித்த அத்தனை அவலங்களையும் பட்டறிந்த எந்த ஊரையும் எனக்குத் தெரியாது. ஆனால் இந்த அழிவுகள் ஒவ்வொன்றும் எங்கோ நடந்து கொண்டிருக்கின்றன. பல சமூகங்கள் பல இடர்களை ஏற்கனவே சந்தித்து விட்டன. நமக்குத் தெரியாமலேயே இந்தச் சோகம் படர்ந்து வருகிறது. இந்தக் கற்பனை அவலம் உண்மையாகும் காலம் தூரத்தில் இல்லை.

அமெரிக்காவின் எண்ணற்ற ஊர்களில் வசந்தத்தை ஊமையாக்கிப் போட்டது எது? இதனை இந்த நூல் விளக்க முயல்கிறது.

2. தாங்கிக் கொள்வது ஒரு கடமை

இவ்வுலகின் உயிர் வாழ்க்கை வரலாறு என்பது உயிரினங்கள் தங்கள் சுற்றுச்சூழல்களோடு உறவு கொள்ளுவதின் வரலாறு. நிலத்தின் பயிர்கள், விலங்குகள் ஆகியவற்றின் வடிவமும் அமைப்பும் வழக்கங்களும் சூழல்களாலேயே உருவாக்கப்படுகின்றன. காலத்தின் வரலாறு முழுமையையும் பார்க்கும்போது, உயிர் வாழ்க்கை சூழ்நிலையை மாற்றுவது என்பது குறைவு தான். மிகக் குறுகிய காலத்தில் தான் - இருபதாம் நூற்றாண்டில் தான், இவ்வுலகின் இயற்கையை மாற்றும் அளவிற்குக் குறிப்பிடத்தக்க ஆற்றலை மனிதன் வளர்த்துக் கொண்டிருக்கிறான்.

1930களில் இந்த ஆற்றல் வெகுவேகமாக அதிகரித்தது மட்டுமில்லாமல், அதன் தன்மையேகூட மாறிவிட்டது, சுற்றுச் சூழலைத் தாக்குவது அதிகமாகிவிட்டது. காற்றையும், கடலையும், நிலத்தையும், நீரையும் உயிர் குடிக்கும் பொருட்கள் மாசுபடுத்திவிட்டன. இந்த மாசைப் பெரும்பாலும் நீக்க முடியாது. இந்த மாசு தொடங்கி வைத்திருக்கும் இந்தத் தீமை உயிரைத் தாங்கும் உலகை மட்டுமில்லை, உயிர்த் தசைகளிலும் மறுமாற்றம்

செய்ய முடியாத அளவிற்கு ஊடுருவிவிட்டது. சுற்றுச்சூழலை மாசுபடுத்துவதில் வேதிப் பொருட்கள் பெரும் பங்கு வகிக்கின்றன.

குறிப்பாக, கதிர் வீச்சு உலகையே, உயிரின் தன்மையையே மாற்றக் கூடியது. அணுப் பிளவுகளினால் காற்றில் வெளியிடப்படும் ஸ்ட்ரான்சியம் 90 பூமிக்கு மழையாக வருகிறது. நிலத்தடியில் மண்ணில் தங்கிக் கொள்கிறது.

அங்கு பயிராகும் புல்லிலும், கதிரிலும், கோதுமையிலும் நுழைகிறது. காலப்போக்கில் மனிதரின் எலும்புகளில் குடி கொள்கிறது. சாகும் வரை அங்கேயே இருக்கிறது. அதுபோல பயிர் நிலங்களிலும், காடுகளிலும், தோட்டங்களிலும் தெளிக்கப்படுகின்ற வேதிப்பொருட்கள், மண்ணிலேயே இருக்கின்றன. உயிரிகளுக்குள் நுழைந்து ஒன்றிலிருந்து இன்னொன்றுக்குப் பரவி நச்சுச் சங்கிலியாகி இறப்பில் முடிகிறது. அல்லது நிலத்தடி நீரில், நீர்ச்சுனைகளில் கலந்து, காற்றோடும், சூரிய ஒளியோடும் சேர்ந்து புதிய பொருட்களாக மாறி, இயற்கைத் தாவரங்களைக் கொல்கிறது; கால்நடைகளை நோய்க்குள்ளாக்குகிறது; தூய்மையான கிணற்று நீரை மாசுபடுத்தி அதனைக் குடிப்பவர்களுக்கு எளிதில் கண்டுபிடிக்க முடியாத தீமையைச் செய்கிறது. ஆல்பர்ட் ஸ்வைட்சர் கூறியது போல, "தானே உண்டாக்கிய சாத்தான்களை மனிதனால் அடையாளம் கூடக் கண்டுபிடிக்க முடியவில்லை."

இன்றைக்கு இவ்வுலகில் காணப்படும் உயிரினங்கள் தோன்றி, பரிணாம வளர்ச்சி பெற்றுப் பல்வேறு வகைகளாகப் பரவி, சுற்றுச் சூழல்களுக்கு ஏற்ப ஒத்துப் போய்ச் சமநிலையை அடையப் பல நூறு மில்லியன் ஆண்டுகள் ஆயின. தான் தாங்கி வந்த உயிரினத்தை உருவாக்கி வழிகாட்டி வந்த சுற்றுச்சூழலில் காக்கவும், எதிர்க்கவுமான கூறுகள் அடங்கியிருந்தன. சில பாறைகள் ஆபத்தான கதிர்வீச்சை வெளியிட்டன. சூரியனில் இருந்து தான் எல்லா உயிர்களும் ஆற்றலைப் பெறுகின்றன. ஆனால் அந்தச் சூரிய ஒளியிலேயே தீமையை விளைவிக்கக் கூடிய சிற்றலைக் கதிர்வீச்சுகளும் இருந்தன. ஆனால் ஆயிரம் ஆயிரமாண்டுக் காலத்தில், உயிர் ஒத்துப் போகப் பழகிக் கொள்கிறது; ஒரு சமநிலை ஏற்படுகிறது. ஏனென்றால் காலம் மிகத் தேவையான ஒன்று. ஆனால் இன்றைய உலகில் காலத்தைக் காணவில்லை.

இயற்கை தன்னிச்சையாய்ச் செயல்படும்; அதற்கென்ற ஒரு வேகம் உண்டு. ஆனால் மனிதன் என்ன செய்கிறான்? கண்மூடித்தனமான

வேகத்தில் புதிய சூழல்களை உருவாக்குகிறான். துரிதமான, வேகமான மாற்றத்தை உண்டாக்குகிறான். இப்போது கதிர்வீச்சு என்பது பாறைகளிலிருந்து ஏற்படும் பின்புலக் கதிர்வீச்சில்லை. இவ்வுலகில் உயிர் தோன்றுவதற்கு முன்பிருந்தே இருந்தது அது. வான்வெளிக் கதிர்கள், சூரியனின் புற ஊதாக் கதிர்கள் பூமியைத் தாக்கியதன் விளைவு அது. ஆனால் இப்போதைய கதிர்வீச்சு அணுவை மனிதன் பிளந்ததால் ஏற்படுவது. பாறைகளிலிருந்து கழுவப்பட்டு, ஆறுகளுக்குள் சென்று அன்று கடலில் கலந்தவை கால்சியம், சிலிகா, செம்பு முதலிய வேதிப் பொருட்கள். ஆனால் இன்று மனிதனின் சோதனைச் சாலைகளில் காய்ச்சப்பட்டவை - அவனுடைய மூளையில் உதித்தவை - செயற்கைப் படைப்புகள். அவற்றை இயற்கையோடு ஒப்பிடமுடியாது.

இந்தப் புதிய வேதிப்பொருட்களோடு ஒத்துப் போகப் பழகுவதற்கு மனிதனுக்கு ஒரு தலைமுறை போதாது பல தலைமுறைகள் வேண்டும். அப்படியும் அது நடக்க வேண்டுமென்றால் ஒரு வன்செயல், ஒரு புதுமை நடைபெற வேண்டும். அப்படி நடந்தாலும் அது வீண் தான். ஏனென்றால் சோதனைச் சாலைகளிலிருந்து புதிது புதிதாய்த் தொடர்ந்து வேதிப் பொருட்கள் வந்த வண்ணம் இருக்கின்றன. அமெரிக்காவில் மட்டும் ஓராண்டில் 500 புதிய வேதிப்பொருட்கள் பயன்பாட்டிற்கு வருகின்றன. இந்த எண்ணிக்கை மலைக்க வைக்கிறது. ஒவ்வொரு ஆண்டும் மனித உயிரணு அனுபவத்திற்கு அப்பாற்பட்ட 500 வேதிப் பொருட்களுக்கு மனித உடல்களும், விலங்குகளும் ஒத்துப்போகப் பழகிக் கொள்ள வேண்டும்.

இந்தப் பொருட்களில் பல இயற்கைக்கு எதிராக மனிதன் தொடுத்திருக்கும் போரில் பயன்படுத்தப்படுபவை. 1940களின் மத்திய காலத்தில் மட்டும் களைகள், எலிகள் முதலான 'பூச்சிகள்' என்று இன்று அழைக்கப்படுகின்ற உயிரிகளைக் கொல்ல 120 வேதிப்பொருட்கள் பயன்படுத்தப்படுகின்றன. இந்த அடிப்படைப் பூச்சிக் கொல்லிகள் பல்லாயிரக்கணக்கான பெயர்களால் விற்கப்படுகின்றன.

இந்தத் தெளிப்புகள், தூள்கள், ஈரோசால்கள் இப்போது எந்த வேறுபாடும் இல்லாமல் பண்ணைகள், தோட்டங்கள், காடுகள், வீடுகள் அனைத்திலும் பயன்படுத்தப்படுகின்றன. இவை குறிப்பிட்ட ஒரு உயிரியைக் கொல்லாமல் 'நல்ல', 'கெட்ட' பூச்சிகள் அனைத்தையும் கொல்லும் சக்தி வாய்ந்தவை. இவற்றை ஒரு சில

களைகளையோ பூச்சிகளையோ கொல்லப் பயன்படுத்தியிருந்தாலும், இவை பாடும் பறவைகளை அடக்கிவிடுகின்றன, ஓடைகளில் துள்ளிக் குதிக்கும் மீன்களை அழித்துவிடுகின்றன. இலைகளின் மேல் வெள்ளையடித்து விடுகின்றன, மண்ணில் நிரந்தரமாய்த் தங்கிவிடுகின்றன. இந்த நச்சுப் பொருட்கள் பூமியில் பரவி, உயிர் வாழ்வதற்கு அதனைத் தகுதியற்றதாக ஆக்கிவிடுகின்றன என்று நம்ப முடிகிறதா? இவை 'பூச்சிக் கொல்லிகள்' இல்லை; 'உயிர்க் கொல்லிகள்!'.

பூச்சிக் கொல்லிகளைத் தெளிக்கும் முறை ஒரு முடிவற்ற சுழலாகிவிட்டது. எல்லோரும் பயன்படுத்தலாம் என்று ஆனவுடன், அதைவிட நச்சுமிக்க பொருட்களைக் கண்டுபிடிப்பதில் தீவிரமாகி விட்டார்கள். ஏனென்றால் பூச்சிகளும் ஒரு குறிப்பிட்ட பூச்சிக் கொல்லிக்கு எதிர்ப்பு சக்தியை வளர்த்துப் புதிய இனங்களாகப் பரிணாம வளர்ச்சி பெறுகின்றன. டார்வினின் 'தகுதியுள்ளதே பிழைக்கும்' என்ற கொள்கை நிரூபிக்கப்படுகிறதோ? எனவே புதிய இனப் பூச்சிகளைக் கொல்ல இன்னும் தீவிரமான நச்சுப் பொருட்களைக் கண்டுபிடிக்க வேண்டியதாகிறது. மேலும், அழிவு சக்தியான பூச்சிகள், மருந்து தெளித்த பிறகு, பன்மடங்காகப் பெருகி விடுகின்றன. இங்ஙனம் வேதிப் பொருட் போரில் என்றும் தோல்வி தான். இந்தப் போரின் இடையில் எல்லா உயிரிகளும் அகப்பட்டுக் கொண்டுவிட்டன.

அணு ஆயுதப் போரினால் மனித இனம் அழிந்து போகும் ஆபத்து ஒருபுறம். அதை விட, அழிவைத் தரும் பொருட்களைக் கொண்டு நமது சுற்றுச்சூழல் முழுவதையும் மாசுபடுத்துவது நமது யுகத்தின் நடுநாயகப் பிரச்சினையாக ஆகிவிட்டது. இந்த நச்சுப் பொருட்கள் தாவர, விலங்குகளின் திசுக்களிலேயே சேர்கின்றன. நமது வருங்காலம் சார்ந்திருக்கும் மரபணுவின் செல்களுக்குள்ளேயே புகுந்து அவற்றை உடைக்கவும் மாற்றவும் ஆற்றல் கொண்டவை.

மனித அணு பிளாஸ்மாவை வேண்டியவாறு மாற்றிக் கொள்ளக் கூடிய வருங்காலத்தைப் பற்றிச் சிலர் கனவு கொண்டு இருக்கிறார்கள். ஆனால் அதற்குத் தேவையே இல்லாமல் போகக் கூடும். ஏனென்றால் பல வேதிப் பொருட்கள், கதிர்வீச்சைப் போல உயிரணுவில் வகை மாற்றங்கள் ஏற்படுத்துகின்றன. மிகச் சாதாரணமான பூச்சிக் கொல்லியைத் தேர்வு செய்வது மூலம் மனிதன் தன்னுடைய வருங்காலத்தையே மாற்றிக் கொள்கிறான்.

எதற்காக மனிதன் இத்தகைய ஆபத்திற்குத் தன்னை உட்படுத்திக் கொள்கிறான்? ஒரு விகாரமாகிப் போன மனப்பான்மையினால் தான். தேவையற்றவை என்று அவன் கருதுகின்ற சில உயிரினங்களைக் கட்டுக்குள் கொண்டு வருவதற்காக நுண்ணறிவு படைத்த மனிதன் சுற்றுப்புறம் முழுவதையும் மாசுபடுத்தி விடுகிறான். நோயையும் சாவையும் தனக்குத் தானே தேடிக்கொண்டு விட்டான். அவன் சொல்லும் காரணங்களை ஆராய்ந்து பார்க்கும் அந்த நொடியிலேயே அவனுடைய வாதங்கள் பொடிப் பொடியாகிப் போகின்றன. உணவு உற்பத்தியைப் பெருக்குவதற்குப் பூச்சிக்கொல்லிகளைப் பெருமளவிற்குப் பயன்படுத்துவது அவசியம் என்று காரணம் சொல்கிறார்கள். ஆனால் அமெரிக்காவைப் பொறுத்தவரையில் அதிக உணவு உற்பத்தி தானே சிக்கலே? அமெரிக்காவில் உணவு உற்பத்திக்கான நிலத்தின் அளவைக் குறைத்த பிறகும், உணவு உற்பத்தி செய்யாமலிருக்க விவசாயிகளுக்குப் பணம் கொடுத்த பிறகும், மிக அபரிமிதமான உற்பத்தியல்லவா ஏற்பட்டிருக்கிறது. 1962இல் மட்டும் அதிகப்படியாக உற்பத்தி செய்யப்பட்ட உணவுப் பொருளைச் சேமிப்பதற்காக அந்த ஆண்டு அமெரிக்காவில் வரி கொடுப்போர் 100 கோடி டாலர்கள் செலுத்தியிருக்கிறார்கள்! விவசாயத் துறையின் ஒரு கிளை உற்பத்தியைக் குறைக்க முயலும்போது இன்னொரு கிளை வேதிப் பொருட்களைப் பயன்படுத்தி உற்பத்தியைப் பெருக்க முயல்வது வேடிக்கை தான்.

பூச்சிகளினால் சிக்கல் இல்லை என்றோ, அதனைக் கட்டுப்படுத்த வேண்டியது அவசியமில்லை என்றோ கூறவில்லை. கட்டுப்பாடு உண்மை நிலைகளை அடிப்படையாகக் கொண்டு இருக்க வேண்டுமே அன்றிக் கற்பனைச் சூழல்களைப் பற்றி இருக்கக் கூடாது. நாம் பயன்படுத்தும் முறைகள் பூச்சிகளோடு நம்மையும் அழித்துவிடக்கூடாது.

சிக்கலுக்கான தீர்வு அழிவைத் தொடராகக் கொண்டு வந்திருப்பது இன்றைய மனித வாழ்க்கையின் கட்டாயம். மனிதன் இந்த நிலத்தில் பிறக்கும் முன்னரே, பூச்சிகள் தான் இந்த உலகத்தில் வாழ்ந்தன. இந்தப் பூச்சிகள் வேறு வகைப்பட்டவை. சுற்றுப்புறத்திற்கு ஏற்றவாறு எளிதில் தங்களை மாற்றிக் கொள்ளக் கூடியவை. ஐந்து லட்சத்திற்கும் மேற்பட்ட பூச்சி வகையினங்கள் உள்ளன. மனிதனின் வரவிற்குப் பிறகு அவற்றில் சிறிய எண்ணிக்கையில் பூச்சிகள் மனித நலத்தோடு இரண்டு வழிகளில் மோதியிருக்கின்றன. உணவுக்குப் பங்காளிகளாகவும், மனித நோய்களின் கலன்களாகவும் இருந்திருக்கின்றன.

நோய்களைச் சுமந்து கொண்டிருக்கும் பூச்சிகள் எங்கே ஆதிக்கம் செலுத்துகின்றன? மக்கள் கூட்டமாகக் கூடியிருக்கும் இடங்களில், குறிப்பாக சுகாதாரம் மோசமாக இருக்கும் இடங்களில், இயற்கைப் பேரழிவு, போர், வறுமை ஆகிய சூழல்களில் இந்தப் பூச்சிகள் நிறைந்துவிடும். அப்போது அவற்றைக் கட்டுப்படுத்துவது கட்டாயம். ஆனால் இன்று இப்படிப் பெரிய அளவில் கட்டுப்படுத்தும் முயற்சிக்கு குறைந்த அளவு வெற்றியே கிடைக்கிறது. இது நிலைமையை இன்னும் கெடுக்கவே செய்கிறது.

பழங்காலத்தில் கடைப்பிடிக்கப்பட்ட விவசாய முறைகளில் பூச்சித் தொல்லை குறைவாகவே இருந்தது. ஆனால் விவசாயத்தில் தீவிர வழிமுறைகளைப் பின்பற்றத் தொடங்கினோம். விவசாயத்திற்கென்று நிலத்தை அதிகரித்து, ஒரே வகையான கதிர்களைப் பயிரிடத் தொடங்கினோம். அதன் விளைவாக ஒரு குறிப்பிட்ட பூச்சி இனம் மட்டும் நிறைந்துவிட்டது. ஒருபயிர் விவசாயம் இயற்கையின் வழிமுறைகளைப் பயன்படுத்தாமல் அவற்றைப் பாழாக்கிவிட்டது. நிலப்பரப்பில் இயற்கை பல்வேறு வகையான தாவரங்களை அறிமுகப்படுத்தியது. ஆனால் இந்த அமைப்பை மனிதன் கெடுத்துவிட்டான். ஓர் உயிரினம் எண்ணிக்கையில் அதிகமாகாமலும், இன்னொன்று குறையாமலும் இயற்கை ஒரு சமநிலையை ஏற்படுத்தியிருந்தது. இயற்கை விதித்திருக்கும் ஒரு தடை ஒவ்வொரு உயிரினத்திற்கும் தகுதியான உறைவிடத்தைக் கட்டுப்படுத்தியிருக்கிறது. எடுத்துக்காட்டாக, கோதுமைத் தாவரத்தினைச் சார்ந்து உயிர் வாழும் ஒரு பூச்சி கோதுமை மட்டும் பயிரிடும் வயலில் தன் இனத்தை அதிகமாகப் பெருக்கிக் கொள்ளும். ஆனால் அந்தப் பூச்சி தன்னை மாற்றி அமைத்துக் கொள்ளாத ஒரு பயிரைக் கோதுமையில் ஊடுபயிராக விளைவித்தால் அது அந்த அளவிற்கு பெருகாது.

வேறு சூழல்களிலும் இதுவே நடக்கிறது. ஒரு தலைமுறைக்கு முன்னரெல்லாம் அமெரிக்காவின் பல நகரங்களின் தெருக்களில் எல்ம் மரங்கள் வரிசையாக நிற்கும். இப்போது அந்த அழகு அழியும் ஆபத்தில் இருக்கிறது. ஒரு வண்டு எடுத்துச் செல்லும் நோய் மரத்துக்கு மரம் பரவி வருகிறது. மாறாக, எல்ம் மரங்களின் ஊடே வேறு மரங்களும் இருந்தால் இந்த வண்டு தன்னுடைய இனத்தை இந்த அளவிற்குப் பெருக்கிக் கொண்டிருக்க முடியாது.

இன்றைக்கு பூச்சிகளால் ஏற்படும் அழிவுகளின் இன்னொரு காரணியை மனித வரலாற்றின் பின்னணியில் பார்க்க வேண்டும்.

வெவ்வேறு வகையான உயிரினங்கள் ஆயிரக்கணக்கில் தங்களுடைய வழக்கமான இருப்பிடங்களை விட்டுப் புதிய பகுதிகளில் படை எடுக்கின்றன. சார்லஸ் எல்டன் அண்மையில் வெளியான தன்னுடைய 'சுற்றுச்சூழல் மீது படையெடுத்தல்' (The Ecology of Invasions) என்ற நூலில் உலகமெங்கும் நடைபெறும் இடம் பெயர்தலை விவரிக்கிறார். 10 கோடி ஆண்டுகளுக்கு முன்னர் கடல்களில் ஏற்பட்ட வெள்ளப் பெருக்கு கண்டங்களைத் துண்டுகளாகப் பிரித்து விட்டது. அதனால் பெரிய பெரிய இயற்கை அரண்களுக்குள் உயிரினங்கள் ஒன்று சேர்ந்து அடைபட்டுக் கிடந்தன. தங்களுடைய இனங்களிலிருந்து தனிமைப்பட்டு விட்டபோது, பல புதிய உயிரினங்களைத் தோற்றுவித்தன. நிலப்பரப்புகள் மீண்டும் ஒன்று சேர்ந்தபோது, ஒன்றரை கோடி ஆண்டுகளுக்கு முன்னர், இந்த உயிரினங்கள் புதிய நிலப்பரப்புகளுக்கு இடம் பெயர்ந்தன. இந்த இடம் பெயரல் இன்னும் நடந்து கொண்டிருக்கிறது. இப்போது மனிதன் இதற்கு உதவி செய்கிறான்.

எடுத்துக்காட்டாக, உயிரினங்கள் பரவுவதற்கு முக்கிய கருவியாகத் தாவரங்களை வெவ்வேறு இடங்களுக்குக் கொண்டு செல்வது பயன்படுகிறது. தாவரங்களோடு விலங்குகளும் சேர்ந்தே போகின்றன. அவற்றைத் தனிமைப்படுத்துவது இப்போதைய முயற்சி தான். அதுவும் அவ்வளவு வெற்றிகரமாக இல்லை. அமெரிக்காவின் தாவரத்துறை மட்டும் உலகமெங்குமிருந்தும் இரண்டு லட்சம் தாவர உயிரினங்களைக் கொண்டு வந்திருக்கிறது. 180க்கு மேற்பட்ட தாவரங்களின், பகைகளான பூச்சிகளில் பாதி அமெரிக்காவிற்குள் வெளிநாடுகளிலிருந்து இறக்குமதி செய்யப்பட்டவை. அவற்றில் பெரும்பாலானவை தாவரங்களோடு ஒட்டிக் கொண்டு வந்தவை.

அவை முதலில் இருந்த பகுதிகளில் அளவுக்கு அதிகமாகப் பெருகாமல் தடுக்க இயற்கையே அவற்றிற்கு எதிரிகளையும் கொடுத்திருந்தது. ஆனால் புதிய இடங்களில் அத்தகைய கட்டுப்பாடு இல்லாததால், அவை மிக அதிகமாகப் பெருகி விடுகின்றன. எனவே அமெரிக்காவில் இருக்கும் தீமை செய்யும் பூச்சிகள் தற்செயலாக வந்தவை இல்லை, மாறாக நுழைக்கப்பட்டவை. (இது இந்தியாவிற்கும் பொருந்தும்.)

இப்படிப்பட்ட படையெடுப்புகள் இயற்கையாக நேர்ந்தாலும் சரி, மனிதரால் நுழைக்கப்பட்டிருந்தாலும் சரி, முடிவில்லாமல் தொடரத்தான் போகின்றன. அவற்றைத் தனிமைப்படுத்துவதோ,

பெருமளவில் வேதிப் பொருட்களைப் பயன்படுத்தி அழிக்க முயல்வதோ தீர்வாகாது. டாக்டர் எல்டன் கூறுவது போல 'வாழ்வா சாவா என்ற ஒரு தேவையை நாம் எதிர்கொள்ள வேண்டியதிருக்கிறது. ஒரு குறிப்பிட்ட தாவரத்தையோ விலங்கையோ அடக்கிவிடப் புதிய தொழில் நுட்பங்களைக் கண்டுபிடிப்பதில் பயனில்லை. ஒரு சமநிலையை உருவாக்கி, புதிய படையெடுப்புகளையும், வேகமாகப் பரவுவதையும் தடுக்கக் கூடிய வகையில் விலங்கினங்கள் மற்றும் அவை, சுற்றுச் சூழல்களோடு கொண்டுள்ள உறவுகளைப் பற்றிய அடிப்படை அறிவும் நமக்குத் தேவைப்படுகிறது.'

நமக்கு இந்த அடிப்படை அறிவு இருக்கத்தான் செய்கிறது. ஆனால் நாம் அதனைப் பயன்படுத்துவதில்லை. சுற்றுப்புறவியல் அறிஞர்களை நமது பல்கலைக்கழகங்களில் உருவாக்குகிறோம். அவர்களை அரசுத் துறைகளில் வேலைக்கும் அமர்த்துகிறோம். ஆனால் அவர்களுடைய அறிவுரையைத்தான் கேட்பதில்லை. வேறு வழியில்லாதது போல அமில மழை பொழிவதை அனுமதிக்கிறோம்,. உண்மையில் நிறைய வழிகள் இருக்கின்றன. வாய்ப்பளித்தால் இன்னும் புதியவழிகளும் கண்டுபிடிக்கப்படும்.

அடிமட்டத்தில் இருக்கிற ஒரு வழியை, அழிவைத் தருகின்ற வழியை இது தான் விதிக்கப்பட்டது, தடுக்கவோ தவிர்க்கவோ முடியாதது என்று நாம் ஏற்றுக் கொள்ளும் அளவிற்கு மயங்கி விட்டோமா? நல்லதைத் தேட வேண்டும் என்ற மனஉறுதியையும், வருமுன்காக்கும் தொலைநோக்கையும் இழந்து விட்டோமா? சுற்றுச்சூழலியல் அறிஞர் பால் ஷேப்பர்ட் கூறுகிறார்: 'சுற்றுச்சூழலை அழிக்கும் ஒரு வாழ்க்கை முறையை உயர்ந்தது என்று ஏற்றுக் கொண்டு விட்டோம். கொஞ்சம் வலிமை குறைந்த நச்சுப் பொருட்களைக் கொண்ட உணவை, மாசு சூழ்ந்திருக்கும் வீட்டை, பகைவர் போன்ற நண்பர்களை, இன்னும் கொஞ்சம் அதிகமானால் நமக்குப் பைத்தியத்தையே தரக்கூடிய எந்திரங்களின் இரைச்சலை நாம் ஏன் தாங்கிக் கொள்ள வேண்டும்? இறப்பின் வாயிலில் இருக்கும் உலகில் உயிர்வாழ யார் ஆசைப்படுவார்கள்?'

ஆனால் அத்தகைய உலகம் நம்மை நெருக்கிக் கொண்டிருக்கிறது. பூச்சியில்லாத தூய்மையான உலகத்தை உண்டாக்க வேண்டும் என்ற வெறி பலரையும் ஆட்கொண்டுவிட்டது. வேதிப் பொருள்களைத் தெளிப்பவர்கள் அதிகார போதையில் இருப்பது தெளிவாகிறது. 'கட்டுப்படுத்தும் பணியில் ஈடுபட்டிருக்கும் பூச்சியியல் அறிஞர்கள் வழக்குத் தொடுப்பவர்களாகவும், நீதிபதிகளாகவும்,

வரி விதிப்பவர்களாகவும், வரி வசூலிப்பவர்களாகவும், விதிகள் செய்பவர்களாகவும் அவற்றை நிறைவேற்றுபவர்களாகவும் செயல்படுகிறார்கள்,' என்று நீலி டர்னர் என்ற பூச்சியியல் அறிஞர் கூறுகிறார்.

வேதிப் பூச்சிக்கொல்லிகளைப் பயன்படுத்தலே கூடாது என்று நான் சொல்லவில்லை. என்னுடைய குற்றச்சாட்டெல்லாம் அவற்றால் விளையக்கூடிய தீமைகளைப் பற்றி ஒன்றும் தெரியாதவர்கள் கையில் நச்சுப் பொருட்களைக் கொடுத்திருக்கிறோம் என்பது தான். இந்த நச்சுப் பொருட்களை மக்களுடைய விருப்பத்தைக் கேட்காமலேயே, அவர்களுக்குத் தெரியாமலேயே அவர்கள் மேல் சுமத்திவிட்டோம். அமெரிக்காவின் உரிமைச் சாசனத்தால் (Bill of Rights) தனியாராலோ அரசாலோ குடிமக்களுக்கு நச்சுப் பொருட்களைத் தரக்கூடாது என்று குறிப்பிடப்படவில்லை. ஏனென்றால் இத்தகைய ஆபத்து வரும் என்று அவர்கள் அன்று எதிர்பார்த்திருக்க மாட்டார்கள்.

என்னுடைய இன்னொரு வாதம் இது தான். இந்த வேதிப் பொருட்கள் நிலம், நீர், விலங்குகள், மனிதன் ஆகிய அனைத்தையும் எப்படிப் பாதிக்கும் என்று ஆராயாமலேயே அவற்றை பயன்படுத்த அனுமதித்து விட்டோம். உயிரை எல்லாம் தாங்கும் இந்த இயற்கை உலகினைப் பற்றிக் கவலைப்படாமல் நாம் செய்யும் இந்த அழிவுச் செயலை நமது வருங்கால சந்ததிகள் மன்னிக்கவே மாட்டார்கள்.

இந்த அழிவைப் பற்றி மக்களிடம் அறியாமையே நிலவுகிறது. இது சிறப்பு நிபுணர்களின் காலம். ஒவ்வொருவரும் தன்னுடைய குறுகிய வட்டத்திற்குள் தான் பார்க்கிறார்களே தவிர உலகின் மொத்த உயிர் வாழ்க்கையையும் கவனிப்பதில்லை. இது தொழிற்சாலைகள் ஆட்சி செலுத்தும் உலகம். பணம் பண்ணும் உரிமையை யாரும் தட்டிக்கேட்க முடியாது. பூச்சிக் கொல்லிகளைப் பயன்படுத்துவதால் ஏற்படும் தீயவிளைவுகளை ஆதாரங்களோடு காட்டி மக்கள் எதிர்த்தாலும், அரை உண்மைகளைக் கூறி அவர்களை வாயடைத்து விடுகிறார்கள். இத்தகைய தவறான, பொய்யான உறுதிமொழிகளுக்கு முற்றுப்புள்ளி வைக்கவேண்டும். பாதிக்கப்படுபவர்கள் சாதாரணக் குடிமக்கள். இதே அழிவுப் பாதையில் போக வேண்டுமா என்று அவர்கள் தான் முடிவுசெய்ய வேண்டும். உண்மைகளை அவர்கள் அறிந்து கொள்ள முழுஉரிமை உண்டு. 'தாங்கிக் கொள்ள வேண்டிய கடமை தெரிந்து கொள்ளும் உரிமையையும் அளிக்கிறது,' என்று கூறுகிறார் ஷான் ரோஸ்டான்ட்.

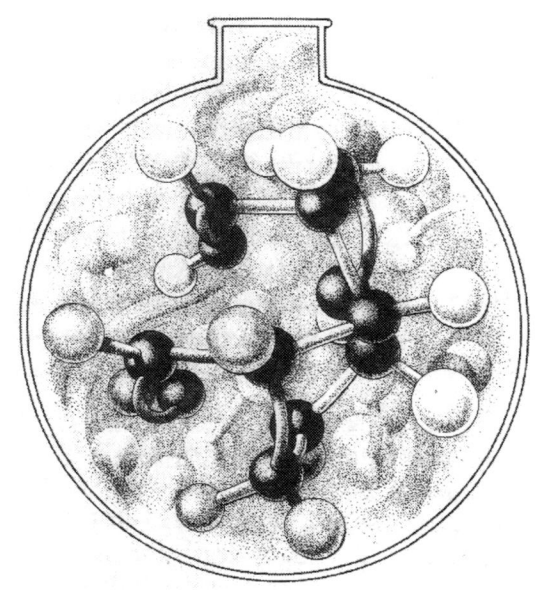

3. சாவின் அமுதசுரபிகள்

உலக வரலாற்றில் முதன் முறையாக மனிதன் கருவறை முதல் கல்லறை வரையில் ஆபத்தான வேதிப்பொருட்களோடு வாழ்கிறான். கடந்த இருபது ஆண்டுகளுக்குள் (1940-1960) உயிர், உயிரில்லாப் பொருட்கள் அனைத்திலும் இரசாயனப் பூச்சிக் கொல்லிகள் பரவிவிட்டன. எங்கும் அவை ஆட்சி செய்கின்றன. ஆற்றுப் படுகைகளிலும், நமது கண்ணுக்குத் தெரியாமல் ஓடும் நிலத்தடி நீரிலும் கூடக் காணப்படுகின்றன. பத்துப் பன்னிரண்டு ஆண்டுகளுக்கு முன்னர் தெளிக்கப்பட்ட மண்ணிலும் கூட இவற்றின் கசடுகள் படிந்து கிடக்கின்றன. மீன், பறவைகள், ஊர்வன, வீட்டு விலங்குகள், காட்டு மிருகங்கள் ஆகியவற்றின் உடல்களிலே புகுந்து அங்கேயே தங்கிவிடுகின்றன. அறிவியலறிஞர் விலங்குகளை ஆராயும்போது அவை தொற்றிக் கொள்ளாத உயிரினங்களைப் பார்ப்பதே அரிதாகிவிட்டது என்கிறார்கள். வேதிப்பொருளின் சுவடுகள் மூலையிலிருக்கும் மலை ஏரிகளிலுள்ள மீன்களில் கூட இருக்கின்றன. நிலத்தை உழும் மண் புழுக்களிலும் பறவைகளின் முட்டைகளிலும் ஏன், மனிதனுள்ளும் காணப்படுகின்றன. வயது வேறுபாடு இல்லாமல் எல்லா மனிதர்களின் உடலிலும் சேமிக்கப்படுகின்றன. தாய்ப்பாலிலும் பிறக்கப் போகும் குழந்தையின் திசுக்களிலும் கூடத் தேங்கியிருக்கின்றன.

பூச்சிக் கொல்லிகளை உற்பத்தி செய்யும் தொழிற்சாலைகள் திடீரென்று பெருமளவில் தோன்றிவிட்டதுதான் இதற்குக் காரணம். இரண்டாம் உலகப்போர் தந்த பரிசு இது! போரில் வேதிப் பொருட்களைப் பயன்படுத்தும் முயற்சியாக அவற்றைச் சோதனைச் சாலைகளில் தயாரித்தபோது, அவற்றில் சில பூச்சிகளைக் கொல்வதைக் கண்டுபிடித்தார்கள். ஏதோ எதிர்பாராமல் நிகழ்ந்த நிகழ்ச்சி இல்லை இது. மனிதனைக் கொல்லும் இரசாயனப் பொருட்களைக் கண்டுபிடிக்கும் சோதனையில் அவற்றை முதலில் பூச்சிகளின் மேல் தான் சோதித்துப் பார்த்தார்கள்.

விளைவு? எண்ணற்ற செயற்கைப் பூச்சிக் கொல்லிகள் சந்தைக்கு வரத் தொடங்கின. போருக்கு முந்திய இயற்கைப் பூச்சிக் கொல்லிகள் எளிமையானவை. ஆனால் மனிதன் சோதனைச் சாலைகளில் மூலக் கூறுகளை தன் விருப்பப்படி வளைய வைத்து, அணுக்களை இடமாற்றி, அவற்றின் அமைப்பையே கெடுத்துப் புதுப்பொருட்களை உண்டாக்குகிறான். எனவே அவை முற்றிலும் இயற்கை உரங்களிலிருந்து மாறுபட்டு இருக்கின்றன.

ஆர்சனிக், இரும்பு, ஈயம், மாங்கனீசு, துத்தநாகம் முதலானவற்றின் கூட்டுப்பொருளாக இயற்கையாகக் கிடைக்கும் கனிமங்களைப் பயன்படுத்துகிறார்கள். காய்ந்த சாமந்திப் பூக்களிலிருந்து கிடைக்கும் உப்பு, புகையிலிருந்து கிடைக்கும் நிகோடின் சல்பேட், கிழக்கிந்தியத் தீவுகளில் கிடைக்கும் சில தாவரங்களிலிருந்து எடுக்கப்படும் வேதிப்பொருள் ஆகியவற்றையும் அவற்றோடு சேர்த்துக் கொள்கிறார்கள்.

இந்தப் புதிய செயற்கைப் பூச்சிக் கொல்லிகள் மிகத் தீவிரமானவை. அவை சக்தி வாய்ந்த நச்சுப் பொருட்கள். உடலின் முக்கிய உள்ளுறுப்புக்களுக்குள் நுழைந்து அவற்றைக் கெடுக்கும் ஆற்றல் வாய்ந்தவை. நமது உடலைத் தீமையிலிருந்து காப்பாற்றுபவை என்சைம்கள். அந்த என்சைம்களையே இந்த நச்சுப் பொருட்கள் அழித்து விடுகின்றன. மேலும், நமது உடல் ஆக்சிஜன் மயமாக்கப்படுவதால் கிடைக்கும் சக்தியைத் தான் பயன்படுத்துகிறது. இதனையே இந்த வேதிப் பொருட்கள் தடுத்து விடுகின்றன. இன்னும், நமது உறுப்புக்கள் பலவும் இயங்குவதையே பாதிக்கின்றன. மிக முக்கியமாக, சில செல்களில் மெல்ல நடைபெறும் திரும்பச் செய்ய முடியாத மாற்றங்களைத் தோற்றுவிக்கின்றன. இது புற்றுநோயில் போய் முடியும்.

புதிது புதிதாக மேலும் ஆபத்தை விளைவிக்கக் கூடிய வேதிப்பொருட்கள் ஒவ்வொரு ஆண்டும் வந்து கொண்டே இருக்கின்றன. புதிய கண்டுபிடிப்புகள் புதிய பயன்பாடுகளில் உலகெங்கும் பரவிவிட்டன. அமெரிக்காவில் மட்டும் பயன்படுத்தப்பட்ட செயற்கைப் பூச்சிக் கொல்லிகள் 1947இல் 124,259,000 பவுண்டுகள். இது 1960இல் ஐந்து மடங்காகி 637,666,000 பவுண்டுகளாக ஆகிவிட்டது. இவற்றின் மொத்த விலை 25 கோடி டாலர்கள். ஆனால் இது ஒரு தொடக்கம் தான். இந்தத் தொழிற்சாலைகள் இன்னும் பெரிய அளவில் இவற்றை விரிவுபடுத்தத் திட்டமிட்டு வருகின்றன.

இந்தப் பூச்சிக் கொல்லிகள் நம்மைக் கவலைக்குள்ளாக்குகின்றன அல்லவா! இவற்றோடு நாம் நெருங்கி உறவாடப் போகிறோம். அவற்றை உண்ணப் போகிறோம், குடிக்கப் போகிறோம். நமது எலும்புகளின் மஜ்ஜையில் ஏற்றுக் கொள்ளப் போகிறோம். அப்படி இருக்கும் போது அவற்றின் தன்மை பற்றியும் சக்தி பற்றியும் தெரிந்து கொள்ள வேண்டியது அவசியமல்லவா?

இரண்டாம் உலகப் போருக்கு முன்னர் கரிம வேதிப் பொருட்கள் இல்லாத வேறு பூச்சிக்கொல்லிகளைப் பயன்படுத்தி வந்தார்கள். போருக்குப் பிறகு கனிம வேதிப்பொருட்கள் பெருமளவில் பயன்படுத்தப்பட்டன. எனினும் பழைய வேதிப்பொருள் பூச்சிக்கொல்லிகள் சில இன்னும் இருக்கின்றன. அவற்றில் முக்கியமானது ஆர்சனிக் ஆகும். ஆர்சனிக் களை மற்றும் பூச்சிக் கொல்லிகள் பலவற்றின் அடிப்படையாக இருந்து வருகிறது. ஆர்சனிக் மிக நச்சுத்தன்மை வாய்ந்தது. பல உலோகங்களின் தாதுப் பொருட்களில் ஒட்டிக் கொண்டிருக்கும். எரிமலைகள், கடல் மற்றும் சுனைத் தண்ணீர் ஆகியவற்றில் மிகச்சிறிய அளவில் ஆர்சனிக் தென்படுகிறது. ஆர்சனிக்கோடு மனிதனுடைய தொடர்பு நெடுங்காலமானது. அதற்குச் சுவை இல்லாததால் கொலை செய்வதற்கு அதனைப் பண்டைக் காலத்திலிருந்து இன்று வரைப் பயன்படுத்தி வருகிறார்கள். புற்றுநோயை உண்டாக்கும் முதன்மையான பொருளாக ஆர்சனிக்கைத் தான் கண்டுபிடித்தார்கள். புகைக் கூண்டிலுள்ள புகை அடைசலில் அது கண்டுபிடிக்கப்பட்டு அது புற்றுநோயை ஏற்படுத்துவதாக ஓர் ஆங்கில மருத்துவர் இரண்டு நூற்றாண்டுகளுக்கு முன்னர் காட்டினார். பல தலைமுறைகளாகத் தொடரும் ஆர்சனிக் நஞ்சினால் நோய் பரவியிருப்பதை ஆவணங்கள் காட்டுகின்றன. ஆர்சனிக் கலந்த சுற்றுச்சூழல் குதிரைகள், பசுக்கள், ஆடுகள், பன்றிகள், மான், மீன், வண்டுகள் ஆகியவற்றிற்கு

நோயை ஏற்படுத்தி அழித்திருக்கிறது. அமெரிக்க ஐக்கிய நாடுகளின் தெற்குப் பகுதியில் பருத்திப் பயிரில் ஆர்சனிக் தெளித்ததால் அங்கு தேனீ வளர்ப்பே நசிந்துவிட்டது. ஆர்சனிக் தூள்களைப் பயன்படுத்தும் விவசாயிகள் நெடுநாள் ஆர்சனிக் நச்சூட்டலால் தொல்லைப்படுகிறார்கள். ஆர்சனிக் கலந்த களைக் கொல்லி, பூச்சிக் கொல்லி மருந்துகளைத் தெளிப்பதால் கால்நடைகள் நஞ்சினால் பாதிக்கப்படுகின்றன. நிலங்களில் தெளிக்கப்படும் ஆர்சனிக் தூள்கள் பக்கத்திலுள்ள பண்ணைகளுக்குப் பரவி நீர் நிலைகளை அசுத்தப்படுத்துகின்றன. தேனீக்களையும், பசுக்களையும் அழித்து மனிதர்களிடத்திலும் நோயை உண்டாக்குகின்றன.

இந்த ஆர்சனிக் வேதிப் பொருட்களைப் பொது உடல்நலம் பற்றி சிந்தியாமல் பயன்படுத்தி வருகிறார்கள். 'ஒரு கவனமும் இல்லாமல் ஆர்சனிக் பூச்சிக் கொல்லிகளைத் தெளிப்பதும், தூவுவதும் அச்சத்தைத் தருகின்றன,' என்று ஹியூப்பர் என்ற சுற்றுச்சூழலால் ஏற்படும் புற்றுநோயைப் பற்றி ஆராய்ந்த அறிஞர் கூறுகிறார்.

ஆர்சனிக் வேதிப் பொருட்களை விட ஆபத்தானவை இப்போது பயன்படும் பூச்சிக் கொல்லிகள். இந்த வேதிப்பொருட்கள் இரண்டு வகைப்படும். முதல் வகை குளோரினேற்றப்பட்ட ஹைட்ரோகார்பன்கள் எனப்படும். DDT அந்த வகையைச் சார்ந்தது. இன்னொரு வகையில் கரிம பாஸ்பரஸ் பூச்சிக் கொல்லிகள் அடங்கும். மேலத்தியான் மற்றும் பாரத்தியான் ஆகியவை எடுத்துக்காட்டுகள். இவை அனைத்திலும் பொதுவாக ஒன்று உண்டு. ஏற்கனவே கூறியது போல அவை கரிம அணுக்களை அடிப்படையாகக் கொண்டவை. உலகிலுள்ள உயிர்களுக்கெல்லாம் அடிப்படை கரி (கார்பன்) அணுக்கள் தாம். எனவே அவற்றைக் கரிமப் (organic) பொருட்கள் என்கிறோம். இவற்றைப் புரிந்து கொள்வதற்கு இவை எவற்றால் உண்டாகின்றன என்று பார்க்க வேண்டும். உயிரின் அடிப்படை வேதியியலோடு தொடர்பு கொண்டிருந்தாலும், அவை மாறுதலுக்கு உள்ளாகக் கூடியவை. எனவே எப்படி அவை சாவின் கருவிகளாக ஆகின்றன என்று அறிந்து கொள்ள வேண்டும்.

இந்த அடிப்படை மூலப் பொருளான கரியினுடைய அணுக்கள் எண்ணற்ற வகைகளில் சங்கிலிகளாகவும், வளையங்களாகவும் சேர்ந்து பல்வேறு புது வேதிப் பொருட்களை உண்டாக்கும் ஆற்றல் வாய்ந்தவை. பிற பொருட்களின் அணுக்களோடு சேரக்கூடியவை. உயிர்களில் சிறிய பாக்டீரியா முதல் பெரிய நீலத் திமிங்கலம் வரையில் எண்ணற்ற வகைகள் இருப்பதற்குக் காரணம் கரியின்

இந்த ஆற்றலால் தான். புரத (புரோட்டீன்) மூலக்கூறை எடுத்துக் கொண்டால் அதன் அடிப்படை கரி அணு தான். கொழுப்பு, மாவுப் பொருள், என்சைம்கள், உயிர்ச் சத்துக்கள் ஆகிய அனைத்தின் மூலக் கூறுகளிலும் கரி அடிப்படையாக இருக்கிறது. அதே சமயம் உயிரில்லாப் பொருட்கள் பலவற்றிலும் கரி இருக்கிறது. எனவே கரி அணு இருப்பதால் மட்டும் ஒரு பொருள் உயிரினமாக இருக்க வேண்டியதில்லை.

சில கரிமக் கூட்டுப் பொருட்கள் கார்பனும், ஹைட்ரஜனும் சேர்ந்தவை. அவற்றில் மிக எளிமையானது மீத்தேன். (மீத்தேன் வாயுவைத் தான் காவேரிப் படுகையில் பூமியின் ஆழத்திலிருந்து வெளிக் கொண்டு வர முயற்சிகள் நடக்கின்றன.) தண்ணீரில் கரிமப் பொருட்கள் பாக்டீரியாக்களால் சிதைவுறும் போது மீத்தேன் அல்லது சதுப்பு நில வாயு உண்டாகிறது. நிலக்கரிச் சுரங்கங்களில் தீ விபத்து ஏற்படுவது இந்த வாயுவினால் தான். இந்த வாயுவினுடைய கட்டமைப்பு எளிதானது. ஒரு கார்பன் அணுவோடு நான்கு ஹைட்ரஜன் அணுக்கள் ஒட்டிக் கொள்ளும்.

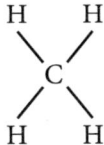

இந்த ஹைட்ரஜன் அணுக்களை நீக்கிவிட்டு அந்த இடத்தில் வேறு மூலகங்களைச் சேர்க்க முடியும் என்று வேதியியல் அறிஞர் பலர் கண்டுபிடித்தார்கள். எடுத்துக்காட்டாக, ஒரு ஹைட்ரஜனை எடுத்துவிட்டு அந்த இடத்தில் ஒரு குளோரின் அணுவைச் சேர்த்தால் மெதில் குளோரைடு கிடைக்கிறது.

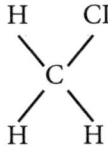

மூன்று ஹைட்ரஜன் அணுக்களை எடுத்துவிட்டு அவற்றின் இடத்தில் மூன்று குளோரின் அணுக்களை வைத்தால் மயக்க மருந்தாகப் பயன்படும் குளோரோஃபார்ம் கிடைக்கிறது.

```
    H     Cl
     \   /
      C
     / \
    Cl   Cl
```

நான்கு ஹைட்ரஜன் அணுக்களையும் எடுத்து விட்டுக் குளோரினைச் சேர்த்துவிட்டால் சுத்தப்படுத்தப் பயன்படும் திரவமான கார்பன் டெட்ரா குளோரைடு உண்டாகிறது. (டெட்ரா என்றால் நான்கு)

```
    Cl    Cl
     \   /
      C
     / \
    Cl   Cl
```

மீத்தேனின் அடிப்படை மூலக்கூறை மாற்றினால் ஏற்படும் விளைவுகள் குளோரினேற்றிய ஹைடிரோ கார்பன் என்றால் என்ன என்று விளக்குகின்றன. அதே சமயம், ஹைட்ரோ கார்பன்களின் முழு வேதியியல் உலகையோ, விதவிதமான மாற்றங்களைச் செய்து கரிம வேதியியல் அறிஞர்கள் உண்டாக்கும் எண்ணற்ற பொருட்களைப் பற்றியோ, இது சிறிதும் காட்டவில்லை. எடுத்துக்காட்டாக, வேதியலாளர் பல கார்பன் அணுக்களைக் கொண்ட ஹைட்ரோ கார்பன் மூலக்கூறுகளைக் கொண்டு அவற்றைச் சங்கிலிகளாகவும், வளையங்களாகவும் ஒட்டிப் பக்கச் சங்கிலிகளையும் கிளைகளையும் வேதிப் பிணைப்புகளாகச் சேர்த்து வெவ்வேறு பொருட்களை உண்டாக்குகிறார்கள். பார்ப்பதற்கு ஒரு சிறிய மாற்றமாக இருக்கும். ஆனால் தன்மையில் மிக மாறுபட்ட பொருள் ஒன்று உண்டாகி விடும். அதாவது கார்பன் அணுவோடு என்ன சேர்கிறது என்பதோடு எந்த இடத்தில் ஒட்டிக் கொள்கிறது என்பதும் முக்கியமாகிறது. இந்தக் கெட்டிக்காரத்தனமான வித்தைகளால், மிகச் சக்தி வாய்ந்த நச்சுப் பொருட்கள் கிடைத்திருக்கின்றன.

DDT என்பது டை குளோரோ-டை ஃபினைல் டிரைக் குளோரோ-ஈத்தேன் என்ற வேதிப் பொருளின் சுருக்கம். இதனை 1874இல் ஒரு ஜெர்மன் விஞ்ஞானி கண்டுபிடித்தார். ஆனால் அதனுடைய பூச்சிக் கொல்லும் தன்மை 1939ஆம் ஆண்டு தான் தெரிய வந்தது. உடனே அதனைப் பூச்சிகளால் பரவும் நோய்களை ஒழிக்கவும், பயிர்களை நாசம் செய்யும் பூச்சிகளைக் கொன்று விவசாயிகளைக் காப்பாற்றவும் பயன்படக்கூடிய ஒரு வரமாகக் கொண்டாடினார்கள்.

அதனைக் கண்டுபிடித்த ஸ்விட்சர்லாந்து விஞ்ஞானிக்கு நோபல் பரிசு கிடைத்தது.

DDT இப்போது பரவலாகப் பயன்படுத்தப்படுவதால் அதன் தீய விளைவுகளைப் பற்றி யாரும் எண்ணிப் பார்ப்பதில்லை. முதலில் போரின் போது ஆயிரக்கணக்கான படைவீரர்கள், அகதிகள், சிறைப்பட்டவர்களின் தலையிலுள்ள பேன்களைப் போக்க இதைப் பயன்படுத்தினார்கள். DDT தூள்களை இப்படி நேரடியாகப் பல்லாயிரக்கணக்கான பேர் பயன்படுத்தியும் எந்தப் பக்க விளைவுகளும் உடனே ஏற்படவில்லை. எனவே DDT தூளை எந்தத் தீமையும் செய்யாத வேதிப் பொருளாகக் கருதினார்கள். DDT தூளாக இருக்கும்போது தோல் அதனை எளிதில் ஈர்த்துக் கொள்ளாது. எனவே தான் இந்தத் தவறான கருத்து ஏற்பட்டது. ஆனால் அதனை எண்ணெயில் கலந்தால் நச்சுத்தன்மை பெறுகிறது. உள்ளே உட்கொண்டால் உணவுக்குழாய் வழியாகப் போகும்போது மெதுவாகவே உறிஞ்சப்படுகிறது. மேலும் நுரையீரல்கள் வழியாகவும் உறிஞ்சப்படலாம். DDT கொழுப்பில் கரையக் கூடியது. எனவே, அது உடலில் சென்றவுடன் கொழுப்புப் பொருள் அதிகமுள்ள அட்ரினல் சுரப்பிகள், விரைகள் மற்றும் தைராய்டுகள் ஆகியவற்றில் சேமிக்கப்படுகிறது. மேலும் கல்லீரல், சிறுநீரகங்கள், குடல்களைக் காக்கும் சுவர்கள் ஆகியவற்றிலும் நிறைந்து விடுகிறது.

பெரும்பாலான உணவுப் பொருள்களில் அடி மண்டியாகக் காணப்படும் இந்த வேதிப்பொருள் மிக மிகச் சிறிய அளவில் உடலுக்குள் நுழைந்து சேகரிக்கப்படுகிறது. அதிக அளவில் சேரும் வரைத் தொடர்கிறது. அது அடைபடும் கொழுப்புப் பொருள் சும்மா இருப்பதில்லை. அதைப் பன்மடங்காகப் பெருக்குகிறது. நூறு மடங்குக்கும் மேல் அதிகமாக்குகிறது. உணவில் பத்து லட்சத்தில் 1/10 பகுதி DDT இருந்தால் அதனை பத்து லட்சத்துக்குப் பத்து அல்லது பதினைந்து மடங்காக ஆக்கிவிடுகிறது. இது வேதியியல் அறிஞருக்குத் தெரியும். நமக்குப் புரியாது. பத்து லட்சத்தில் ஒரு பகுதி மிகச் சிறியதாகத் தோன்றுகிறது. ஆனால் இந்தப் பொருட்கள் மிகச் சிறிய அளவே இருந்தாலும் உடலில் பல மாற்றங்களை ஏற்படுத்தி விடக்கூடியவை. விலங்குகளில் நடத்திய சோதனைகளில், பத்து லட்சத்தில் 3 பகுதிகள் இதயத் தசையிலுள்ள மிக முக்கிய என்சைமைத் தடுத்துவிடுகின்றன. 5 பகுதிகள் கல்லீரல் செல்களைச் சிதைத்து விடுகின்றன.

இதில் வியப்படைவதற்கு ஒன்றுமில்லை. உடற்கூற்றில் வேதிப் பொருளின் அளவு சிறிது மாறுபட்டாலும், பல விளைவுகள் ஏற்படும். எடுத்துக்காட்டாக அயோடினின் அளவு ஒரு கிராமில் பத்தாயிரத்தில் ஒரு பகுதி கூடினாலும் குறைந்தாலும் நோய் வர வாய்ப்புண்டு. பூச்சிக் கொல்லிகள் மிக மிகச் சிறிய அளவில் தொடர்ந்து சேமிக்கப்பட்டு சிறிது சிறிதாக வெளியிடப்படுவதால் நீண்ட நாள் நச்சூட்டப்படுவதும், கல்லீரல் முதலான உள்ளுறுப்புகள் பாதிக்கப்படுவதும் நிகழக்கூடும்.

மனித உடலில் எந்த அளவிற்கு DDT சேமிக்கப்படலாம் என்பது பற்றி விஞ்ஞானிகளிடையே கருத்து வேறுபாடு இருக்கிறது. DDT எந்த அளவிற்குக் கீழ் உள்ளெடுக்கப்படலாம், எதற்கு மேல் போகக் கூடாது என்று வரையறை இல்லை என்று கூறுகிறார் ஒருவர். இன்னொருவர் ஒவ்வொருவரிடமும் ஒரு சமநிலை ஏற்படுகிறது. அதற்கு மேலுள்ள DDT வெளியேற்றப்படுகிறது என்று சொல்கிறார். நடைமுறையில் இவர்களில் யார் கூறுவது சரி என்று சொல்ல முடியாது. மனிதர்களில் சேகரிக்கப்பட்டிருக்கும் அளவை ஆராய்ந்திருக்கிறார்கள். அதன்படி தீமையை விளைவிக்கக் கூடிய அளவு ஒவ்வொருவரிடமும் சேர்ந்திருக்கிறது என்பது நமக்குத் தெரிய வருகிறது. ஆய்வு முடிவுகள் தெரிவிப்பது இது தான். ஆர்சனிக்கை உடலுக்குள் ஏற்றுக் கொள்ளும் அளவு:

உணவு தவிர வேறு வழியில் தொடர்பில்லாதவர்கள் -

பத்து லட்சத்தில் 5.3 - 7.4 - பகுதிகள்

விவசாயத் தொழிலாளர்கள் - பத்து லட்சத்தில் 17.1 பகுதிகள்

பூச்சி கொல்லித் தொழிற்சாலையில் வேலை செய்பவர்கள் -

பத்து லட்சத்தில் 648 பகுதிகள்

இவற்றில் மிகக் குறைந்த அளவில் உடலில் சேகரிக்கப்பட்டிருந்தாலே கல்லீரலும் பிற பகுதிகளும் பாதிக்கப்படும்.

உணவுச் சங்கிலிகளின் வழியாக DDTயும் அதனோடு சேர்ந்த வேதிப் பொருட்களும் ஓர் உயிரியிலிருந்து இன்னொரு உயிரிக்குக் கடத்தப்படும் முறைதான் மிக அச்சத்திற்குரியது. எடுத்துக்காட்டாக ஆல்ஃபால்ஃபா(ஒருவகை மணப்புல்) செடிகளில் DDT தான் தூவப்படுகிறது. ஆல்ஃபால்ஃபாவிலிருந்து உணவு தயாரிக்கப்பட்டுக் கோழிகளுக்குத் தீவனமாகத் தரப்படுகிறது. கோழிகள் DDT உள்ள

முட்டைகளை இடுகின்றன. அதேபோல பத்து லட்சத்தில் 7 அல்லது 8 பகுதிகள் படிந்திருக்கும் வைக்கோலைத் தீவனமாகப் பசுக்களுக்குப் போடுகிறோம். பத்து லட்சத்தில் மூன்று பகுதிகளாக பாலில் DDT இருக்கிறது. ஆனால் இந்தப் பாலிலிருந்து தயாரிக்கப்படும் வெண்ணெயில் பத்து லட்சத்தில் 65 பகுதிகள் அடர்வு அதிகமாகிறது. இங்ஙனம் ஒன்றிலிருந்து இன்னொன்றுக்கு மாறுகிறபோது சிறிய அளவிலுள்ள நச்சுப்பொருள் பல மடங்காக அடர்வு பெருகிறது. அமெரிக்காவில் ஒரு மாநிலத்திலிருந்து இன்னொரு மாநிலத்திற்கு அனுப்பப்படும் பாலில் பூச்சிக்கொல்லியின் கசடு இருப்பதை அனுமதிப்பதில்லை. ஆனால் தங்களுடைய பசுக்களுக்கு பூச்சிக் கொல்லியில்லாத தீவனத்தை விவசாயிகளால் பெற முடிவதில்லை.

இந்த நச்சு, தாயிடமிருந்து குழந்தைக்கும் செல்கிறது. தாய்ப்பாலை அமெரிக்க உணவு மற்றும் மருந்துக் கட்டுப்பாடு ஆணையம் சோதித்ததில் பூச்சிக் கொல்லிகளின் கசடு இருந்தது கண்டுபிடிக்கப்பட்டிருக்கிறது. அதாவது தாய்ப்பால் குடிக்கும் சிசுவின் உடலில் நச்சுப் பொருட்கள் சிறிது சிறிதாகச் செலுத்தப்படுகிறது. இந்த நச்சு சிசுவிற்கு அறிமுகமாவது இது முதல் முறையில்லை. சிசு தாயின் கருவில் இருக்கும் போதே தொடங்கி விடுகிறது. விலங்குகளில் சோதனை செய்தபோது, குளோரின் ஏற்றப்பட்ட ஹைட்ரோ கார்பன் பூச்சிக் கொல்லிகள் கருவைத் தீமை பயக்கும் பொருட்களில் இருந்து காப்பாற்றும் பனிக்குடத்தைக் (பிளேசன்டாவைக்) கடந்தே உள்ளே போகின்றன என்று தெரிய வந்தது. சிசுக்களும், குழந்தைகளும் பெறுகின்ற நச்சுப் பொருள் அளவில் குறைவாக இருந்தாலும், வயது வந்தவர்களைவிட அவர்களை அவை அதிகம் பாதிக்கும். அதாவது ஒரு சராசரி மனிதன் தனது உயிர் வாழ்க்கையைத் தொடங்கும் போதே வேதிப் பொருட் சுமையைத் தனது உடலில் ஏற்றிக் கொள்கிறான். அது வாழ்நாள் முழுவதும் தொடர்கிறது.

சிறிய அளவில் சேகரம், பிறகு அது சிறிது சிறிதாகக் கூடுவது, சாதாரண உணவினாலேயே கல்லீரல் கெடுவது முதலான உண்மைகள் அனைவருக்கும் தெரியும். அமெரிக்க உணவு மற்றும் மருந்துக் கட்டுப்பாட்டுத்துறை விஞ்ஞானிகள் 1950ஆம் ஆண்டு 'DDTயின் ஆபத்தைப் பற்றி நாம் குறைவாக மதிப்பிட்டு விட்டோம்' என்று அறிவித்தனர். மருத்துவ வரலாற்றில் இதுபோன்ற சூழல் முன்னர் எப்போதும் இருந்ததில்லை. அதன் விளைவுகள் எப்படி இருக்கும் என்று யாராலும் கூற முடியாது.

குளோரிடேன் என்பது இன்னொரு குளோரின் ஏற்றப்பட்ட ஹைட்ரோ கார்பன். இதற்கும் DDTயினுடைய குணங்கள் எல்லாம் உள்ளன. அவற்றோடு அதற்கென்று தனிப்பட்ட குணங்களும் உள்ளன. அதனுடைய கசடுகள் மண்ணிலும் உணவுப் பொருட்களிலும் அதிக காலம் தங்கியிருக்கும். அதனைப் பயன்படுத்திய மேற்பரப்பிலும் இருக்கும். அதோடுகூட அது ஆவியாக மாறக் கூடியது. எனவே நகர்ந்தாலே நச்சு தான். அதனைத் தெளிப்பவர்களுக்கும் ஆபத்து. குளோர்டேன் உடலிலுள்ள எல்லாத் துவாரங்கள் வழியாகவும் உள்ளே நுழைந்துவிடும். தோலை எளிதாகத் துளைத்து உட்புகுந்து விடும். மூச்சு இழுக்கும் போது வாயுவாக உள்ளே நுழையும். கசடுகளை உட்கொண்டால் உணவுக் குழாயில் உறிஞ்சப்படும். பிற குளோரின் ஏற்றப்பட்ட ஹைட்ரோ கார்பன்களைப் போலவே, உடலில் கொஞ்சம் கொஞ்சமாக இதுவும் சேகரிக்கப்படும். பத்து லட்சத்தில் 2.5 பகுதிகள் அளவில் குளோர்டேன் கலந்த உணவை உட்கொண்டால், சோதனைக்குட்பட்ட விலங்குகளின் கொழுப்பில் எழுபது லட்சத்தில் 75 பகுதிகளாகச் சேமிக்கப்படும்.

அனுபவம் வாய்ந்த மருந்தறிஞர் டாக்டர் லெஹ்மான் குளோரிடேனைப் 'பூச்சிக் கொல்லிகளிலேயே மிகுந்த நச்சுத்தன்மை உடையது, அதைத் தொடுபவர்களைக் கூடப் பாதிக்கும்,' என்று வர்ணித்தார். ஆனால் புறநகர்ப் பகுதி மக்கள் இந்த எச்சரிக்கையைக் கண்டு கொள்ளவில்லை. தங்கள் புல் தோட்டங்களில் குளோரிடேன் கலந்த துகள்களைத் தூவுகிறார்கள். அவர்களுக்கு உடனே அதனால் பாதிப்பில்லை என்பதற்குப் பொருளே இல்லை. ஏனெனில் இந்த நச்சுக்கள் உடலில் பல காலம் தூங்கிக் கொண்டிருக்கும்; பல மாதங்கள் அல்லது ஆண்டுகளுக்குப் பிறகு இனந் தெரியாத உடல் நோயாக வெளிப்படும். அப்போது அது எப்படி வந்தது என்று கண்டுபிடிக்க முடியாது. அதற்கு மாறாக, சாவு உடனே கூட வரலாம். ஒருவர் தவறுதலாக 25 சதவீதக் கரைசலை தனது தோலில் கொட்டி விட்டார். 40 நிமிடங்களில் நோய் அறிகுறிகள் தோன்றி மருத்துவர் வருவதற்கு முன்னர் இறந்துவிட்டார். முன்னெச்சரிக்கை எதுவும் இருக்காது.

குளோர்டேனில் ஒரு அங்கமாக இருக்கும் ஹெப்டாகுளோர் என்ற பொருளைத் தனியாகவே விற்கிறார்கள். இது கொழுப்பில் அதிகம் தங்கும் தன்மை உடையது. உணவில் பத்து லட்சத்தில் 1/10 பகுதி இருந்தால் கூட ஹெப்டாகுளோர் உடலில் பெரிய அளவில் இருக்கும். மேலும் ஹெப்டாகுளோர் எப்பாக்சைடு என்ற வேறொரு பொருளாக மாறும் தன்மை உடையது. மண்ணிலும், தாவர மற்றும்

விலங்குகளின் திசுக்களிலும் இவ்வாறு மாறுதல் அடைகிறது. பறவைகளில் இதனைச் சோதனை செய்து பார்த்தபோது, இந்த மாறுதலால் ஏற்படும் புதிய வேதிப் பொருள் ஹெப்டாகுளோரை விட நான்கு மடங்கு அதிக நச்சுத்தன்மை உடையதாக இருந்தது. ஹெப்டாகுளோர் குளோர்டேனை விட நான்கு மடங்கு நச்சுத்தன்மை உடையது.

1930களிலேயே குளோரினேற்றப்பட்ட நாஃப்தலீன்கள் என்ற ஹைட்ரோ கார்பன்கள் மஞ்சள் காமாலையை உண்டாக்குவதாகக் கண்டறியப்பட்டது. மேலும் அதிக காலம் தொழில் நிமித்தமாக அதனைக் கையாள்பவர்களுக்கு உயிர்க்கொல்லும் கல்லீரல் நோய் ஏற்படும் என்றும் தெரியவந்தது. மின்சாரத் தொழிற்சாலைகளில் வேலை செய்யும் தொழிலாளர்கள் இந்த வேதிப் பொருளினால் நோயுற்று இறந்திருக்கிறார்கள். அண்மையில் கால்நடைகள் வித்தியாசமான நோயால் பாதிக்கப்பட்டு இறந்ததற்கு இதுதான் காரணம் என்று சொல்கிறார்கள். எல்லா ஹைட்ரோ கார்பன்களிலும் இந்தக் கூட்டத்தைச் சேர்ந்த மூன்று பூச்சிக் கொல்லிகள் தான் கொடூரமான விஷங்கள் ஆகும். அவை டியல்ட்ரின், ஆல்ட்ரின் மற்றும் என்ட்ரின்.

டியல்ட்ரின் என்பது அதனைக் கண்டுபிடித்த ஜெர்மன் விஞ்ஞானியான டியல்ஸ் பெயரால் அழைக்கப்படுகிறது. உள்ளே உட்கொண்டால் DDTயை விட ஐந்து மடங்கு நச்சுத்தன்மை உடையது. கரைசலாகத் தோலால் உறிஞ்சப்பட்டால் 40 மடங்கு வீரியம் வாய்ந்தது. மிக வேகமாகத் தாக்கும் தன்மையுடையது. பாதிக்கப்பட்டவருடைய நரம்பு மண்டலத்தைப் பாதித்து வலிப்பு வரச் செய்யும். அதன் தாக்கம் நெடுநாள் இருக்கும். சுகமடைவதற்கு நீண்ட நாட்கள் ஆகும். பிற குளோரினேற்றப்பட்ட ஹைட்ரோ கார்பன்களைப் போலவே இதுவும் கல்லீரலைப் பாதிக்கும். இதனைப் பயன்படுத்துவதால் காட்டு விலங்குகள் அழிந்து வருகின்றன. மேலும் அதனுடைய கசடுகள் அதிக காலம் இருப்பதாலும், பூச்சிகளை உடனடியாக கொல்வதாலும் அதிக அளவில் இது பயன்படுகிறது. காடை, கவுதாரிகள் மேல் இதைச் சோதித்துப் பார்த்ததில் DDTயை விட 40 முதல் 50 மடங்கு நச்சுத் தன்மை உடையது என்று அறியப்பட்டது.

டியல்ட்ரின் உடலில் எப்படிச் சேகரிக்கப்படுகிறது, எப்படிப் பரவுகிறது, எப்படி வெளியேற்றப்படுகிறது என்பது பற்றி நமக்கு முழுமையான விபரங்கள் இல்லை. எனினும் மனிதனுடைய

உடலில் அதிக காலம் சேமிக்கப்பட்டிருக்கும்போது கனன்று கொண்டிருக்கும் எரிமலை போலத் தூங்கிக் கொண்டிருக்கும். உடலில் அழுத்தம் ஏற்படுகிறபோது கொழுப்புச்சத்தை அதிகம் எடுத்துக் கொள்ள, சேமிக்கப்பட்டிருக்கும் நச்சுப் பொருள் வெளிக் கிளம்பும். உலக சுகாதார அமைப்பு (*WHO*) மலேரியா ஒழிப்பு இயக்கம் நடத்தியபோது கிடைத்த அனுபவங்களே இதுபற்றி நாம் அறிந்து கொள்ள உதவுகின்றன. மலேரியாத் தடுப்பின்போது மலேரியாக் கொசுக்கள் *DDT*க்கு எதிர்ப்புத் தன்மையைப் பெற்றுவிட்டன. எனவே *DDT*க்குப் பதிலாக டியல்ட்ரினைப் பயன்படுத்தத் தொடங்கினார்கள். அப்போது அவற்றைத் தெளித்த பணியாளர்களிடையே நச்சினால் பாதிக்கப்பட்டவர்கள் எண்ணிக்கை அதிகமானது. பாதிக்கப்பட்டவர்களில் பாதிக்கு மேல் வலிப்பு வந்து, அவர்களில் பலர் இறந்து விட்டார்கள். அதிக நாள் புழங்கிய பலருக்கு நான்கு மாதங்கள் வரையில் வலிப்பு இருந்தது.

இன்னொரு வேதிப் பொருளான ஆல்ட்ரின் கொஞ்சம் மர்மமான குணமுடையது. அது தனியான ஒரு கூட்டுப் பொருளாக இருந்தாலும், டியல்ட்ரினுக்கு ஒரு மாற்றாகவே செயல்பட்டது. ஆல்டிரின் தெளித்த பாத்திகளிலிருந்து கேரட்டைச் சோதித்துப் பார்த்ததில் அதிக டியல்டிரினின் கசடுகள் இருந்தது கண்டுபிடிக்கப்பட்டது. இப்படிப்பட்ட ரசவாத மாற்றங்கள் ஏற்படுவது ஆய்வாளர்களைக் குழப்பத்தில் ஆழ்த்திவிடும். ஆல்டிரினைத் தெளித்த பிறகு அதற்கான சோதனைகளைத்தான் ஆய்வாளர்கள் நடத்துவார்கள். அப்போது அங்கு அதன் கசடுகள் இல்லை என்று தெரியவரும். உடனே கசடுகள் எல்லாம் போய்விட்டன என்று அவர்களை எண்ணச் செய்யும். ஆனால் உண்மையில் அங்கு கசடுகள் இருக்கும்; அவை டியல்டிரினாக மாறி இருக்கும். அது இருப்பதைக் கண்டுபிடிக்க வேறுவிதமான சோதனைகளை மேற்கொள்ள வேண்டும்.

டியல்டிரினைப் போலவே ஆல்டிரினும் மிகச் சக்தி வாய்ந்த நச்சுப் பொருள். சிறுநீரகங்களையும், கல்லீரலையும் பாதிக்கும். ஆஸ்பிரின் மாத்திரை அளவான ஆல்ட்ரின் 400 காடைகளைக் கொல்லும் சக்தி வாய்ந்தது. மனிதர்களையும் இந்த நச்சு பாதித்திருப்பதற்கான ஆதாரம் இருக்கிறது. குறிப்பாக இதனைத் தொழிற்சாலைகளில் கையாள்பவர்கள் அதிகம் பாதிக்கப்படுகிறார்கள்.

ஆல்டிரினால் வரும் இன்னொரு ஆபத்து அது மலட்டுத் தன்மையை ஏற்படுத்துவது. கௌதாரிகளுக்கு மிகச் சிறிய அளவில் ஆல்டிரினைக் கொடுத்தார்கள். அவை முட்டையிட்டுக்

குஞ்சு பொரித்தபோது குஞ்சுகள் இறந்துவிட்டன. பறவைகளிடம் மட்டுமின்றி, எலிகளிடமும் சோதனை நடத்தப்பட்டது. அவை மலட்டுத் தன்மை பெற்றன. அப்படியே குஞ்சுகள் வந்தாலும் சீக்கிரம் இறந்துவிட்டன. நாய்களுக்கு இதனைக் கொடுத்தபோது அவற்றின் குட்டிகள் மூன்று நாட்களில் இறந்துவிட்டன. ஏதோ ஒரு வகையில் பெற்றோர்களுக்கு நஞ்சு தரப்படுவதால் வருங்கால சந்ததி பாதிக்கப்படுகிறது. ஆனால் மனிதர்களுக்கும் இப்படி நேருமா என்று உறுதியாகத் தெரியவில்லை. இருப்பினும் ஆல்டிரனை அமெரிக்காவில் விமானங்கள் மூலம் புறநகர்ப் பகுதிகளிலும், பண்ணைகளிலும் தெளிக்கிறார்கள்.

இந்த குளோரினேற்றப்பட்ட ஹைட்ரோ கார்பன்களில் எல்லாம் மிக நச்சுத்தன்மை வாய்ந்தது என்டிரின் என்ற வேதிப் பொருள். இது இரசாயன அமைப்பில் டியல்டிரினை ஒத்திருந்தாலும், மூலக்கூறு அமைப்பைச் சிறிது மாற்றி இதைத் தயாரிக்கிறார்கள். எனவே இது ஐந்து மடங்கு வீரியமுடையதாக இருக்கிறது. இதற்கு முந்திய DDT பூச்சிக் கொல்லிகள் எல்லாம் இதனோடு ஒப்பிடும்போது ஒன்றுமே இல்லை எனக் கூறலாம். DDTயை விட இது பாலூட்டிகளுக்கு 15 மடங்கும், மீன்களுக்கு 30 மடங்கும், சில பறவைகளுக்கு 300 மடங்கும் அதிக நச்சுத்தன்மை வாய்ந்தது.

பத்தாண்டுப் பயன்பாட்டில் என்டிரின் அதிக அளவில் மீன்களை அழித்துவிட்டது. இது தெளிக்கப்பட்ட பழத் தோட்டங்களுக்குள் மேயச் சென்ற கால்நடைகளைக் கொன்றுவிட்டது. கிணறுகளை நச்சுப்படுத்தி விட்டது. எனவே அமெரிக்காவின் ஒரு மாநில சுகாதாரத் துறை இதனைக் கவனமில்லாமல் கையாள்வது உயிருக்கு ஆபத்தானது என்று எச்சரிக்கை விடுத்தது.

என்டரின் நச்சினால் ஏற்பட்ட ஒரு துயர நிகழ்ச்சி கவனக் குறைவாலோ, போதிய முன்னெச்சரிக்கைகள் எடுக்காததாலோ இல்லை. அவ்வளவு கொடிய விஷம் அது. அமெரிக்கப் பெற்றோர் தங்களுடைய ஒரு வயதுக் குழந்தையை எடுத்துக் கொண்டு வெனிசுலாவிற்குச் சென்றார்கள். அவர்கள் குடிபோன வீட்டில் கரப்பான்பூச்சிகள் இருந்தன. குழந்தையையும், நாயையும் வீட்டிற்கு வெளியே கொண்டு சென்று விட்டு கரப்பான்பூச்சியைக் கொல்லக் காலையில் என்டரின் கலவையைத் தெளித்தார்கள். தெளித்த பிறகு தரையைக் கழுவிவிட்டார்கள். பிற்பகலில் குழந்தையையும் நாயையும் வீட்டிற்குள் கொண்டு வந்தார்கள். ஒரு மணி நேரம் கழித்து நாய் வாந்தி எடுத்து ஜன்னி கண்டு இறந்துபோனது. இரவு

பத்து மணிக்குக் குழந்தை வாந்தி எடுத்து வலிப்பு வந்து சுய நினைவை இழந்தது. என்டரினால் அந்தக் குழந்தைக்குப் பேச்சு போயிற்று, காது கேட்கவில்லை. பார்வை கெட்டுவிட்டது. அடிக்கடி ஜன்னி ஏற்பட்டது. பல மாதங்கள் அமெரிக்க மருத்துவமனையில் சிகிச்சை பெற்ற பிறகும் ஒரு பயனும் இல்லை. குழந்தை பழைய நிலைக்கு வருமா என்று மருத்துவர்கள் நம்பிக்கை இழந்து விட்டார்கள்.

பூச்சிக் கொல்லிகளின் இரண்டாவது வகை ஆல்கைல் அல்லது கரிம பாஸ்பேட்டுகள். இவை உலகிலேயே மிகுந்த நச்சுத்தன்மை வாய்ந்த வேதிப் பொருட்கள். இவற்றைத் தெளிப்பவர்களுக்கும், காற்றில் சிதறும் தெளிக்கப்பட்ட மருந்து படுபவர்களுக்கும் பெரும் ஆபத்து ஏற்படுகிறது. அவை பூசப்பட்ட காய்கறிகளும், அவற்றை வைத்திருந்த கலன்களும் கூட உயிர்க் கொல்லிகள். ஃப்ளோரிடாவில் இரண்டு குழந்தைகள் காலியான பையை எடுத்து அதை ஊஞ்சலைச் சரி செய்யப் பயன்படுத்தியிருக்கிறார்கள். சிறிது நேரத்திலேயே இறந்துவிட்டார்கள். அவர்களோடு விளையாடிய மூன்று குழந்தைகளும், கடுமையாகப் பாதிக்கப்பட்டார்கள். அந்தப் பையில் பாரத்தியான் என்ற பூச்சிக்கொல்லி இருந்திருக்கிறது. பாரத்தியான் ஒரு வகை கரிம பாஸ்பேட்டு. சோதனை செய்து பார்த்ததில் குழந்தைகளை பாரத்தியான் நச்சுத் தாக்கியது தெரிய வந்தது. இன்னொரு அவல நிகழ்வில் விஸ்கான்சினில் இரண்டு சிறுவர்கள் ஒரே இரவில் இறந்து விட்டார்கள். கொல்லைப்புறத்தில் ஒரு சிறுவன் விளையாடிக் கொண்டிருந்தான். அவனுடைய தந்தை பக்கத்துக் தோட்டத்தில் உருளைக் கிழங்கிற்கு பாரத்தியான் மருந்து அடித்துக் கொண்டிருந்தார். அதிலிருந்து காற்றில் பரவிய பாரத்தியான் சிறுவனைக் கொன்றுவிட்டது. இன்னொரு பையன் விளையாட்டாக அவனுடைய தந்தையின் பின்னால் படப்புக்குள் ஓடித் தெளிப்பானின் மூக்கில் கைவைத்து விட்டான். அது அவனுக்கு வினையாயிற்று.

இந்தப் பூச்சிக் கொல்லிகள் எப்படிக் கண்டுபிடிக்கப்பட்டன என்பதைத் தெரிந்து கொள்ள வேண்டும். பாஸ்ஃபாரிக் அமிலத்தின் கரிமக் கூட்டுப் பொருட்களின் நச்சுத் தன்மையைப் பற்றிப் பல ஆண்டுகளாகத் தெரிந்திருந்தது. ஆனால் அவற்றின் பூச்சிக் கொல்லித் தன்மை பற்றி 1930களில் தான் ஜெரார்ட் ஷ்ராடர் என்ற ஜெர்மன் விஞ்ஞானி கண்டுபிடித்தார். உடனே ஜெர்மன் அரசு அவற்றை எதிரிகளை அழிக்கும் கருவிகளாகப் பயன்படுத்தக் கூடிய சாத்தியத்தைப் புரிந்து கொண்டது. ஆகவே இந்தக் கண்டுபிடிப்பை

ரகசியமாக வைத்திருக்கக் கட்டளை இட்டது. அவற்றில் சில நரம்பு வாயுக்களாகப் (*nerve gases*) பயன்பட்டன. அவற்றைப் போன்ற அமைப்புடைய பிற வேதிப்பொருட்கள் பூச்சிக் கொல்லிகளாக ஆயின.

கரிம பாஸ்பரஸ் பூச்சிக் கொல்லிகள் உயிரிகள் மேல் வித்தியாசமான முறையில் செயல்படுகின்றன. அவை என்சைம்களை அழிக்கும் ஆற்றல் வாய்ந்தவை. என்சைம்கள் உடலின் முக்கிய செயல்களைச் செய்யத் தேவையானவை. இந்தப் பூச்சிக் கொல்லிகளின் இலக்கு என்சைம்கள் தாம். பூச்சியாக இருந்தாலும் வெப்ப இரத்த விலங்குகளாக இருந்தாலும் அவற்றின் என்சைம்களைத் தாக்குகின்றன. அசிட்டைகோலைன் என்ற வேதிப் பரிமாற்றியின் உதவியுடன் ஒரு உந்துதல் ஒரு நரம்பிலிருந்து இன்னொரு நரம்பிற்குச் செல்கிறது. இந்த வேதிப் பொருள் தனது வேலையை முடித்தவுடன் மறைந்து விடுகிறது. அது இருப்பதையே விஞ்ஞானிகள் கண்டுபிடிப்பது கடினம். அவ்வளவு சீக்கிரத்தில் உடல் அதனை அழித்துவிடும். எனவே ஆய்வாளர்கள் தனி ஆய்வு முறைகளை மேற்கொள்ள வேண்டியதிருக்கும். உடல் சாதாரணமாக இயங்குவதற்கு இந்த வேதிப் பரிமாற்றி தனது வேலையை முடித்தவுடன் மறைந்துவிடுவது அவசியமாகிறது. ஒரு நரம்பு உந்துதல் அடுத்த நரம்பிற்குக் கடத்தப்பட்டவுடன் அசிட்டில்கோலின் அழிக்கப்படவில்லை என்றால், ஒரு நரம்பிலிருந்து இன்னொரு நரம்பிற்கு அவற்றை இணைக்கும் பாலத்தைக் கடந்து உந்துதல்கள் தொடர்ந்து நடைபெற்றுக் கொண்டே இருக்கும். ஏனென்றால், அந்த வேதிப்பொருள் இன்னும் தீவிரமாகச் செயல்படும். அப்போது உடலின் அசைவுகள் எல்லாம் இயைபு அல்லது தொடர்பு இல்லாமல் நடைபெறத் தொடங்கிவிடும். அப்போது நடுக்கம், தசை வலிப்பு, ஜன்னி தோன்றி இறப்பு ஏற்பட்டுவிடும்.

உடலில் சாதாரணமாக ஒரு எதிர்ப்பு சக்தி இருக்கும். அதாவது கோலினஸ்டரேஸ் என்ற ஒரு பாதுகாக்கும் என்சைம் இருக்கும். இது பரிமாற்றும் வேதிப் பொருளை அது தேவைப்படாத போது அழித்து விடும். இதனால் ஒரு சமநிலை ஏற்படும். இதனால் அசிட்கோலின் அதிக ஆபத்து விளைவிக்கக்கூடிய அளவிற்கு அதிகமாக உடலில் சேராது. ஆனால் கரிம பாஸ்பரஸ் பூச்சிக் கொல்லிகளோடு ஒட்டும்போது, பாதுகாக்கும் என்சைம் அழிக்கப்படுகிறது. என்சைமின் அளவு குறையக் குறைய பரிமாற்றும் வேதிப் பொருளின் அளவு அதிகரிக்கிறது. அதன் விளைவாக கரிம பாஸ்பரஸ் கூட்டுப் பொருட்கள் ஆல்கலாய்டு நச்சான முஸ்கரைனை ஒத்திருக்கும். இந்த

முஸ்கரைன் மிகக் கொடிய நச்சுப் பூஞ்சக் காளானான 'ஃப்ளை அமானிட்டாவில்' இருக்கிறது.

அடிக்கடி இந்த நஞ்சினோடு தொடர்புள்ளவர்களுடைய கோலினஸ்டெரேசின் அளவு குறைந்து கொண்டு வந்து மிக ஆபத்தான நிலையை அடையும். அந்த விளிம்பிற்கு அருகில் சிறிது அதிகமான தொடர்பு இருந்தாலும் விளைவு கடுமையாக இருக்கும். எனவே தான், தெளிப்பவர்களையும், அதனோடு தொடர்புள்ளவர்களையும் இரத்தப் பரிசோதனைக்கு அவ்வப்போது உட்படுத்துவது அவசியமாகிறது.

பாரத்தியான் அதிகமாகப் பயன்படுத்தப்படும் கரிம பாஸ்பேட்டுகளில் ஒன்றாகும்; மிகுந்த வீரியமுள்ளது, ஆபத்தானது. தேனீக்கள் இதனோடு தொடர்பு பெற்றவுடன் மிகவும் வித்தியாசமாக நடந்து கொள்ளும்; மிகுந்த கிளர்ச்சியடைந்து தங்களை வேகமாகச் சுத்தப்படுத்திக் கொள்ளும். அரை மணி நேரத்தில் சாகும் நிலைக்குப் போய்விடும். ஒரு வேதியியல் அறிஞர் இதனுடைய நச்சுத் தன்மையைச் சோதிப்பதற்காக .0042 அவுன்சு அளவு பாரத்தியானை உட்கொண்டார். ஏற்கனவே தயாரித்து வைத்திருந்த மாற்று மருந்தை எடுக்கும் முன்னரே வாதம் வந்து இறந்து போனார். பாரத்தியான் ஃபின்லாந்தில் மிகவும் விரும்பப்படுகின்ற மருந்து - தற்கொலைக்கு! கலிஃபோர்னியாவில் மட்டும் ஆண்டிற்கு 200 தற்செயலான பாரத்தியான் நச்சுப் பாதிப்புகள் ஏற்படுகின்றன. உலகம் முழுவதும் இதனால் சாகிறவர்கள் எண்ணிக்கை அச்சம் ஊட்டுகிறது. 1958ஆம் ஆண்டில் இந்தியாவில் 100 பேர் சிரியாவில் 67 பேர் இறந்திருக்கிறார்கள். ஜப்பானில் ஆண்டிற்கு 336 பேர் இறக்கிறார்கள்.

எனினும் கூட அமெரிக்காவில் மட்டும் பண்ணைகளிலும் பழத் தோட்டங்களிலும் கைத் தெளிப்பான்களாலும், எந்திரத் தெளிப்பான்களாலும், விமானம் மூலமாகவும், 70 லட்சம் பவுண்டு பாரத்தியான் பயன்படுத்தப்படுகின்றது. கலிஃபோர்னியாவில் பயன்படுத்தப்படும் பாரத்தியானைக் கொண்டு மட்டும் உலக மக்கள் தொகையின் 10 மடங்கினை அழித்துவிட முடியும் என்று மருத்துவ அறிக்கை ஒன்று கூறுகிறது.

அப்படி என்றால் நாம் எல்லாம் எப்படி உயிரோடு இருக்கிறோம்? பாரத்தியானும் இவ்வகை வேதிப் பொருட்களும் மிக வேகமாகச் சிதைந்து போகக் கூடியவை. எனவே பயிர்களில் ஏற்படும்

அதன் கசடுகள் குளோரினேற்றப்பட்ட ஹைட்ரோ கார்பன்களை விட வேகமாக வீரியமிழக்கும். ஆனால் அப்படிச் சிதைவதற்கு முன்னரே மிக மோசமான விளைவுகளை ஏற்படுத்திவிடும். கலிஃபோர்னியாவில் ஆரஞ்சுகளை பறித்த முப்பது பேரில் பதினோரு பேர் கடுமையாகப் பாதிக்கப்பட்டார்கள். அவர்களுக்கு ஏற்பட்ட அறிகுறிகள் பாரத்தியான் நச்சினால் ஏற்பட்டவை என்று காட்டின. 2½ வாரங்களுக்கு முன்னர்தான் ஆரஞ்சுத் தோப்பில் பாரத்தியான் தெளித்திருந்தார்கள். அவற்றில் படிந்திருந்த கசடுகள் 16, 18 நாட்களுக்குப் பின்னரும் வாந்தி, மயக்கம், கண் பார்வை மங்கல் ஆகியவற்றை ஏற்படுத்தின. இது பல இடங்களிலும் நடந்திருக்கிறது. பாரத்தியான் தெளித்து ஆறு மாதங்களுக்குப் பிறகும் ஆரஞ்சுத் தோல்களில் கசடுகள் காணப்பட்டன.

பண்ணைகள், பழத்தோட்டங்களில் இந்தக் கரிம பாஸ்பரஸ் பூச்சிக் கொல்லிகளைத் தெளிப்போருக்கு எவ்வளவு ஆபத்து என்றால், இந்த வேதிப் பொருட்களைப் பயன்படுத்தும் சில அமெரிக்க மாநிலங்களில் அவற்றைச் சோதிப்பதற்கான சோதனைச் சாலைகள் கூட அமைத்திருக்கிறார்கள். அங்கே மருத்துவர்கள் நோயைக் கண்டுபிடிப்பதற்கும், சிகிச்சை அளிப்பதற்கும் உதவி பெற முடியும். மருத்துவர்களுக்கே கூட ஆபத்துத் தான். எனவே நஞ்சினால் பாதிக்கப்பட்டோருக்குச் சிகிச்சை அளிக்கும்போது கையுறைகளை அணிந்து கொள்கிறார்கள். பாதிக்கப்பட்டோருடைய உடைகளை வெளுக்கும் தொழிலாளர்கள் கூடக் கையுறைகளை அணிந்து கொள்கிறார்கள். ஏனென்றால் உடைகளும் பராத்தியானை உறிஞ்சிக் கொண்டிருக்கும்.

கரிமப் பாஸ்பேட்டுகளில் இன்னொரு வகை மலாத்தியான். இது பற்றி DDT அளவிற்கு மக்களுக்குத் தெரிந்திருக்கும். தோட்டக்காரர்களால் பரவலாகப் பயன்படுத்தப்படுகிறது. ஃப்ளோரிடாவில் பத்து லட்சம் ஏக்கர்களில் மத்தியதரைக் கடற்பகுதிப் பழ ஈக்களைக் கொல்ல இதனைத் தெளித்திருக்கிறார்கள். இந்த வகை வேதிப் பொருள்களில் இது தான் மிகவும் குறைந்த அளவு தீமையை விளைவிக்கக் கூடியது என்று கருதப்படுவதால் இதனை எந்த எச்சரிக்கையுமின்றிப் பயமில்லாமல் பயன்படுத்துகிறார்கள். வியாபார விளம்பரங்களும் இதனைப் பயன்படுத்த ஊக்குவிக்கின்றன. இந்த வேதிப்பொருள் 'பாதுகாப்பானது' என்ற கருத்துக்கு முதலில் எந்த ஆதாரமும் இல்லை. அதனைப் பின்னால் தான் கண்டுபிடித்தார்கள். பாலூட்டிகளின் கல்லீரல் தன்னைக் காத்துக் கொள்ளும் ஆற்றல் உடையது. அதிலுள்ள ஒரு என்சைம் மலாத்தியானுடைய நச்சுத்

தன்மையை மாற்றி விடுகிறது. ஆனால் ஏதாவது ஒன்று இந்த என்சைமை அழித்துவிட்டால் அல்லது அதன் செயல்பாட்டில் குறுக்கிட்டால், மலாத்தியான் நச்சு தீவிரமாக வேலை செய்யும்.

இப்படி நடைபெறக் கூடியதற்கான வாய்ப்புகள் மிக அதிகம். சில ஆண்டுகளுக்கு முன்னர் உணவு மற்றும் மருந்துப் பாதுகாப்பு அமைப்பின் விஞ்ஞானிகள் மலாத்தியானோடு இன்னொரு கரிம பாஸ்பேட்டையும் சேர்த்துப் பயன்படுத்தினார்கள். இந்தக் கூட்டுப் பொருளின் வீரியம் 50 மடங்காக இருந்தது. ஒவ்வொரு கூட்டுப் பொருளிலும் நூற்றில் ஒரு பங்கு எடுத்துச் சேர்த்தால் அதன் நச்சுத் தன்மை பன்மடங்காகி விடுகிறது.

இதனைக் கண்டுபிடித்த பிறகு வேறு கூட்டுப் பொருட்களைச் சேர்த்துச் சோதித்தார்கள். கரிம பாஸ்பேட் பூச்சிக் கொல்லிகளில் பலவற்றை இரண்டிரண்டாகச் சேர்க்கும் போது அவற்றின் வீரியம் அதிகமாகிறது. இதற்குக் காரணம் கல்லீரலைப் பாதுகாக்கும் என்சைமை, ஒரு பாஸ்பேட் இன்னொன்றை நச்சு நீக்கும் முன்னர் அழித்து விடுகிறது. இரண்டு கூட்டுப் பொருட்களும் ஒரே சமயத்தில் கொடுக்கப்பட வேண்டும் என்பது கூட இல்லை. இவற்றைத் தெளிப்பவர் இந்த வாரம் ஒரு வேதிப்பொருளைத் தெளித்துவிட்டு இன்னொன்றை அடுத்த வாரம் தெளித்தாலே பாதிக்கப்படுகிறார். அவர் மட்டுமில்லை. அவை தெளிக்கப்பட்ட உணவுப் பொருட்களை உண்போரும் பாதிக்கப்படுவார்கள். ‘சாலடுகளில்’ பூச்சிக் கொல்லிகளின் சேர்க்கை இருக்கலாம். தனித்தனியாக அவற்றின் சுவடுகள் சட்டத்திற்குட்பட்ட நச்சுத் தன்மை உடையனவாக இருக்கலாம். ஆனால் இரண்டும் சேர்ந்து விட்டால் ஆபத்துதான்.

வேதிப் பொருட்கள் சேரும்போது ஏற்படும் விளைவுகளைப் பற்றி இன்னும் சரிவர ஆய்வு முடிவுகள் கிடைக்கவில்லை. எனினும் சோதனைச் சாலை முடிவுகள் சில அச்சமூட்டுவனவாக இருக்கின்றன. ஒரு கரிம பாஸ்பேட்டோடு பூச்சிக் கொல்லியில்லாத வேறொரு வேதிப்பொருளைக் கலந்தாலே முன்னதன் நச்சுத் தன்மை அதிகமாகின்றது என்று கண்டுபிடிக்கப்பட்டிருக்கிறது. எடுத்துக்காட்டாக, மலாத்தியானோடு வேறொரு வேதிப்பொருளைக் கலந்தால் அது மிகக் கடுமையான நச்சாக மாறுகிறது. இந்த வேதிப்பொருள் கல்லீரலைக் காக்கும் என்சைம்களை அழித்துப் பூச்சிக் கொல்லிக்கு வீரியமூட்டும்.

சாதாரண மனிதச் சுற்றுச்சூழலில் வேறு வேதிப் பொருட்களை இவை எப்படிப் பாதிக்கும்? குறிப்பாக, மருந்துகளை என்ன செய்யும்? பராத்தியான், மாலத்தியான் போன்ற கரிமப் பாஸ்பேட்டுகள் சில மருந்துகளின் நச்சுத் தன்மையை அதிகரிக்கின்றன. தசைகளை இளக்கும் மருந்துகளின் நச்சுத் தன்மையை அதிரிக்கின்றன. வேறு சில வேதிப் பொருட்கள் தூக்க மாத்திரைகள் தூங்கச் செய்வதின் நேரத்தை அதிகரிக்கின்றன.

கிரேக்கப் புராணத்தில் மதேயா என்ற சூனியக்காரி பற்றிய ஒரு கதை உள்ளது. அவளுடைய கணவன் ஜேசனை வேறொருத்தி கவர்ந்து மணமுடிக்க இருந்தாள். அவளுக்குத் திருமணப் பரிசாக மந்திர சக்தி உள்ள ஆடையை மதேயா தந்தாள். அதை அணிந்தவர்கள் உடனே மரணம் அடைந்து விடுவார்கள். இப்போது இதுபோன்ற ஒரு சாவினைச் சில பூச்சிக் கொல்லிகள் ஏற்படுத்துகின்றன. இவற்றை உடலின் மண்டலங்களைப் பாதிக்கும் பூச்சிக் கொல்லிகள் (Pesticides) என்று கூறலாம். இந்த வேதிப் பொருட்களுக்கு அபூர்வமான குணங்கள் உண்டு. இவற்றைக் கொண்டு தாவரங்களையோ விலங்குகளையோ மதேயாவின் ஆடையை உடுத்தச் செய்வது போல நச்சுத் தன்மையுள்ளனவாக மாற்றிவிடலாம். அதாவது இந்தத் தாவரங்களையோ விலங்குகளையோ எந்தப் பூச்சி தொட்டாலும் அது இறந்துவிடும். அதன் உயிர்த் திரவங்களையும், இரத்தத்தையும் உறிஞ்சிவிடும்.

இத்தகைய பூச்சிக் கொல்லிகளின் உலகம் மிகப் பயங்கரமானது. மந்திரங்களால் கட்டுப்பட்ட மாய உலகங்களைப் பற்றிக் கதைகளில் படிக்கிறோமல்லவா அதுபோல. இங்கே ஒரு பூச்சி செடி ஒன்றின் இலையை உண்டாலோ சாறைக் குடித்தாலோ அவ்வளவு தான். ஒரு ஈ ஒரு நாயைக் கடித்தவுடன் இறந்துவிடும். ஏனென்றால் நாயின் உடலிலுள்ள ரத்தம் நஞ்சாகி விட்டிருக்கும். இன்னொரு பூச்சி ஒரு தாவரத்திற்கு அருகில் போய் அதிலிருந்து வரும் மூச்சுக் காற்றுப்பட்டாலே இறந்துவிடும். செடியைத் தொடக்கூட வேண்டியதில்லை. தேனீ தேனை உண்டு தனது அடைக்குப் போய் நச்சுத் தேனை உண்டாக்கிவிடும்.

தாவரத்திற்குள்ளேயே பூச்சிக் கொல்லியை உருவாக்க முடியுமா என்று பூச்சி இயல் அறிஞர்கள் ஆராய்ந்தார்கள். மண்ணில் சோடியம் செலனேட் என்ற வேதிப்பொருள் இருந்தால் அங்கு விளையும் கோதுமை சிலவகைப் பூச்சிகள் தாக்காமல் எதிர்ப்புச் சக்தி கொண்டிருப்பதைக் கண்டுபிடித்தார்கள். செலேனியம் என்பது

பாறைகளிலும் மண்ணிலும் அரிதாகக் காணப்படும் ஒரு மூலகம். எனவே இது முதலாவது, உடலின் மண்டலங்களைப் பாதிக்கும் பூச்சிக் கொல்லியாகக் கருதப்படுகிறது.

ஒரு பூச்சிக் கொல்லி எப்போது இந்தக் குணத்தைப் பெறுகிறது? ஒரு தாவரம் அல்லது விலங்கினத் திசுக்களில் பரவி அவற்றையே இது நச்சுத் தன்மை அடையச் செய்கிறது. இந்தக் குணம் குளோரினேற்றப்பட்ட ஹைட்ரோ கார்பன்கள் மற்றும் கரிம பாஸ்பரஸ் வேதிப் பொருட்களில் காணப்படுகிறது. இயற்கையாகவும் கிடைக்கிறது. பெரும்பாலும் இத்தகைய பூச்சிக் கொல்லி கரிம பாஸ்பரஸை வேதிப் பொருட்களிலிருந்தே தயாரிக்கிறார்கள். ஏனென்றால் இவற்றின் கசடுகள் குறைவாக தொந்தரவு கொடுக்கக் கூடியவை.

உடல் மண்டலங்களைப் பாதிக்கும் பூச்சிக் கொல்லி வேறு வழிகளிலும் வேலை செய்கிறது. விதைகளைப் பூச்சிக் கொல்லியில் ஊரவைத்து அல்லது அவற்றைக் கார்பனோடு சேர்த்துப் பூசி, நாற்றுக்களை விஷமுள்ளதாக ஆக்குகிறார்கள். நாற்றுக்கள் உறிஞ்சும் பூச்சிகளை அழித்துவிடும். மேலும் பட்டாணி, பீன்ஸ், பீட்ரூட் போன்றவை இங்ஙனம் பாதுகாக்கப்படுகின்றன. கலிஃபோர்னியாவில் இத்தகைய பூச்சிக் கொல்லியைச் சிறிது காலம் பருத்தி விதைகளுக்குப் பயன்படுத்தினார்கள். 1959இல் 25 பண்ணைத் தொழிலாளர்கள் பூச்சிக் கொல்லி பயன்படுத்தப்பட்ட விதைப் பைகளைக் கையாண்டதால் திடீரென்று வலிப்பு நோய்க்குள்ளானார்கள்.

இங்கிலாந்தில் இத்தகைய பூச்சிக் கொல்லிகள் பயன்படுத்தப்பட்ட தாவரங்களிலிருந்து தேனெடுக்கும் தேனீக்கள் என்னவாயின என்று ஆராய்ந்தார்கள். ஷ்ரேடன் என்ற வேதிப்பொருள் பயன்படுத்தப்பட்டது. பூப்பூப்பதற்கு முன்னரே தாவரங்கள் மேல் தெளிக்கப்பட்டாலும், நெடுநாட்கள் கழித்து மலர்ந்த பூக்களிலிருந்து தேனீக்கள் எடுத்த தேனில் நச்சு இருப்பது கண்டுபிடிக்கப்பட்டது.

இதுபோன்று கால்நடை ஈயைக் கட்டுப்படுத்த வேதிப்பொருட்கள் பயன்படுத்தப்பட்டன. கால்நடையின் திசுக்களிலும், ரத்தத்திலும் போதுமான அளவில் பூச்சிமருந்து சேருமாறு இதனைக் கவனமுடன் கையாள வேண்டும். சிறிய அளவுகளில் பயன்படுத்தினாலும், விலங்கிலுள்ள கோலின்சல்டரேஸ் என்ற பாதுகாப்பு என்சைம்

குறைந்து கொண்டேவரும். ஒரு நிலையில் மிகச் சிறிய அளவு பூச்சிக் கொல்லி மருந்து அதிகப்பட்டாலும் ஆபத்தாக முடியும்.

நமக்கு மிக அருகில் கூட இந்தப் பூச்சிக் கொல்லி முறை பயன்படுத்தப்படலாம். எடுத்துக்காட்டாக, உங்கள் நாய்க்கு ஒரு மாத்திரை தந்தால், அது அதனுடைய ரத்தத்தை நஞ்சாக்கி அதைக் கடிக்கும் ஈக்களை விரட்டிவிடும். கால்நடைக்கு இம் மருந்தைக் கொடுப்பதால் ஏற்படும் ஆபத்தைப் போலவே நாய்க்கும் ஏற்பட வாய்ப்புண்டு. சரி மனிதருக்கு...? நமக்கும் இதுபோல நச்சு மருந்தைச் செலுத்தி, நம்மைக் கடிக்கவரும் கொசுக்களைக் கொல்லும் யுத்தியை இன்னும் யாரும் கண்டுபிடிக்கவில்லை போலும். அது தான் அடுத்த நிலை.

இதுவரையில் பூச்சிகளுக்கு எதிரான நமது போரில் பயன்படுத்தப்படும் பயங்கரமான வேதிப் பொருட்களைப் பற்றிப் பார்த்தோம். இதே நேரத்தில் களைகளை எதிர்த்துப் போராட வேண்டுமல்லவா?

தேவையற்ற தாவரங்களை விரைவாக அழிக்கப் பல வேதிப்பொருட்கள் வந்துவிட்டன. அவற்றிற்குத் தாவரக் கொல்லிகள் (herbicides) அல்லது களைக் கொல்லிகள் என்று பெயர். இவை பற்றிய கதையை 6ஆம் அத்தியாயத்தில் பார்க்கலாம். இங்கே களைக்கொல்லிகள் நஞ்சா? அவை சுற்றுச்சூழலை எப்படிப் பாதிக்கின்றன என்று ஆராய்வோம்.

களைக் கொல்லிகள் தாவரங்களைத் தான் பாதிக்கும், விலங்கினங்களைப் பாதிக்காது என்ற எண்ணம் பரவலாக இருக்கிறது. ஆனால் அது உண்மை இல்லை. களைக் கொல்லிகளில் பல தாவரத் திசுக்களையும் விலங்குத் திசுக்களையும் பாதிக்கக் கூடியவை. அவை ஒவ்வொன்றும் ஒவ்வொரு விதமாக உயிரிகளின் மேல் வேலை செய்கிறது. சில பொதுவான நஞ்சுப் பொருட்கள். சில வளர்சிதை மாற்றத்தைத் தூண்டி உடலின் வெப்ப நிலையை அதிகரிக்கச் செய்கின்றன. சில தனியாகவோ, வேறு வேதிப்பொருட்களோடு இணைந்தோ புற்றுநோய்களை உண்டாக்குகின்றன. சில மரபணுக்களையே தாக்குகின்றன. ஏனென்றால் பூச்சிக் கொல்லிகளைப் போல களைக் கொல்லிகளும் கடுமையான நச்சுக் குணம் உடையவை. அவை பாதுகாப்பானவை என்று எச்சரிக்கை இன்றி அவற்றைக் கையாண்டால் ஆபத்து தான்.

பல புதிய வேதிப் பொருட்கள் தினமும் வந்து கொண்டிருந்தாலும், ஆர்சனிக் கூட்டுப் பொருட்களைப் பயன்படுத்துவது குறைந்தபாடில்லை. அவற்றைப் பூச்சிக் கொல்லிகளாகவும் களைக் கொல்லிகளாகவும் (குறிப்பாக சோடியம் ஆர்சனைட்) பயன்படுத்துகிறார்கள். சாலை ஓரங்களில் அவற்றைப் பயன்படுத்துவதால் பல மாடுகள் இறந்துவிட்டன. காட்டு விலங்குகளும் மடிந்தன. நீரில் கிடக்கும் தாவரங்களைக் கொல்ல ஏரிகளிலும், நீர்த் தேக்கங்களிலும் பயன்படுத்துவதால் தண்ணீர், குடிப்பதற்கு மட்டும் இன்றி நீந்துவதற்கு கூடத் தகுதியற்றதாக ஆகிவிட்டது.

இங்கிலாந்தில் உருளைக் கிழங்குக் கொடியை எரிக்க முன்னர் சல்பியூரிக் (கந்தக) அமிலத்தைப் பயன்படுத்தினார்கள். ஆனால் அது கிடைக்காததால், 1951இல் ஆர்சனிக் கூட்டுப் பொருளைப் பயன்படுத்தினார்கள். இதனால் ஏற்படும் அபாயத்தைப் பற்றி விவசாயத்துறை எச்சரிக்கை விடுத்திருந்தது. ஆனால் அதையும் மீறி ஆர்சனிக் தெளிக்கப்பட்டதால் கால்நடை பாதிக்கப்பட்டது. ஆர்சனிக் மாசுபட்ட தண்ணீரினால் ஒரு விவசாயியின் மனைவி 1959இல் இறந்துவிட்டார். உடனே அதனைத் தயாரித்த நிறுவனம் தயாரிப்பை நிறுத்திவிட்டு, விற்பனைக்கு அனுப்பி இருந்த மருந்துகளையும் திரும்பப் பெற்றுக் கொண்டது. உடனே உழவுத் துறையும் ஆர்சனிக் பயன்பாட்டைக் கட்டுப்படுத்தியது. 1961இல் ஆஸ்திரேலிய அரசும் தடை செய்தது. எனினும் அமெரிக்கா தடை செய்யவில்லை.

‘டினிட்ரோ’ கூட்டுப் பொருட்கள் தாவரக் கொல்லிகளாகப் பயன்படுத்தப்படுகின்றன. அமெரிக்காவில் இவற்றை மிகுந்த ஆபத்தான பொருட்கள் பட்டியலில் சேர்த்திருக்கிறார்கள். இதன் முழுப் பெயர் டினிட்ரோஃபீனால் என்பது ஆகும். இது வளர்சிதை மாற்றத்தைத் தூண்டக் கூடியது. எனவே இதனை மெலியச் செய்யும் மருந்தாகப் பயன்படுத்தினார்கள். ஆனால் அளவு சிறிது கூடினாலும் ஆபத்தாக முடியும். பலர் இறந்து விட்டார்கள். பலர் நோயுற்றார்கள். இறுதியில் இதனை அரசு தடை செய்துவிட்டது.

இதனைப் போன்ற இன்னொரு கூட்டுப் பொருள் பென்டா - குளோரோஃபீனால் என்பது. இதனை பென்டா என்று அழைப்பார்கள். இதனைப் பூச்சிக் கொல்லியாகவும், களைக் கொல்லியாகவும் பயன்படுத்தினார்கள். இதனை இரயில் பாதைகளிலும் தரிசு நிலங்களிலும் தெளித்தார்கள். பென்டா

தாவரங்களுக்கு மட்டுமில்லாமல் எல்லா உயிரினங்களுக்கும் எதிரி. டினிட்ராசைப் போலவே இதுவும் உடலின் உயிர் ஆற்றலையே அழித்துவிடும். பாதிக்கப்பட்ட உயிரி எரிந்து போகும். இதன் வீரியத்தைப் பற்றி கலிஃபோர்னியா சுகாதாரத்துறை ஒரு அறிக்கை தந்தது. ஒரு லாரி ஓட்டுநர் பருத்திக்காக டீசலையும் பென்டாவையும் கலந்து கொண்டிருந்தார். அடர்வான வேதிப்பொருளை ஒரு வாளியிலிருந்து எடுக்கும்போது தவறி விழுந்துவிட்டது. அதைக் கையால் தொட்டு எடுத்துவிட்டார். உடனே கையைக் கழுவி விட்டாலும், அடுத்த நாள் கடுமையான நோய் வாய்ப்பட்டு இறந்து விட்டார்.

சோடியம் ஆர்சனைட், ஃபீனால்ஸ் போன்ற களைக் கொல்லிகள் பற்றி அனைவருக்குமே தெரியும். ஆனால் அவற்றில் சில மிகக் கடுமையான விளைவை ஏற்படுத்தக் கூடியவை. எடுத்துக்காட்டாக, அமினோடிரையசால் அல்லது அமிட்ரால், கிரான்பெரிகளைக் கொல்லும். இது மிகக் குறைந்த அளவே நச்சுத் தன்மை உடையது என்று நம்பப்பட்டது. ஆனால் மனிதரிலும் விலங்குகளிலும் தைராய்டுப் புற்றுநோயை உண்டாக்கும் தன்மை வாய்ந்தது என்று கண்டுபிடிக்கப்பட்டது.

மரபணுவை மாற்றக் கூடிய ஆற்றலுள்ள மரபணுமாற்றிகள் *(mutagens)* சில தாவரக் கொல்லிகளாகப் பயன்படுகின்றன. கதிர் வீச்சால் ஏற்படக்கூடிய மரபணு மாற்றம் பற்றி நமக்குத் தெரியும். அப்படி இருக்கும்போது சுற்றுச்சூழலில் இதே போன்ற பாதிப்புகளை ஏற்படுத்தக் கூடிய வேதிப் பொருட்களைப் பற்றி நாம் ஏன் கவலைப்படாமல் இருக்கிறோம்?

4. ஆறு, குளம், நிலத்தடி நீர்

இயற்கையின் வளங்களில் எல்லாம் நீர் தான் மிக அரிய பொருளாக ஆகிவிட்டது. பூமியின் பெரும்பகுதி நீர் தான். ஆனால் அதன் பற்றாக்குறைதான் நம்முன் பெரிதாய் நிற்கிறது. இந்த உலகில் பெரும்பகுதியில் கிடைக்கும் நீரை விவசாயத்திற்கோ, தொழிற்சாலைகளுக்கோ, குடிப்பதற்கோ பயன்படுத்த முடியாது. ஏனென்றால் அதில் மிக அதிகமான உப்பு கரைந்திருக்கிறது. எனவே தான் உலகின் பெரும்பாலான மக்கள் தண்ணீர்ப் பற்றாக்குறையால் அவதிப்படுகிறார்கள். மனிதன் தான் உயிர் வாழ்வதற்குத் தேவையான பொருட்களைப் பற்றிக் கவலைப்படுவதில்லை. ஆகவேதான் பிற மூலாதாரப் பொருட்களைப் போலவே தண்ணீரும் அருகிப் போய்க் கொண்டிருக்கிறது.

இந்நிலையில் மனிதன் இருக்கும் தண்ணீரையும் பூச்சிக் கொல்லிகளால் மாசுபடுத்தி வருகிறான். ஆனால் அதனைப் புரிந்து கொள்ள வேண்டுமென்றால், சுற்றுச்சூழல் அனைத்தையும் மனிதன் எப்படிக் கெடுத்து விட்டிருக்கிறான் என்பதை அறிந்து கொள்ள வேண்டும். நமது நீர்நிலைகளில் ஏற்படும் மாசுக்குப் பல காரணங்கள் இருக்கின்றன. சோதனைச் சாலைகள், மருத்துவமனைகளிலிருந்தும் அணு உலைகளிலிருந்தும் வரும் கதிர்வீச்சுக் கழிவுகள், அணு ஆயுதங்களால் ஏற்படும் கதிர்வீச்சு, நகரங்களில் வீடுகளிலிருந்து வரும் கழிவுகள், தொழிற்சாலைகளில் உமிழப்படும் வேதிக் கழிவுகள் அனைத்தும் நீர் நிலைகளில் கலக்கின்றன. இவற்றோடு இப்போது வயல்களிலும், தோட்டங்களிலும், காடுகளிலும் தெளிக்கப்படும் வேதிப் பொருட்களும் சேர்ந்து கொள்கின்றன. இவை கதிர்வீச்சினால் ஏற்படும் தீய விளைவுகளை மேலும் அதிகப்படுத்துகின்றன. வேதிப் பொருட்களும் ஒன்றோடு ஒன்று சேர்ந்து மாற்றங்கள் பெற்று அழிவைக் கூட்டுகின்றன.

இயற்கை உருவாக்காத புதுப்புது பொருட்களையெல்லாம் வேதியியல்காரர்கள் கண்டுபிடிக்கத் தொடங்கிய நாளிலிருந்தே

தண்ணீரைச் சுத்திகரிக்கும் பிரச்சினையும் அதிகமாகிவிட்டது. அதைப் பயன்படுத்துவோருக்கு ஆபத்தும் கூடிவிட்டது. நாம் ஏற்கனவே பார்த்தது போல, 1940களில்தான் அதிக அளவில் செயற்கை வேதிப்பொருட்கள் தயாரிப்பது ஆரம்பமானது. இப்போது அது பெரிய அளவில் வளர்ந்து, நீர் நிலைகளில் தினமும் வேதிப் பொருள்கள் வெள்ளமாக நிறைகின்றன. இவை அதே நீரில் வீட்டுக் கழிவுகள் மற்றும் பிற கழிவுகளோடு கலக்கும் போது அவற்றை சாதாரண இரசாயன முறைகளால் கண்டுபிடிக்க முடியாது. அவற்றை அகற்றவும் முடியாது. அவை எந்த அளவிற்கு நிலையாக இருக்கும் என்றால் சாதாரண வேதியியல் முறைகளால் அவற்றைச் சிதைக்க முடியாது. மாசுபடுத்தும் வெவ்வேறு பொருட்கள் ஒன்றாகச் சேர்ந்து கொள்கின்றன. அவை என்ன என்று கண்டுபிடிக்க முடியாதவாறு படிந்து விடுகின்றன. பேராசிரியர் ரால்ஃப் எலியசன் "இந்த இரசாயனப் பொருட்களின் மொத்தப் பாதிப்பு எப்படி இருக்கும் என்று சொல்வதோ, இவை சேர்வதால் ஏற்படும் கலவையை இன்னதென்று அடையாளம் காண்பதோ இயலாது" என்று கூறுகிறார்.

கரிம மாசுபடுத்தும் பொருட்களில் பெரும்பகுதி பூச்சிகள், எலிகள், தேவையற்ற களைகள் ஆகியவற்றைக் கட்டுப்படுத்தப் பயன்படும் வேதிப்பொருட்கள் தான். இவற்றில் பலவற்றை வேண்டுமென்றே தண்ணீர்த் தாவரங்கள், பூச்சி முட்டைகள், தேவையற்ற மீன் வகைகள் ஆகியவற்றைக் கொல்லப் பயன்படுத்துகிறார்கள். அமெரிக்காவிலுள்ள ஒரு மாநிலத்தில் இருபது லட்சம் ஏக்கர் காடுகளில் ஒரு குறிப்பிட்ட வகைப் பூச்சியைக் கொல்ல மருந்து தெளிப்பார்கள். இது காட்டோடைகளில் நேரடியாகக் கலக்கும் அல்லது மரம் செடிகளின் இலைகளில் பட்டு வழிந்து தரையை அடைந்து கசிந்துக் கடைசியில் கடலை அடைந்துவிடும். பெரும்பாலும் தோட்டங்களில் பூச்சிகளையும், எலிகளையும் கட்டுப்படுத்தப் பயன்படுத்தப்படும் பல லட்சம் பவுண்டு விவசாய வேதிப் பொருட்களின் கசடுகள் மழைநீரில் கரைந்து கடலை நோக்கிச் சென்று கடல்நீரை மாசுபடுத்துகின்றன.

இந்த வேதிப் பொருட்கள் ஓடைகளிலும், ஆறுகளிலும், மனிதர் குடிக்கும் நீரிலும் இருப்பதற்கான ஆதாரங்கள் இங்கும் அங்குமாகக் கிடைக்கின்றன. எடுத்துக்காட்டாக, பென்சில்வேனியாவிலுள்ள பழத்தோட்டத்திலுள்ள குடிதண்ணீரைச் சோதனைச் சாலையில் மீன்கள் மேல் சோதித்துப் பார்த்ததில் நான்கு மணி நேரத்தில் எல்லா மீன்களும் இறந்துவிட்டன. அதுபோல பருத்திக்

காட்டில் தெளித்த பூச்சிக் கொல்லிகள் நீரோடையில் கலந்து அதனைச் சுத்திகரித்த பின்னரும் மீன்களைக் கொன்றுவிட்டன. அலபாமாவிலுள்ள டென்னசி ஆற்றின் கிளை நதிகளில் டாக்சாபீன் என்ற குளோரினேற்றப்பட்ட ஹைட்ரோ கார்பன் கலந்து அங்கே வாழும் மீன்களை அழித்துவிட்டது. அந்தக் கிளை நதிகளில் இரண்டிலிருந்து ஊருக்குக் குடிதண்ணீர் வழங்கப்படும். மருந்து தெளித்து ஒரு வாரத்திற்குத் தண்ணீரில் நச்சுத் தன்மை இருந்தது.

இப்படித் தண்ணீர் பாதிக்கப்பட்டிருப்பது வெளியில் தெரியாது. ஆயிரக்கணக்கில் மீன்கள் சாகும்போதுதான் தெரியவரும். மற்றபடி கண்டுபிடிக்காமலேயே போய்விடும். தண்ணீரின் தூய்மையைச் சோதிக்கும் வேதியியல் நிபுணர்களின் வழக்கமான சோதனைகளில் இது தெரியவராது. ஏனென்றால் இந்தக் கரிம மாசுக்களைக் கண்டறியக்கூடிய சோதனை இருக்காது. அவற்றை நீக்கும் முறையும் தெரியாது. அவற்றைக் கண்டுபிடிக்க வழிகள் இருக்கின்றனவோ இல்லையோ, அவை அமெரிக்க நீர் நிலைகள் அனைத்திலும் பரவி விட்டன.

எல்லாப் பகுதிகளிலும் மாசு படர்ந்துவிட்டது என்பதில் யாருக்காவது ஐயம் இருந்தால், 1960இல் அமெரிக்க மீன் மற்றும் வன விலங்குகள் அமைப்பின் அறிக்கையைப் பார்க்க வேண்டும். வெப்ப இரத்த விலங்குகளைப் போலவே மீன்களின் திசுக்களிலும் பூச்சிக் கொல்லிகள் சேகரிக்கப்படுகின்றனவா என்று சோதனைகள் நடத்தப்பட்டன. DDT புழுக்களை அழிக்க பரவலாகத் தெளிக்கப்பட்ட பகுதிகளிலிருந்து மாதிரிகள் எடுக்கப்பட்டன. எதிர்பார்த்தது போலவே மீன்களில் DDT இருந்தது. முப்பது மைல்கள் தள்ளி மேலே இருக்கும் பகுதிகளிலும் இதே நிலை காணப்பட்டது. அங்கே எப்படி DDT போயிருக்கும்? தரைக்கு அடியில் ஓடும் நிலத்தடி நீர் மூலமாகப் போயிருக்குமா? அல்லது காற்றில் பரவி இருக்குமா? இதேபோல இன்னொரு இடத்தில் சோதித்தபோதும் மீன் திசுக்களில் DDT காணப்பட்டது. அந்தப் பண்ணைக்கு தண்ணீர் ஆழ் கிணற்றிலிருந்து வந்தது. அப்பகுதியில் மருந்தும் தெளிக்கவில்லை. நிலத்தடி நீர் தான் மாசுபட்டிருக்கும்.

நீர் மாசுபடுவதில் மிக மோசமானது நிலத்தடி நீர் மாசுபடுவது தான். எந்த இடத்தில் பூச்சிக் கொல்லிகளைப் பயன்படுத்தினாலும் எல்லா இடத்துத் தண்ணீரையும் அது அசுத்தமாகி விடுகிறது. இயற்கை ஒரு இடத்தில் கட்டிப் போடப்பட்டு அங்கு மட்டும் செயல்படுவதில்லை. தண்ணீரும் அப்படித்தான். எல்லாப் பகுதியிலும்

பாய்கிறது. நிலத்தில் பெய்யும் மழைநீர் நிலத்திலுள்ள துவாரங்கள் வழியாக இறங்கி மண்ணையும் பாறை இடுக்குகளையும் நிறைத்து கசிந்து அனைத்தையும் துளைத்துக் கொண்டு அடிமட்டத்திற்குப் போகிறது. நிலத்தடியில் இருண்ட கடலும், பாறைகளும், பள்ளத்தாக்குகளும் இருக்கும். இந்த நிலத்தடி நீர் நகர்ந்து கொண்டே இருக்கிறது. சில நேரம் மெதுவாக, சில வேளை வேகமாக ஒரு நாளில் பத்தில் ஒரு மைல் பயணிக்கிறது. நமக்குத் தெரியாமல் நகர்கிறது. சில வேளைகளில் நீரூற்றாக மேலே வருகிறது; கிணறு தோண்டும் போது வெளிப்படுகிறது. ஆனால் இந்த நிலத்தடி நீர் தான் நீரோடைகளிலும், ஆறுகளிலும் ஓடுகிறது. மழை நீரும் அவற்றில் சேரும். இப்பூமித் தரையில் ஓடும் நீரெல்லாம் நிலத்தடி நீர் தான். எனவேதான் நிலத்தடி நீர் மாசுபட்டால் எல்லா நீரும் மாசுபட்டுப் போகிறது.

கொலராடோவிலுள்ள ஒரு தொழிற்சாலையிலிருந்து வந்த வேதிப்பொருட் கழிவுகள் இதுபோன்ற நிலத்தடி நீரிலிருந்து வெளிப்பட்டு பல மைல்கள் தள்ளியுள்ள ஒரு விவசாயப் பகுதியை அடைந்தது. அங்கே கிணறுகளை நச்சுப்படுத்தி மனிதர்களையும் கால்நடைகளையும் நோய்க்குள்ளாக்கிப் பயிர்களை நாசப்படுத்தி விட்டது. இதுபோன்ற நிகழ்வுகள் ஒன்றல்ல, இரண்டல்ல. 1943ஆம் ஆண்டில், டென்வர் அருகில் இராணுவ வேதியியல் அணி தளவாடங்களைத் தயாரிக்கத் தொடங்கியது. எட்டு ஆண்டுகளுக்குப் பிறகு அதனைப் பூச்சிக் கொல்லிகள் தயாரிக்கும் ஒரு தனியார் நிறுவனத்திற்குக் குத்தகைக்கு விட்டார்கள். அது தயாரிப்பை தொடங்குவதற்கு முன்னரே பல எதிர்ப்புகள் வந்தன. பல மைல்கள் தொலைவில் இருந்த விவசாயிகள் அடையாளம் தெரியாத நோயினால் கால்நடைகள் பாதிக்கப்படுவதாகத் தெரிவித்தார்கள். பயிர்களும் நாசமாகிவிட்டன. இலை தழைகள் மாசுகளாகி விட்டன. தாவரங்கள் சரிவர வளரவில்லை. மனிதர்கள் பலரும் நோயுற்றார்கள். எல்லாமே தொடர் நிகழ்ச்சிகள்.

இந்தப் பண்ணைகளின் பாசனத்திற்கான நீர் ஆழமில்லாத கிணறுகளிலிருந்து எடுக்கப்படும். கிணற்று நீரைச் சோதித்தபோது அதில் பல்வேறு வகைப்பட்ட வேதிப் பொருட்கள் இருப்பது கண்டுபிடிக்கப்பட்டது. குளோரைடுகள், குளோரேட்டுகள், பாஸ்பாரிக் அமில உப்புக்கள், ஃபுளோரைடுகள், ஆர்சனிக் ஆகியவை இராணுவத் தளவாடங்கள் தயாரிப்புத் தொழிற்சாலையிலிருந்து வந்து சிறு சிறு குப்பைகளில் சேர்ந்தன. நிலத்தடி நீரில் கலந்து பாசனத்திற்குப் பயன்பட்டது. மூன்று மைல்கள் தூரத்திலுள்ள

குப்பைகளிலிருந்து அருகிலுள்ள வயல்களுக்குப் போய் சேர ஏழு எட்டு ஆண்டுகள் ஆகிவிட்டிருந்தன. மாசுபட்ட நீர் சிறிது சிறிதாகக் கசிந்து அந்தப் பகுதி முழுவதையும் பாதித்துவிட்டது. இதனைக் கட்டுப்படுத்த முடியாமல் தடுமாறினார்கள் ஆய்வாளர்கள்.

இவற்றையெல்லாம் விட மிக அச்சுறுத்தக் கூடியது தொழிற்சாலைக்கு அருகிலுள்ள கிணறுகளிலும், குப்பைகளிலும் காணப்பட்ட 2, 4-D என்ற களைக்கொல்லிதான். இதனால்தான் பயிர்கள் நாசமடைந்திருக்கின்றன. இதில் மிகுந்த புதிரான விஷயம் என்னவென்றால் தொழிற்சாலையில் 2, 4-D தயாரிக்கப்படவே இல்லை.

எனவே இதனைக் கவனமுடன் ஆராய்ந்தார்கள். திறந்த வெளியிலுள்ள குப்பைகளில் 2, 4-D தானாகவே உண்டாகியிருந்ததைக் கண்டுபிடித்தார்கள். குப்பைகள் சோதனைச் சாலைகள் ஆகிவிட்டன. விஞ்ஞானிகள் யாருமில்லாமலேயே காற்று, தண்ணீர், சூரியஒளி ஆகியவற்றினால் புதியதொரு இரசாயனப் பொருள் உண்டாகிவிட்டது.

எனவேதான் கொலராடோவின் பண்ணைகளும் அங்கே பாழாகிப் போன பயிர்களும் முக்கியத்துவம் பெறுகின்றன. கொலராடோ போன்று எத்தனை இடங்களில் புதிய கொடூரமான வேதிப் பொருட்கள் உண்டாகி இருக்கும்? ஏரிகளிலும், ஆறுகளிலும் காற்றும் சூரிய ஒளியும் கிரியா ஊக்கிகளாகச் செயல்பட்டு ஆபத்தில்லாதது என்று கருதப்படும் வேதிப் பொருட்களிலிருந்து புதிய நச்சுப் பொருட்கள் எத்தனை உண்டாயினவோ?

ஆற்றிலோ, குளத்திலோ, ஏரியிலோ, நாம் குடிக்கும் ஒரு குவளைத் தண்ணீரிலோ இருக்கும் இரசாயன மாசுகளை எந்த வேதியியல் ஆராய்ச்சியாளரும் தனது சோதனைச் சாலையில் ஒன்றாகக் கலக்கத் துணியமாட்டார். ஏனென்றால் தனித்தனியாக இருக்கும்போது இந்த வேதிப்பொருட்கள் எந்த ஆபத்தையும் விளைவிக்காமல் இருக்கலாம். ஆனால் அவை சேரும்போது ஏற்படும் இரசாயன மாற்றங்கள் எதிர்பாராத ஆபத்தை விளைவிக்கக் கூடியவை. எனவே தான் அமெரிக்க மக்கள் நலத்துறை இவை பரவலாக நடைபெறுவதைக் கண்டு அச்சம் தெரிவிக்கிறது. இரண்டு அல்லது மூன்று இரசாயனப் பொருட்கள் கலக்கின்றன. அல்லது அவை கதிர்வீச்சுக் கழிவுகளோடு சேர்கின்றன. இவை ஆறுகளில் அதிக அளவு விடப்படுகின்றன. மின்னூட்டல் கதிர்வீச்சினால்

அணுக்களின் அமைப்பில் மாறுதல்கள் ஏற்பட்டு வேதிப் பொருட்களில் இரசாயன மாற்றம் ஏற்படுகின்றது. இவற்றைக் கட்டுப்படுத்த முடியாது.

நிலத்தடி நீர் மட்டும் இல்லை. மேற்பரப்பில் ஓடும் ஆறுகளும், வாய்க்கால்களும் கூட மாசுபடுகின்றன. ஒரு எடுத்துக்காட்டைப் பார்ப்போம். கலிஃபோர்னியாவிலுள்ள டூல் ஏரியினைச் சுற்றி வனவிலங்கு சரணாலயங்கள் உள்ளன. இவை சங்கிலித் தொடர் போல ஆரிகான் மாநில எல்லை வரை செல்கின்றன. இவற்றைச் சுற்றிலும் பண்ணைகள் உள்ளன. எனவே அவை சிறு சிறு தீவுகள் போல இருக்கும். இவற்றிற்கெல்லாம் பொதுவான ஒரு நீர்நிலை உள்ளது.

பண்ணைகள், மேல் கிளமாத் ஏரியிலிருந்து பாசனவசதி பெறுகின்றன. பண்ணைகளிலிருந்து வடியும் நீர் டூல் ஏரிக்கு ஏற்றப்பட்டு அங்கிருந்து கீழ் கிளமாத்திற்கு அனுப்பப்படுகிறது. எனவே வனவிலங்கு சரணாலயங்களுக்கு இந்த இரண்டு ஏரிகளிலும் இருந்து கிடைக்கும் நீர் பண்ணை நிலங்களிலிருந்து கிடைத்த வடிகால் நீர் ஆகியவை பயன்படுகின்றன. அண்மையில் நடந்த நிகழ்ச்சிகளை இதன் அடிப்படையில் பார்க்க வேண்டும்.

1960இல் சரணாலயப் பணியாளர்கள் டூல் ஏரியிலும், கீழ் கிளமாத்திலும் நூற்றுக்கணக்கான பறவைகள் செத்து விழுந்ததைக் கண்டார்கள். அவை மீன் தின்னிப் பறவைகளான கொக்கு, பெலிக்கன் போன்றவை. அவற்றைச் சோதித்தபோது அவற்றில் டாக்சாபீன், DDD, DDE ஆகிய பூச்சிக் கொல்லிகளின் கசடுகள் இருப்பதைக் கண்டார்கள். ஏரிகளிலுள்ள மீன்களிலும் நீர்த் தாவரங்களிலும் இந்தக் கசடுகள் இருந்தன. சரணாலய மேலாளர் நீர் நிலைகளில் இந்த வேதிப் பொருட்கள் சேர்ந்து வருகின்றன என்று நம்பினார். விவசாய நிலங்களில் தெளிக்கப்படும் நச்சுப் பொருட்கள் பாசன நீரில் கலந்து இங்கே வந்துவிடுகின்றன.

தாவர பிளாங்டன்களின் சிறு செல்கள் முதல், நீர் ஈக்கள் மற்றும் சிறு மீன்கள் வரையிலும், அவற்றைத் தின்னும் மீன்கள் மற்றும் பறவைகள் ஆகியவை அனைத்தும் நீரினால் உயிர் வாழ்கின்றன. ஒரு உயிரிலிருந்து இன்னொரு உயிருக்கு ஏற்படும் இயற்கைச் சுழற்சியில் நீரின் பங்கு பிரமிக்கத்தக்கது. நீரில் இருக்கும் தாதுப் பொருட்கள் உணவுச் சுழற்சியில் இடம்பெறுகின்றன என்பது நமக்குத் தெரியும்.

அது போலவே நீரில் நாம் நுழைக்கும் இந்த நச்சுப் பொருட்களும் இயற்கைச் சுழற்சிக்கு ஆளாகுமல்லவா?

இதற்கு விடையை கலிஃபோர்னியாவிலுள்ள கிளியர் ஏரியின் வரலாற்றில் காண முடிகிறது. சான்ஃபிரான்சிஸ்கோவிற்கு வடக்கே 90 மைல்கள் தொலைவில் மலைப் பகுதியில் கிளியர் ஏரி இருக்கிறது. கிளியர் என்றால் தெளிவான, சுத்தமான என்று பொருள். ஆனால் அந்தப் பொருளுக்கும் இந்த ஏரிக்கும் சம்பந்தமே இல்லை. ஆழம் குறைவான அதன் அடிப்பகுதியில் இருக்கும் கறுப்பு வண்டல் கசிவு அதனைக் கலங்கலாக ஆக்கிவிடுகிறது. அதன் தண்ணீர் 'சோடிரஸ் அஸ்டிக்கோபஸ்' என்ற சிறிய வண்டு வசிக்கத் தகுந்த இடமாக இருந்தது. இந்த வண்டுகள் கொசு இனத்தோடு தொடர்புடையதாக இருந்தாலும் இரத்தத்தை உறிஞ்சாது. எனினும் மீன்பிடிக்க வருபவர்களும், அருகில் குடியிருப்பவர்களும் இவற்றால் தொல்லைப்பட்டார்கள். ஏனென்றால் அவ்வளவு அதிகமாக இருக்கும். அவற்றைக் கட்டுப்படுத்த எடுத்த முயற்சிகள் பயனளிக்கவில்லை. எனவே 1940களில் பிற்பகுதியில் குளோரின் ஏற்றப்பட்ட ஹைடிரோ கார்பன்கள் கை கொடுத்தன. DDT-யைப் போன்ற இன்னொரு வேதிப் பொருளான DDD-யைத் தேர்ந்தெடுத்தார்கள். இது மீன்களைப் பாதிக்காது என்று கருதினார்கள்.

1949இல் வண்டுகளைக் கட்டுப்படுத்தும் முயற்சியை மிகக் கவனமாகத் திட்டமிட்டார்கள். இதனால் எந்தத் தீமையும் ஏற்படாது என்று கருதினார்கள். ஏரியை அளந்து, எவ்வளவு பூச்சிக் கொல்லி வேண்டும் என்று கணக்கிட்டு 7 கோடி பகுதி நீருக்கு ஒரு பகுதி மருந்து சேர்த்தார்கள். முதலில் வண்டுகள் நன்றாகக் குறைந்திருந்தன. 1954இல் மீண்டும் தெளிக்க வேண்டும். இப்போது 5 கோடி பகுதி நீருக்கு ஒரு பகுதி வேதிப்பொருள் பயன்படுத்தப்பட்டது. வண்டுகள் முழுவதும் அழிந்துவிட்டன என்று நம்பினார்கள்.

அடுத்து வந்த மாதங்களில் வேறு உயிரினங்களும் பாதிக்கப்பட்டு விட்டன என்று செய்திவந்தது. முக்குளிப்பான்கள் (grebe) நூற்றுக் கணக்கில் இறந்துவிட்டன. கிளியர் ஏரியில் தான் இந்தப் பறவைகள் முட்டையிடும். பனிக் காலத்தில் அதிக எண்ணிக்கையில் மீன்களைத் தின்ன வரும். மிக அழகான பறவை அது. அமெரிக்காவிலும், கனடாவிலும் ஆழமில்லா ஏரிகளில் அது கட்டும் கூடு அழகாக மிதந்து செல்லும். அதனை அன்ன கிரீப் என்று அழைப்பார்கள். ஏனென்றால் அவ்வளவு எழிலோடு வெள்ளைக் கழுத்தையும்

கறுப்புத் தலையையும் நிமிர்த்தித் தண்ணீரில் சரிந்தோடும். குஞ்சுப் பறவை மென்மையான சாம்பல் நிற இறகுகளுடன் காணப்படும். பொறித்த சில மணி நேரத்தில் நீந்தி பெற்றோரின் இறக்கைக்குள் ஒட்டிக் கொள்ளும்.

இந்நிலையில் மீண்டும் மீண்டும் வண்டுகள் நிறைந்து விட்டதால் 1957இல் மீண்டும் ஒருமுறை பூச்சிக்கொல்லி பயன்படுத்தப்பட்டது. இப்போது இன்னும் அதிகமாக கிரீப் பறவைகள் இறந்து போயின. 1954இல் போலவே இப்போதும் இறந்த பறவைகளில் தொற்று நோய்க்கான அறிகுறி எதுவும் இல்லை. ஆனால் பறவைகளின் திசுக்களைச் சோதித்தபோது, அவற்றில் மிகுந்த அளவில் பத்து லட்சம் பகுதிக்கு 1600 பகுதிகளாக DDD இருந்தது கண்டுபிடிக்கப்பட்டது.

ஏரியில் பயன்படுத்தப்பட்ட DDD பத்து லட்சத்துக்கு 1/50 பகுதி ஆகத்தான் இருந்தது. இது எப்படி பறவைகளில் இவ்வளவு அடர்வு உள்ளதாக ஆனது? இவை மீன்களைச் சாப்பிடும். ஆகவே மீன்களைச் சோதித்துப் பார்த்தார்கள். மிக நுண்ணிய உயிரிகள் நச்சை உட்கொண்டு அதனை அடர்வுள்ளதாக ஆக்கிப் பெரிய உயிரிகளுக்கு அளிக்கின்றன. பிளாங்டன் என்னும் தாவர நுண்ணியிரில் பூச்சிக் கொல்லியின் பத்து லட்சத்தில் 5 பகுதிகள் தான் இருந்தன. இதுவே பயன்படுத்தப்பட்ட பூச்சிக் கொல்லியின் 25 மடங்கு அடர்வு உள்ளது. பிளாங்டனைத் தின்னும் மீன்கள் நச்சைச் சேகரித்துக் கொள்கின்றன. இப்போது பத்து லட்சத்துக்கு 40 முதல் 300 பகுதியாக ஆகிறது. பெரிய மீன்கள் சிறிய மீன்களைத் தின்ன அவற்றில் இன்னும் நச்சின் அடர்வு கூடிப் போகிறது.

எதிர்பாராத வேறு கண்டுபிடிப்புகளும் அனைவரையும் அயர வைத்தன. கடைசியாக, வேதிப் பொருளைக் கலந்த சிறிது காலத்தில் DDD-யின் எந்தச் சுவடும் தண்ணீரில் இல்லை. ஆனால் நச்சு ஏரியை விட்டு எங்கும் போகவில்லை. ஏரியில் இருக்கும் உயிரினங்களில் போய்த் தங்கிக் கொண்டது. 23 மாதங்களுக்குப் பிறகும் பிளாங்டனில் பத்து லட்சத்துக்கு 5.3 பகுதிகள் நச்சு இருந்தது. அடுத்து வந்த இரண்டு ஆண்டுகளில் பிளாங்டன்கள் மடிந்து புதிதாகத் தோன்றியிருக்கும். ஆனால் நச்சுப் பொருள் நீரில் இல்லாவிட்டாலும் தொடர்ந்து உயிரினங்கள் மூலம் பரவி விட்டது. ஓராண்டிற்குப் பிறகு மீன்களையும், பறவைகளையும், தவளைகளையும் சோதித்தாலும் அவற்றிலும் DDD இருந்தது.

போகப் போக அடர்வு கூடிக் கொண்டே போனது. மீன்களிலும், கிரீப்களிலும், கடல் புறாக்களிலும் பத்து லட்சத்துக்கு 2000 பகுதி அடர்வு காணப்பட்டது. இதற்கு இடையில் கிரீப் பறவைகளின் கூட்டம் குறையத் தொடங்கிற்று. முன்னர் 1000 இணைகள் இருந்த இடத்தில், 1960இல் 30 இணைகள் தான் இருந்தன. ஆனால் அவற்றிலும் இனப் பெருக்கம் ஏற்படவில்லை.

நஞ்சு சங்கிலித் தொடர்போலப் போகிறது. அதற்கு அடிப்படை நுண்ணிய தாவரங்களில் நுழைகின்ற வேதிப்பொருள் தான். கடைசியில் அதைப் பெறுகின்ற மனிதர்கள் எப்படிப் பாதிக்கப்படுகிறார்கள்? அவர்களுக்கு இந்தச் சங்கிலித் தொடர் தெரியாமல், மீனைப் பிடித்து வறுத்து உண்ணும்போது அவர்கள் உடலில் எவ்வளவு DDD சேரும்?

கலிஃபோர்னியா பொதுநலத் துறை மனிதனுக்கு எந்த ஆபத்தையும் காணவில்லை. ஆனால் 1959இல் ஏரியில் DDD பயன்படுத்துவதைத் தடுத்துவிட்டது. பூச்சிகளில் DDD-யின் தாக்கம் தனிப்பட்டதாக இருக்கலாம். ஏனென்றால் அது அட்ரினல் சுரப்பியின் ஒரு பகுதியை அழித்து விடுகிறது. அட்ரினல் கார்டக்ஸ் என்ற வெளிச் செல்களை அழித்து விடுகிறது. இது கார்டின் என்ற ஹார்மோனைச் சுரக்கிறது. 1948இல் தான் இந்த அழிவுச் சக்தி கண்டுபிடிக்கப்பட்டது. ஆனால் நாய்களிடம் தான் இது பாதிப்பு ஏற்படுத்துவதாகக் கருதினார்கள். ஏனென்றால் குரங்குகள், எலிகள், முயல்களின் மேல் சோதித்துப் பார்த்தபோது எந்த விளைவும் ஏற்படவில்லை. ஆனால் நாய்களில் ஏற்படுத்திய பாதிப்பு மனிதரிடம் ஏற்படும் அடிசன் நோய் அறிகுறிகளை ஒத்திருந்தது. இப்போதைய ஆராய்ச்சியின்படி, DDD மனித அட்ரினல் கார்டக்சின் செயலை அடக்கி விடுகிறது. DDD செல்களைக் கொல்கிறது என்ற கண்டுபிடிப்பைக் கொண்டு அட்ரினல் சுரப்பியில் ஏற்படும் புற்றுநோய்ச் சிகிச்சைக்கு அதனைப் பயன்படுத்துகிறார்கள்.

கிளியர் ஏரியின் கதை மக்கள் எதிர்கொள்ள வேண்டிய ஒரு கேள்வியை முன்வைக்கிறது. பூச்சிகளைக் கட்டுப்படுத்துவதற்காக இவ்வளவு கடுமையான விளைவுகளை ஏற்படுத்தும் வேதிப் பொருட்களைப் பயன்படுத்துவது அறிவுடைமை ஆகுமா? அதுவும் நேரடியாகத் தண்ணீரில் அதைப் பயன்படுத்துவது விரும்பத் தக்கதா? அடர்வு மிகக் குறைவாக இந்தப் பூச்சிக் கொல்லியைப்

பயன்படுத்துகிறோம் என்று சமாதானம் சொல்ல முடியாது. ஏனென்றால், அடர்வு குறைவான பூச்சிக் கொல்லி உணவுச் சங்கிலியில் எவ்வளவு வலிமை கொண்டதாக ஆகிறது என்று கிளியர் ஏரி நிகழ்வில் பார்த்தோம். இங்கே வண்டுகளால் பாதிக்கப்பட்டவர்களின் நன்மைக்காகப் பூச்சிக் கொல்லி பயன்படுத்தப்பட்டது. ஆனால் அந்த நீரைப் பயன்படுத்துபவர்களுக்கும் அங்கே இருக்கும் உயிரினங்களுக்கும் ஏற்படக்கூடிய ஆபத்து இன்னதென்று தெரியாது, யாரும் கவலை கொள்ளவும் இல்லை.

கிளியர் ஏரியைப் போலவே வேறு நீர் நிலைகளிலும் நச்சுப் பொருளைக் கலப்பது வாடிக்கையாகிவிட்டது. சில வேளைகளில் பொழுதுபோக்கிற்கு அவற்றைப் பயன்படுத்துகிறார்கள். எடுத்துக்காட்டாக, மீன்பிடிப்பதை ஒரு விளையாட்டாகச் செய்பவர்கள் தேவையற்ற மீன்களைக் கொல்லப் பூச்சிக் கொல்லிகளைப் பயன்படுத்தச் செய்வார்கள். பிறகு அங்கு அவர்களுக்குத் தேவையான, விருப்பமான மீன் வகைகளை வளர்க்கச் செய்வார்கள். இந்த நீர்நிலை பொது மக்களின் நலனுக்காக உண்டாக்கப்பட்டிருக்கும். ஆனால் அப்பகுதி மக்களைக் கேட்காமலேயே நஞ்சைக் கலந்து விடுகிறார்கள். இப்போது மக்கள் நஞ்சு படிந்த தண்ணீரைக் குடிக்க வேண்டும் அல்லது நஞ்சை நீக்கக் கருவிகளை நிறுவ வேண்டும். அப்படியே செய்தாலும் முழுவதும் நஞ்சு நீங்கிவிடும் என்று கூற முடியாது.

நிலத்தடி நீரும், மேலே உள்ள ஆறுகளும், குளங்களும் பூச்சிக் கொல்லிகளாலும், பிற வேதிப்பொருட்களாலும் மாசுபட்டுவிட்டன. இதனால் புற்றுநோயை உண்டாக்கும் பொருட்கள் தண்ணீரில் சேர்ந்து விடுகின்றன. புற்றுநோய் ஆய்வு மையத்தைச் சேர்ந்த ஹீப்பர், 'மாசு கலந்த தண்ணீரைக் குடிப்பதால் ஏற்படும் ஆபத்து அதிகமாகிக் கொண்டே வருகிறது' என்று குறிப்பிடுகிறார்.

மேலும் ஹாலண்டில் 1950களில் நடத்திய சோதனையில் மாசுபட்ட நீர் நிலைகளினால் புற்றுநோய் ஏற்படும் ஆபத்து இருக்கிறது என்பது தெரியவந்திருக்கிறது. ஆறுகள் மாசுபடும் சாத்தியம் அதிகம். ஆழ்கிணறுகள் அப்படி இல்லை. கிணற்று நீரைக் குடிப்பவர்களைவிட ஆற்று நீரைக் குடிப்பவர்கள் புற்றுநோயினால் அதிகம் இறக்கிறார்கள். ஆர்சனிக் புற்றுநோயை ஏற்படுத்தும் என்பது தெரியும். ஆர்சனிக் சேர்ந்த தண்ணீரினால்

புற்றுநோய் ஏற்படுவது இரண்டு நிகழ்ச்சிகள் மூலம் உறுதி பெறுகிறது. சுரங்க வேலைகளில் ஏற்பட்ட குவியல்களிலிருந்து ஆர்சனிக் நீரில் கலந்தது. இன்னொன்றில் அதிக அளவில் ஆர்சனிக் இருந்த பாறையிலிருந்து நீர் வந்தது. ஆர்சனிக் கலந்த பூச்சிக் கொல்லிகளைப் பயன்படுத்துவதாலும் இதுபோன்று நிகழக் கூடும். அப்பகுதிகளில் மண் மாசுபடுகிறது. ஆர்சனிக்கை ஆறுகள், ஓடைகள் நீர்த்தேக்கங்களுக்கு மழை கொண்டு செல்கிறது. நிலத்தடி நீரையும் அடைகிறது.

இயற்கையில் எதுவும் தனியாக இயக்குவதில்லை என்பதை நாம் அறிய வேண்டும். மாசு எப்படிப் பரவுகிறது என்பதைக் கண்டுகொள்ள மண்ணையும் ஆராய வேண்டும்.

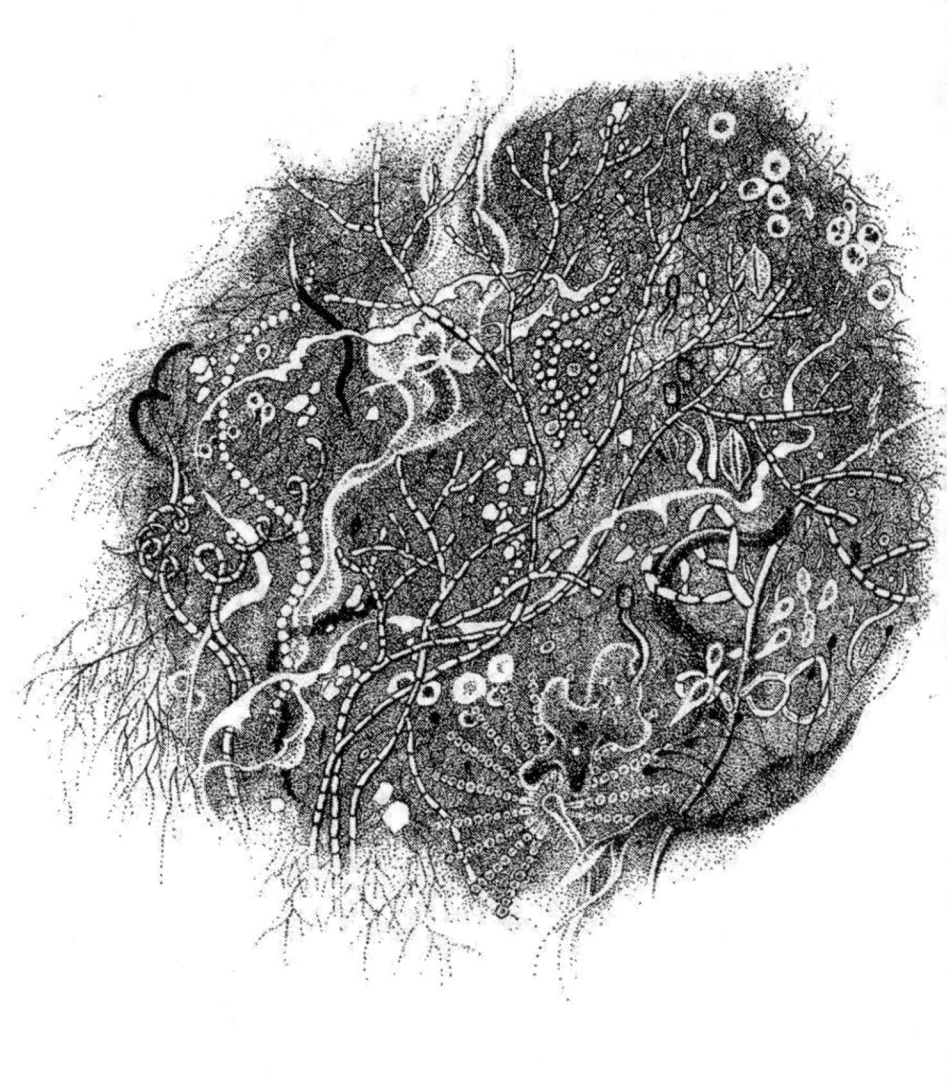

5. மண்

பூமிக்கரையில் காணப்படும் மண் அடுக்குகள்தாம் நம்மையும், எல்லா உயிரினங்களையும் தாங்கி வருகின்றன. மண்ணில்லாமல், மரமில்லை, செடிகள் இல்லை, பயிர்கள் இல்லை. அவை இல்லை என்றால் விலங்குகள் உயிர் வாழ முடியாது.

உழவுத் தொழில் சார்ந்த நமது உயிர் வாழ்க்கைக்கு மண் அவசியம் என்றால் மண் உயிரை நம்பியே இருக்கிறது. அதன் தொடக்கமும், அதன் தன்மையும் தாவரங்களோடும் விலங்குகளோடும் நெருங்கிய தொடர்பு உடையன. ஏனென்றால் மண் உயிர் வாழ்க்கையின் படைப்பில் ஒரு பகுதி. பல மில்லியன் ஆண்டுகளுக்கு முன்னர் உயிரும் உயிரற்றவையும் இணைந்ததால் பிறந்தது மண். எரிமலைகள் குழம்புகளை ஆறாகக் கொட்ட, அடிப்படை மூலகங்கள் ஒன்று சேர்ந்தன. கண்டங்களின் பாறைகளில் வழிந்தோடும் நீர் கடினமான கல்லையும் கரைத்தது. அதுபோலவே பனிக்கட்டிகள் பாறைகளை உடைத்தன. பிறகு உயிரினங்கள் அவற்றில் இயங்கிச் சிறிது சிறிதாக மண்ணாயின. பாறைகளை முதலில் மூடியிருந்த பாசிகள் அமிலங்களாகச் சுரந்து சிதைவை ஊக்குவித்தன. அதனால் பிற உயிரினங்களுக்குத் தங்குமிடம் கிடைத்தது. சின்னத் தூளாக ஆகிய சாதாரண மண்ணுக்கு இடையில் பாசிகள் படர்ந்தன. கடலிலிருந்து கரை ஒதுங்கும் தாவரங்களும் உதவின.

உயிர் மண்ணைப் படைத்தது. அதனுள் நம்ப முடியாத அளவிற்கு பல தரப்பட்ட உயிரினங்கள் வாழ்கின்றன. இல்லை என்றால் மண்ணே பயனற்றுப் போய்விடும். அவை இருப்பதால்தான், பல வகைப்பட்ட உயிர்களின் செயல்களால்தான் பூமியின் பசுமைப் போர்வை தரையைப் போர்த்தியிருக்கிறது.

மண் எப்போதும் மாறிக் கொண்டிருக்கிறது. சுழற்சிகளில் தோற்றமும் முடிவும் இன்றிப் பங்கு கொள்கிறது. பாறைகள் உடைந்து சிதையச் சிதையப் புதிய பொருட்கள் உண்டாகின்றன. உயிர்கள் மடிகின்றன. நைட்ரஜனும் பிற வாயுக்களும் மழையில்

கரைந்து நிலத்தை அடைகின்றன. அதே சமயம், மண்ணிலிருந்து உயிரினங்களின் பயன்பாட்டிற்காகப் பொருட்கள் எடுக்கப்படுகின்றன. மிக நுணுக்கமான, ஆனால் முக்கியமான, இரசாயன மாற்றங்கள் தொடர்ந்து நடந்து கொண்டே இருக்கின்றன. காற்றிலும், நீரிலும் கிடைத்த மூலகங்களைத் தாவரங்களுக்கு ஏற்றவாறு மாற்றுகின்றன. இந்த மாற்றங்களுக்கு உயிரிகள் ஊக்கிகளாக இருக்கின்றன.

மண்ணின் இருட் குகைகளில் வாழும் எண்ணற்ற உயிரினங்களை ஆராய்வது மிகுந்த ஆர்வமூட்டுவதாக இருக்கும். ஆனால் நாம் அதனைக் கண்டுகொள்ளாமல் விட்டுவிடுகிறோம். மண்ணிலுள்ள உயிரிகள் ஒன்றோடு ஒன்று எப்படி உறவு கொள்கின்றன, மேலுள்ள உலகத்தோடும் எப்படித் தொடர்பு கொள்கின்றன என்பது பற்றி நமக்கு ஒரு சிறிதே தெரியும்.

மண்ணில் மிகத் தேவையான உயிரிகள் கண்ணுக்குத் தெரியாத பாக்டீரியாக்களும், நூல் போன்ற பூஞ்சக் காளான்களும் தாம். அவற்றின் எண்ணிக்கை கணக்கிடலங்காது. மேலேயுள்ள மண்ணில் ஒரு தேக்கரண்டியில் பல மில்லியன் பாக்டீரியாக்கள் இருக்கும். நல்ல வளமான மண்ணில் ஒரு ஏக்கர் பரப்பில் காணப்படும் பாக்டீரியாவின் எடை ஒரு ஆயிரம் பவுண்டுகள் இருக்கும். கதிர் காளான்கள் நூல் போலப் படர்ந்திருக்கும். இவை பாக்டீரியாக்களை விட அதிகம் இருக்கும். ஆனால் ஒரு குறிப்பிட்ட மண்ணளவில் அவற்றின் மொத்த எடை பாக்டீரியாவின் எடையே இருக்கும். பாசிகளோடு சேர்ந்து இவையும் நுண்ணிய தாவர உயிர்களாக மண்ணில் இருக்கும்.

பாக்டீரியாக்கள், பூஞ்சக் காளான், ஆல்காக்கள் ஆகியவை தாவர, விலங்குக் கழிவுகளை மட்கச் செய்யும் கருவிகளாகச் செயல்படுகின்றன. மட்கும்போது அவற்றின் பகுதிப் பொருட்களைச் சிதைக்கின்றன. மண், காற்று, உயிர்த் திசுக்கள் வழியாக கார்பனும், நைட்ரஜனும் இயங்கும் சுழற்சி இந்த நுண்ணுயிர்களாலேயே சாத்தியமாகிறது. நைட்ரஜனை நிலைப்படுத்தும் பாக்டீரியாக்கள் இல்லாவிட்டால், காற்றில் நைட்ரஜன் நிறைந்திருந்தாலும், நைட்ரஜன் இல்லாமல் பயிர்கள் வாடிவிடும். பிற உயிர்கள் கார்பன்-டை-ஆக்சைடை உண்டாக்குகின்றன. கார்பன்-டை-ஆக்சைடு நீரில் கரைந்து கார்பானிச் அமிலமாக மாறிப் பாறையைக் கரைக்க உதவுகின்றது. இதுபோல, பல மண் உயிரிகள் ஆக்சிஜன் ஏற்றிகளாகவும், குறைப்பான்களாகவும் செயல்பட்டு, இரும்பு,

மாங்கனீசு, கந்தகம் போன்ற மூலகங்களை மாற்றித் தாவரங்களுக்குக் கிடைக்குமாறு செய்கின்றன.

அதுபோலவே நுண்ணிய சிற்றுண்ணிகள், இறக்கை இல்லாத ஸ்பிரிங் டெய்ல் என்று அழைக்கப்படுகின்ற பூச்சிகளும், கணக்கின்றி மண்ணில் இருக்கின்றன. தாவரங்களின் கழிவுகளை அவை மட்கச் செய்கின்றன. இதனால் காடுகளிலுள்ள தரை வளமான மண்ணாக மாறுகிறது. இந்த நுண்ணிய உயிரிகள் ஒவ்வொன்றுக்கும் தனித்தனிச் சிறப்பு ஆற்றல் உள்ளது. சில சிற்றுண்ணி வகைகள் கீழே விழுந்த ஸ்புரூஸ் மர ஊசிகளில் தான் உயிர் வாழ ஆரம்பிக்கும். ஊசி போன்ற இலைகளின் திசுக்களை அவை செரிக்கின்றன. உண்ணிகள் முழுவதும் வளர்ந்த பிறகு, செல்களில் வெளி அடுக்கு தான் மிஞ்சும். மரங்களிலிருந்து விழும் இலைகள் வேறு சில பூச்சிகளால் மாற்றப்படுகின்றன. அவை இலைகளைத் தின்று செரித்து சிதைந்த பொருள் மண்ணோடு கலக்கச் செய்கின்றன.

நுண்ணிய இந்த உயிரினங்களைத் தவிர பெரிய உயிரினங்களும் மண் வளத்துக்கு உதவுகின்றன. அவற்றில் சில மண்ணுக்கு அடியில் நிரந்தரமாக இருப்பவை. சில தங்களுடைய உயிர் வாழ்க்கைச் சுழற்சியில் குறிப்பிட்ட பகுதிகளை மண்ணுக்கடியில் உறங்கிக் கழிப்பவை. சில தங்கள் வளைகளில் தங்கி வேண்டும்போது மேலே வந்து போகக் கூடியவை. இவற்றின் பணி மண்ணுக்குள் காற்றும் நீரும் செல்ல உதவுவது. தாவர வளர்ச்சியில் மண்ணில் ஒவ்வொரு அடுக்கிற்கும் பங்குண்டு.

மண்ணில் உள்ள எல்லா உயிரினங்களிலும் மிக முக்கியம் வாய்ந்தது மண் புழுதான். பல ஆண்டுகளுக்கு முன்னரே சார்லஸ் டார்வின் தனது புத்தகம் ஒன்றில் முதன் முதலாக மண் புழுக்களின் வேலை பற்றி உலகிற்கு அறிவித்தார். மண் புழு அடி மண்ணை மேலே எப்படிக் கொண்டு வருகிறது என்று விவரித்தார். புழுக்கள் அடி மண்ணிலிருந்து மண்ணைத் தூளாக ஆக்கிச் சிறிது சிறிதாக மேலே கொண்டு வந்து பாறைகளையே மூடிவிடுவதை விவரித்தார். சில சமயங்களில் ஒரு ஏக்கருக்குப் பல டன் மண் கூட மேலே கொண்டு வரப்படும். அதேவேளையில் செடிகளிலும் இலைகளிலும் உள்ள உயிர்ப் பொருட்கள் உள்ளே இழுக்கப்பட்டு மண்ணோடு கலந்துவிடும். பத்து ஆண்டுகளில் 1½" பருமனில் அடி மண்ணை மண்புழுக்கள் மேலே கொண்டு வருகின்றன என்று டார்வின் கணக்கிட்டார். இது மட்டுமில்லை. அவை தோண்டும் வளைகள் மண்ணில் காற்றுப்புக வழி செய்கின்றன, தண்ணீரை வடிக்கின்றன,

தாவரங்களின் வேர்கள் பரவ உதவுகின்றன. மேலும் மண்ணிலுள்ள பாக்டீரியாக்களின் நைட்ரஜனூட்டும் ஆற்றலை அதிகப்படுத்தி மண் கெட்டுப் போவதைத் தடுக்கின்றன. உயிர்ப் பொருட்கள் மண் புழுக்களின் வயிற்றுக்குள் போய் வருவதால் சிதைவு பெற்று வளம் பெறுகின்றன.

எனவே இந்த மண்ணின் சமுதாயம் ஒன்றுக்கொன்று தொடர்புள்ள உயிர்களைக் கொண்டது. உயிரினங்கள் மண்ணைச் சார்ந்திருக்கின்றன. இந்தச் சமுதாயம் வளர வேண்டுமென்றால் மண் இந்த நிலத்தின் மிக முக்கியமான மூலப்பொருள்.

நமக்குத் தொடர்புள்ள மிக முக்கியமான பிரச்சினையைக் கவனிக்காமல் விட்டுவிடுகிறோம். ஆமாம்! இந்த மண்ணில் மிகத் தேவையான கணக்கிலடங்காத உயிரினங்கள் இருக்கின்றன. அவற்றின் உலகினுள் நேரடியாக நச்சு இரசாயனப் பொருட்களை நுழைக்கும்போது அல்லது மழை நீரில் காட்டிலும், பழச் சோலைகளிலும், விளைநிலங்களிலும் கரைந்து தரைக்குள் போகும்போது இந்தக் கணக்கற்ற உயிரினங்கள் என்னவாகின்றன என்று நமக்குத் தெரியுமா? பயிர்களை அழிக்கும் பூச்சிகளை முட்டை நிலையிலேயே அழிக்க நாம் பயன்படுத்தும் பூச்சிக் கொல்லிகள் 'நல்ல' பூச்சிகளையும் கொன்று விடுமல்லவா? இந்த நல்ல பூச்சிகள் உயிர்ப் பொருட்களைச் சிதைத்து மண்ணிற்கு வளம் ஊட்டக் கூடியவை. அதேபோலப் பல மரங்களின் வேர்களில் குடியிருக்கும் பூஞ்சக் காளான்கள் மண்ணிலுள்ள சத்துப் பொருட்களை மரம் பயன்படுத்துவதற்கு உதவுகின்றன. அவற்றை மட்டும் விட்டுவிட்டுத் தீமை செய்யும் காளான்களை மட்டும் கொல்லக்கூடிய காளான் கொல்லிகளைப் பயன்படுத்த முடியுமா?

மண்ணின் இயற்கைச் சமநிலையைப் பாதிக்கக்கூடிய இந்த முக்கியமான பிரச்சினையை விஞ்ஞானிகள் கவனிப்பதில்லை. கட்டுப்பாட்டு அலுவலர் கண்டுகொள்வதே இல்லை. பூச்சிக் கொல்லிகள் நிலத்தினை எவ்வளவு கெடுத்தாலும், அதனை எதிர்த்து மண் எதுவும் செய்யப் போவதில்லை என்ற தவறான நம்பிக்கையில் தான் பூச்சிகளை இரசாயனப் பொருட்களால் கட்டுப்படுத்துகிறோம். மண்ணைக் கவனிக்காமல் விட்டுவிட்டோம்.

பூச்சிக் கொல்லிகளைப் பயன்படுத்துவதால் மண் எவ்வாறு பாதிப்படைகிறது என்பதை இப்போதுதான் ஆராயத் தொடங்கி இருக்கிறார்கள். ஆனால் இந்த ஆய்வுகள் ஒரே மாதிரியான

முடிவுகளைத் தரவில்லை. இதில் வியப்படைவதற்கு ஒன்றுமில்லை. ஏனென்றால் மண்ணின் வகைகள் இடத்திற்கு இடம் பெரிதும் மாறுகின்றன. ஒரு இடத்தைப் பாதிக்கும் விஷம் இன்னொரு இடத்தைப் பாதிப்பதில்லை. மணல் கலந்த இலை மக்கு மண் தரையைவிட அதிகம் பாதிக்கப்படுகிறது. தனியாக ஒரு வேதிப்பொருளைப் பயன்படுத்துவதைவிட அதனைப் பிறவற்றோடு கலந்து தெளிக்கும்போது அதிகப் பாதிப்பு ஏற்படுகிறது. பல வேறுபட்ட முடிவுகள் கிடைத்தாலும், மண் பாதிக்கப்படுகிறது என்பது கண்டு விஞ்ஞானிகள் கவலை கொள்கிறார்கள்.

உயிர் வாழ்க்கையின் அடிப்படையாக இருக்கும் இரசாயன மாறுதல்கள் பாதிக்கப்படுகின்றன. காற்று மண்டலத்திலிருக்கும் நைட்ரஜனைத் தாவரங்கள் பயன்படுத்துமாறு மாற்றுவது நைட்ரஜன் நிலைப்படுத்தல் என்னும் மாற்றம். இதுவும் பாதிக்கப்படுகிறது. 2, 4-D என்னும் தாவரக் கொல்லி நைட்ரஜன் மயமாதலைத் தற்காலிகமாகத் தடுக்கிறது. அண்மையில் ஃபிளோரிடாவில் ஒரு ஆராய்ச்சி நடத்தினார்கள். லிண்டேன் ஹெப்டாகுளோர், பென்சீன் ஹெக்சா குளோரைடு (BHC) ஆகியவை மண்ணில் இரண்டு வாரங்கள் இருந்தாலே நைட்ரஜன் மயமாவதைக் குறைத்து விடுகின்றன. BHCயையும், DDT-யையும் சேர்த்துப் பயன்படுத்தினால் ஒரு ஆண்டுக்குப் பிறகுத் தீவிரமான விளைவுகள் ஏற்பட்டன. இவற்றை எல்லாம் DDD-யோடு பயன்படுத்தினால் சில பயிர்வகைத் தாவரங்களில் அது வேர் முடிச்சுகளில் பாக்டீரியாக்கள் உண்டாவதைத் தடுத்து விடுகின்றது. பெரிய தாவரங்களின் வேர்களுக்கும் பூஞ்சக் காளானுக்குமுள்ள வினோதமான உறவைக் கெடுத்து விடுகின்றன.

இயற்கையில் ஒரு மென்மையான சமநிலை இருக்கிறது. இயற்கையில் தாவரங்கள் மற்றைய உயிரினங்கள் ஆகியவற்றின் எண்ணிக்கை விகிதம் ஒரு நிலைப்பாட்டை உடையதாக இருக்கும். இச் சமநிலையும் பாதிக்கப்படுகிறது. பூச்சிக் கொல்லிகளால் சில மண் உயிரி வகைகள் அழிக்கப்படுகின்றன, வேறு வகையானவை அபரிமிதமாக வளர்ந்து விடுகின்றன. இத்தகைய மாற்றங்கள் மண்ணின் வளர்சிதை மாற்றத்தைக் கெடுத்து அதன் வளத்தைக் குறைத்து விடுகின்றன. ஏற்கனவே இயற்கையின் கட்டுப்பாட்டுக்குள் இருந்த தீமை விளைவிக்கும் உயிரிகள் விடுபட்டுவிடும்.

பூச்சிக் கொல்லிகளைப் பயன்படுத்தும்போது மண்ணில் பல ஆண்டுகள் அவை தங்கிவிடுகின்றன. ஆல்டிரின் என்ற பூச்சிக்

கொல்லியின் எச்சங்கள் பயன்படுத்திய நான்கு ஆண்டுகளுக்குப் பிறகும் கண்டுபிடிக்கப்பட்டிருக்கின்றன. அதன் பெரும்பகுதி டியல்டிரினாக மாற்றப்பட்டிருக்கிறது. கரையானை அழிக்கப் பயன்படுத்திய டாக்சாபீன் பத்தாண்டுகளுக்குப் பிறகும் மண்ணில் இருந்தது. BHC பதினோரு ஆண்டுகள் வரை இருக்கும். குளோர்டேன் பயன்படுத்தப்பட்டுப் பல ஆண்டுகளுக்குப் பிறகும் 15 சதவீதம் மீதி இருந்தது.

பூச்சிக் கொல்லிகளை மிகக் குறைந்த அளவே பயன்படுத்தினாலும், அவற்றைத் தொடர்ந்து பல ஆண்டுகள் பயன்படுத்தினால் தீமையே ஏற்படும். குளோரினேற்றப்பட்ட ஹைடிரோ கார்பன்கள், மண்ணிலேயே தங்கிவிடுவதால், மேலே தெளிக்கத் தெளிக்க அளவு கூடிக்கொண்டே போகிறது. ஒரு ஏக்கருக்கு ஒரு பவுண்டு DDT போட்டால் தீமை ஏற்படாது என்பதெல்லாம் வெறும் கட்டுக் கதைதான். ஏனென்றால் திரும்பத் திரும்பத் தெளித்தால் மண்ணில் அதன் அளவு கூடத்தானே செய்யும்? உருளைக் கிழங்கு சாகுபடியில் மண்ணில் ஒரு ஏக்கருக்கு 15 பவுண்டு DDT இருந்தது. ஆப்பிள் தோட்டங்களில் பயன்படுத்தப்பட்ட DDTயின் கசடுகள் 50 பவுண்டுகளை எட்டி விடுகின்றன. மரங்களில் அடிக்கடி பயன்படுத்தினால் 26 முதல் 60 பவுண்டுகள் வரை எச்சம் இருக்கிறது.

ஆர்சனிக்கைப் பயன்படுத்தினாலோ மண் நிரந்தரமாகவே கெட்டுவிடுகிறது. புகையிலைப் பயிரில் முன்னர் ஆர்சனிக்கைப் பயன்படுத்தினார்கள். 1940களில் அதை நிறுத்திவிட்டு வேறு பூச்சிக் கொல்லிகளைப் பயன்படுத்தினார்கள். ஆனால் அமெரிக்காவில் விளைந்த புகையிலையினால் செய்யப்பட்ட சிகரட்டுகளில் ஆர்சனிக் 300 மடங்கு அதிகம் இருந்தது. 'ஆர்சனிக்கிற்குப் பதிலாக வேறு கரிமப் பொருட்கள் பயன்படுத்தப்பட்டாலும், புகையிலைப் பயிர்கள் ஆர்சனிக்கை மண்ணிலிருந்து எடுத்துக் கொள்கின்றன. ஏனென்றால் மண் முழுவதிலும் ஈய ஆர்சனேட் என்ற தண்ணீரில் கரையாத நச்சுப் பொருளின் கசடு நிறைந்து காணப்படுகிறது,' என்று டாக்டர் சாட்டர்லர் என்ற ஆர்சனிக்கின் நச்சுத் தன்மையை ஆராய்ந்த அறிஞர் கூறுகிறார். இது கரையக்கூடிய ஆர்சனிக்கை மண்ணில் வெளியேற்றிவிடும். நிரந்தரமாக நிலம் நச்சுப்பட்டுப் போகிறது. ஆர்சனிக் பூச்சிக் கொல்லிகளைப் பயன்படுத்தாத வேறு நாடுகளில் புகையிலையில் இந்த நச்சு இருப்பதில்லை.

எனவே நாம் இன்னொரு பிரச்சினையைப் பற்றியும் கவலைப்பட வேண்டியதிருக்கிறது. மண் கெடுவது மட்டுமில்லாமல், அதில்

வளரும் தாவரங்களின் திசுக்களிலும் வேதிப்பொருள் புகுந்து விடுகிறது. மண்ணின் வகை, பயிர், பூச்சிக் கொல்லியின் தன்மை அடர்வு ஆகியவற்றைப் பொறுத்து இது இருக்கிறது. உயிரிகள் நிறைந்த மண் சிறிது அளவே நச்சுப் பொருளை வெளியிடுகிறது. கேரட் மற்ற பயிர்களைவிட அதிகமாகப் பூச்சிக் கொல்லிகளை உறிஞ்சிக் கொள்கிறது. லிண்டேன் என்ற பூச்சிக் கொல்லியைப் பயன்படுத்தினால் அதிகமாகவே கேரட் அதனை எடுத்துக் கொள்கிறது. எனவே, சில உணவுப் பயிர்களைப் பயிரிடுவதற்கு முன்னர் மண்ணில் பூச்சிக் கொல்லிகள் இருக்கின்றனவா என்று சோதித்துப் பார்ப்பது அவசியமாகிறது. இல்லையென்றால் உண்ணத் தகுதியில்லாத உணவுப் பொருட்களையே நாம் உற்பத்தி செய்து விடுவோம்.

குழந்தை உணவுகள் தயாரிப்பாளர் ஒருவருக்கு இதனால் பல சிக்கல்கள் வந்தன. பூச்சிக் கொல்லிகள் பயன்படுத்தப்பட்ட நிலத்தில் விளைந்த பழங்களையும், காய்கறிகளையும் வாங்க அவருக்கு விருப்பமில்லை. அதிகப்படியான பிரச்சினை தந்தது பென்சின் ஹெக்சா குளோரைடு (BHC). இது தாவரங்களின் கிழங்குகள், வேர்கள் வழியாக உள்ளே போய்விடுகின்றது. இதனால் வித்தியாசமான சுவையும், மனமும் ஏற்பட்டு விடுகின்றன. கலிஃபோர்னியாத் தோட்டங்களில் BHC பயன்படுத்தப்பட்ட சீனிக் கிழங்குகளில் அதன் சுவடுகள் இருந்ததால் அவற்றை நிராகரிக்க வேண்டியதாயிற்று. தெற்கு கரோலினாவில் வாங்கிய கிழங்கிலும் நச்சு இருந்தது. அதனால் அந்தத் தயாரிப்பாளருக்கு இழப்பு ஏற்பட்டது. இது போலப் பல அமெரிக்க மாநிலங்களிலிருந்து வாங்கிய பழங்களையும், காய்கறிகளையும் நிராகரித்தார்கள். அமெரிக்காவின் தெற்கு மாநிலங்களில் முதலில் பருத்தி பயிரிடுவார்கள். அதற்கு BHC பயன்படுத்துவார்கள். அடுத்து கடலை பயிரிடுவார்கள். நிலக்கடலையில் பூச்சிக் கொல்லிகளின் கசடுகள் இருந்தன. ஒரு சிறிதளவு இருந்தாலும் கூட மணமும், சுவையும் மாறி விடுகின்றன. கடலைப் பருப்புக்குள் அந்த வேதிப்பொருள் நுழைந்து விடுகிறது. பிறகு அதனை நீக்க முடியாது. அதைப் போக்க வேறு முறைகளைப் பயன்படுத்தினால் நாற்றம் அதிகரிக்கிறது. எனவே ஒரேவழி அந்த நிலங்களில் பயிரிடப்பட்ட கடலையை வாங்காமல் ஒதுக்கிவிடுவது தான்.

சில சமயங்களில் பூச்சிக் கொல்லிகள் பயிர்களை நேரடியாகவே பாதிக்கின்றன. பீன்ஸ், பார்லி, கோதுமை ஆகிய பயிர்கள் வேர்கள் விடுவதைத் தடுத்து வளர்ச்சியைக் குன்றச் செய்கின்றன. 1955இல்

வாஷிங்டன் மற்றும் இடாஹோ பகுதிகளில் ஸ்ட்ராபெரி வேர்ப் புழுவையும், வண்டுகளையும் கொல்ல ஹெப்டாகுளோரைத் தெளித்தார்கள். ஓராண்டில் கொடிகள் வாடத் தொடங்கின. அருகிலிருக்கும் தெளிக்காத பகுதிகளில் பாதிப்பில்லை. புதிய செடிகளை அடுத்த ஆண்டு பயிரிட்டாலும், புதிய வேர்களும் செத்துவிட்டன. நான்காண்டுகள் வரையில் இது தொடர்ந்தது. வேளாண்மைத் துறை 1959இல் ஹெப்டாகுளோரைப் பயன்படுத்துவதை அனுமதித்திருந்தது. பிறகு அதனைத் திரும்பப் பெற்றுக் கொண்டது. விவசாயிகள் இழப்பீடு கேட்டு வழக்கு மன்றம் சென்றார்கள்.

மண்ணில் தொடர்ந்து பூச்சிக் கொல்லிகளைப் பயன்படுத்துகிறோம். அழிக்க முடியாத அவற்றின் கசடுகள் மண்ணில் அதிமாகிக் கொண்டே செல்கின்றன. நமக்கு இதனால் பிரச்சினைகள் அதிகமாகிக் கொண்டே போகின்றன. 1960ஆம் ஆண்டு சைராக்யூஸ் பல்கலைக்கழகத்தில் மண்ணில் இயற்கைச் சூழல் பற்றிப் பேசிய ஆராய்ச்சியாளர்கள் எச்சரிக்கை விடுத்திருக்கிறார்கள்.

இன்னும் கவனமின்றி மனிதர் இவற்றைப் பயன்படுத்தினால் மண்ணின் வளம் முழுவதும் கெட்டுவிடும். குரங்குகள் ஆட்சி செய்யும்.

6. பூமியின் பச்சைக் கம்பளம்

நீர், மண், நிலத்தினை மூடியிருக்கும் தாவரங்களின் பச்சைக் கம்பளம் ஆகியவை இவ்வுலகில் விலங்கினங்களின் உயிரைத் தாங்கி நிற்கின்றன. தாவரங்கள் சூரியனின் ஆற்றலை வாங்கிச் சேர்த்து உணவுப் பொருட்களை உற்பத்தி செய்கின்றன. அவற்றைத்தான் மனிதன் நம்பியிருக்க வேண்டும், தன் உயிர் வாழ்க்கைக்கு. இன்றைய மனிதன் இதனை மறந்து விடுகிறான். தாவரங்கள் பற்றிய நமது கண்ணோட்டம் மிகக் குறுகியது. நமது உடனடித் தேவைக்குப் பயன்படுகிற தாவரங்களைப் போற்றிப் பாதுகாக்கிறோம். ஏதாவது ஒரு காரணத்தினால் ஒரு தாவரம் விரும்பத்தக்கதல்ல அல்லது பயனற்றது என்று கருதினால் அதை அழித்துவிடுகிறோம். பல தாவரங்கள் மனிதனுக்கும் அவனுடைய கால்நடைகளுக்கும் நஞ்சாக இருப்பது உண்மைதான். சில அவனுக்கு உணவு தரும் தாவரங்களை வளர விடாமல் தடுத்து விடுகின்றன என்பதும் உண்மைதான்.

ஆனால் சில தாவரங்கள் தேவைப்படாத இடங்களில் தேவைப்படாத நேரத்தில் இருந்தாலும் அவற்றையும் அழித்து விடுகிறோம். சில சமயங்களில் தீங்கு விளைவிக்கும் தாவரங்களோடு சேர்ந்து வளர்வதாலேயே அவற்றை அகற்றி விடுகிறோம்.

நிலத்தில் விளையும் பயிர் ஒவ்வொன்றும் உயிர் வாழ்க்கையின் வலையில் ஓர் அங்கம். பயிர்களும் நிலமும், பயிர்கள் ஒன்றோடு ஒன்றும், பயிர்களும் விலங்குகளும் நெருங்கிய தேவையான உறவுகள் உடையவை. சில வேளைகளில் இந்த உறவுகளை நாம் கலைக்க வேண்டிய அவசியம் ஏற்படுகிறது. தவிர்க்க முடியாத அந்த நிலையிலும் அதனைக் கவனத்தோடு செய்ய வேண்டும். நம்முடைய செயல் அப்போதைக்கும் நெடுங்காலத்திற்குப் பிறகும் பாதிப்பை ஏற்படுத்தக் கூடியவையா என்பதனைத் தெரிந்து செய்ய வேண்டும். ஆனால் இன்று நாம் களைக் கொல்லிகளைப் பயன்படுத்தும் வேகத்தில் அது வெளிப்படவில்லை. தாவரங்களைக் கொல்லுகின்ற இரசாயனப் பொருட்களின் உற்பத்தியும், பயன்பாடும் அவ்வளவு அதிகரித்திருக்கின்றன.

அமெரிக்காவின் மேற்குப் பகுதிகளில் சேஜ்பிரஷ் என்ற மணப் பூண்டுச் செடி நிறைய வளர்ந்திருக்கும். அதனை அழித்துவிட்டு அங்கு புல்வெளிகளை உண்டாக்க முயற்சிகள் மேற்கொள்ளப்பட்டன. ஆனால் அது அந்த நிலப்பரப்பின் வரலாற்றையும் அர்த்தத்தையுமே கெடுத்துவிட்டது. ஏன் ஒரு நிலப்பரப்பு அப்படி இருக்க வேண்டும், அதனை ஏன் நாம் பாதுகாக்க வேண்டும் என்பதை விளக்கும் திறந்த புத்தகம் அது. அதனைப் படிக்காமலேயே விட்டுவிட்டார்கள்.

இந்த நிலம் மேற்குச் சமவெளிகளுக்கும் மலைகளின் அடிவாரங்களுக்கும் இடையில் உள்ளது. பல லட்சம் ஆண்டுகளுக்கு முன்னர் பாறைகள் நிறைந்த மலையிலிருந்து தோன்றியது. பருவ காலங்களின் உச்ச நிலைகள் இங்கே காணப்படும். நீண்ட பனிக்காலம். அப்போது மலைகளிலிருந்து பனி மழை கொட்டும். வெண்பனி சமவெளிகளில் காணப்படும். கோடை காலத்தில் கடும் வெயில். எப்போதாவது மழை பெய்யும். வறட்சி மண்ணின் ஆழத்திற்குப் போய்விடும். செடிகளிலுள்ள ஈரத்தைக் காற்று உறிஞ்சிவிடும்.

நிலப்பரப்பு உண்டாகத் தொடங்கிய காலத்தில், பல வகையான தாவரங்கள் முளைத்து அழிந்து போயிருக்கும். கடைசியில் இந்தக் கடும் குளிரையும் வெப்பத்தையும் தாங்கக்கூடிய ஒரு தாவரம்

தான் நிலைத்து நின்றிருக்கும். அதுதான் இந்த சேஜ் என்ற புதர்; அதிக உயரம் வளராது. மலையடிவாரத்திலும் சமவெளியிலும் நின்று வளரக் கூடியது. இலைகள் சிறியதாக சாம்பல் நிறத்தில் இருப்பதால் ஈரத்தை அவற்றின் இடையே தக்கவைத்துக் கொண்டு ஈரமற்ற காற்றை எதிர்த்து நிற்கும். இந்தத் தாவரம் இங்கே வளர்வது தற்செயலான நிகழ்ச்சியில்லை. இயற்கையின் பல்லாண்டுச் சோதனைகளுக்குப் பிறகு இது இப்பகுதியில் வளர்ந்திருக்கிறது.

இந்தத் தாவரம் வளரும்போது அதற்குத் தகுந்தாற்போன்ற விலங்குகளும் அங்கே வளர்ந்தன. அவற்றில் இரண்டு வகை. ஒன்று வேகமாக ஓடும் மான் போன்ற கறுப்பு ஆடுகள் (pronghorn antelope). இன்னொன்று கானாங் கோழி (Grouse). இவை இரண்டும் ஒன்றுக்கு இணையாக இன்னொன்று இருப்பது போலத் தோன்றுகிறது. சேஜ் காடு குறையக் குறைய கானாங் கோழிகளின் எண்ணிக்கையும் குறைந்து போயிற்று. இந்தச் சமவெளியில் கோழிகளுக்கு சேஜ் புதர்கள் தான் அடைக்கலம். மலையடிவாரச் சேஜ் புதர்களின் கீழ்ப்பகுதியில் கோழிகள் கூடு கட்டியிருக்கும். குஞ்சுகளுக்கும் அதுதான் இருப்பிடம். அவற்றிற்கான உணவும் கிடைத்து விடுகிறது. இந்த உறவு இரு தலைப்பட்டது. சேஜ்ஜைச் சுற்றியுள்ள மண்ணைக் கோழிகள் பொல பொலப்பாக ஆக்கி விடுகின்றன. இதனால் புல்கள் அங்கே முளைக்கும்.

கறுப்பு ஆடும் இந்த வாழ்க்கைக்குத் தன்னைப் பழக்கப் படுத்திக் கொண்டுவிட்டது. மான்கள் சமவெளியில் வாழும் விலங்குகள். பனிக் காலத்தில் வெண்பனி வந்தவுடன் மலையிலிருந்து அவை கீழேவரும். அங்கே அவற்றிற்கு சேஜ் தான் உணவு அளிக்கும். மணமான புரோட்டீன், கொழுப்பு மற்றும் தாதுப்பொருட்கள் நிறைந்த அதன் சாம்பல் பச்சை நிற இலைகள் கிளைகளில் ஒட்டிக் கொண்டிருக்கும். பனி மறைக்கத் தொடங்கினாலும், மேற்பகுதியை ஆடுகள் மேயும். கோழிகளுக்கும் அதுவே உணவாகிறது. பிற விலங்கினங்களுக்கும் பனிக்காலத்தில் சேஜ் உணவளிக்கிறது. ஆடுகள் தின்னும் ஆல்பால்பாவைவிடச் சத்தான உணவு கிடைக்கிறது.

எனவே சமவெளிகள், சேஜ் புதர்கள், கறுப்பு ஆடுகள், கானாங் கோழிகள் ஒரு சமநிலையை ஏற்படுத்துவதாக இருக்கின்றன. 'இருக்கின்றன' அல்லது 'இருந்தன'. ஏனென்றால் இயற்கையின் அமைப்பை மேம்படுத்துவதற்காக மனிதன் எடுக்கும் முயற்சிகள் இச்சமநிலையைக் கவிழ்த்துவிட்டன. முன்னேற்றம் என்ற பெயரால், கால்நடைப் பண்ணைகளுக்குத் தேவையான தீவனத்திற்காகப் பல

இடங்களைப் புல்வெளிகளாக மாற்றிவிட்டார்கள். எனவே புல்லும் சேஜ் புதரும் கலந்து மூடியிருந்த நிலையை மாற்றி இப்போது வெறும் புல்லை வளர்க்கத் திட்டமிடப்படுகிறது. புல்வெளி இந்தப் பகுதிக்குப் பொருத்தமான தாவரம் தானா என்று யாரும் எண்ணிப் பார்க்கவில்லை. இயற்கையின் பதில் வேறுவிதமாக இருந்தது. மழை இல்லாததால் மேய்ச்சல் புல் வளரவில்லை. இங்கு சேஜ்ஜின் கீழே வளரும் குட்டைப் புல் தான் முளைக்கும்.

சேஜ்ஜை அழித்துவிடும் திட்டம் பல ஆண்டுகளாகத் தொடர்கிறது. பல அரசு முகவர்கள் மிகுந்த அக்கறை காட்டுகிறார்கள். புல்லுக்கும், புல் விதைகளுக்கும் சந்தைகள் கிடைக்கும். புல்லை வெட்ட, விதைக்க, உழத் தேவையான எந்திரங்கள் விற்பனையாகும். இப்போது இரசாயன தெளிப்புகளும் சேர்ந்து கொண்டன. ஒவ்வொரு ஆண்டும் சேஜ் புதர்களுள்ள பல லட்சம் ஏக்கர்களில் இவற்றைத் தெளிக்கிறார்கள்.

இத்திட்டம் வெற்றி கண்டாலும், மிக நெருக்கமாக ஒன்றோடு ஒன்று பிணைந்திருக்கும் உயிர்ச் சங்கிலி அறுந்துவிடும். கறுப்பு ஆடும் கானாங் கோழியும் சேஜ்ஜோடு சேர்ந்து காணாமற் போய் விடும். காட்டு உயிர்கள் இல்லாமல் நிலமே பாழ்பட்டுப் போய் விடும்.

இது முதல் விளைவு. இரண்டாவதாக, இரசாயனக் கொல்லிகளைத் தெளிப்பதால் தேவையான தாவரங்களும் அழிந்து போகும். நீதியரசர் வில்லியம் டக்ளஸ் தனது நூலில் சுற்றுச்சூழல் அழிவு ஏற்படுவதை விளக்குகிறார். அமெரிக்க வனத் துறையினர் 10,000 ஏக்கர் சேஜ் நிலத்தில் இரசாயனத் தாவரக் கொல்லிகளைத் தெளித்தார்கள். சேஜ் அழிந்துவிட்டது. ஆனால் அலரி (willows) போன்ற வேறு தாவரங்களும் அழிந்துவிட்டன. அவற்றிற்கிடையே வாழும் நீர் நாயும் (beaver) வில்லோசை வெட்டி சிறு நீரோடைகளில் அணை அமைத்து அதனையே உண்டு வாழும். இதனால் சிறு ஏரிகள் உண்டாகும். வழக்கமாக ஆறு அங்குலமே வளரும் டிரவுட் மீன்கள் 5 பவுண்டு எடை வரைப் பெரிதாகும். நீர்ப் பறவைகளும் தண்ணீருக்கு வரும். வில்லோசும், நீர் நாயும் இருப்பதால் அந்தப் பகுதி மீன் பிடிப்பவர்களையும், வேட்டையாடுபவர்களையும் கவரும்.

ஆனால் வனத்துறை வளர்ச்சி என்ற பெயரில் செய்த கொடுமையால் வில்லோஸ் அழிந்து போனது. 1989இல் நீதியரசர் டக்ளஸ் அங்கே போனபோது வில்லோஸ் கொடிகள் வாடிக்

கிடப்பதைக் கண்டார். கடமான் (moose) என்னவாகும்? நீர் நாய்களும் அவை கட்டிய அணைகளும் என்னவாகும்? ஓராண்டு கழித்து அவர் திரும்பி வந்தபோது கடமான் இல்லை, நீர் நாய்களும் இல்லை. ஏரி இல்லை. டிரவுட் மீன் இல்லை. சிறிய நீரோடை வற்றிவிட்டது. உயிர் உலகும் சிதைந்து போயிற்று.

இங்ஙனம் புதர்கள் மண்டிய தரிசு நிலங்கள் சுமார் 40 லட்சம் ஏக்கர்கள் பாழ்படுகின்றன. இதுபோல வேறுபகுதி நிலங்களும் இரசாயனக் களைக்கொல்லிகளால் பாதிக்கப்படுகின்றன. நியூ இங்கிலாந்து பகுதிகளில் 5 கோடி ஏக்கர்களிலும், தென்மேற்குப் பகுதிகளில் 7.5 கோடி ஏக்கர்களிலும் களைக் கொல்லிகளைப் பயன்படுத்துகிறார்கள். களைக் கொல்லிகள் வேறு விளை நிலங்களிலும் தெளிக்கப்படுகின்றன. 1959இல் 5.3 கோடி ஏக்கர்களில் அமெரிக்காவில் களைக் கொல்லிகளைப் பயன்படுத்தியிருக்கிறார்கள்.

இரசாயனக் களைக்கொல்லிகள் விளையாட்டுப் பொருட்கள் போல ஆகிவிட்டன. அவற்றைப் பயன்படுத்துகிறவர்கள் கையில் இயற்கையை ஆட்சி செய்ய ஒரு ஆயுதம் கிடைத்து விட்டது. அவற்றைப் பயன்படுத்துவதால் ஏற்படும் நீண்டகாலப் பாதிப்புகளை வெறும் கற்பனை என்று தள்ளி விடுகிறார்கள். வேளாண் பொறியர்கள் இரசாயன உழவு என்று பறை சாற்றிக் கொள்கிறார்கள். அமெரிக்காவின் பல சிறு நகரப் பெரியோர்கள் இரசாயனப் பொருட்களை விற்பவர்களுடைய சொற்களை வேதவாக்காக எடுத்துக் கொள்கிறார்கள். சாலை ஓரங்களிலுள்ள புதர்களை அழித்து விடுகிறோம் என்று அவர்கள் சொல்வதைப் பணம் கொடுத்து ஏற்றுக் கொள்கிறார்கள். அப்புதர்களை வெட்டுவதை விட இது செலவு குறைவு என்பார்கள். ஆனால் அவற்றால் ஏற்படும் பின் விளைவுகளால் ஏற்படும் செலவு அதிகம்.

எடுத்துக்காட்டாக சுற்றுலா வருகிறவர்களின் எண்ணிக்கை குறைந்துவிடும். இரசாயனத் தெளிப்புகளால் முன்னர் அழகாக இருந்த சாலை ஓரங்கள் களை இழந்து போகின்றன. பரணிகளும், காட்டுச் செடிகளும், அவற்றில் மலரும் பூக்களும் புதர்களும் வாடிப் போகின்றன. நியூ இங்கிலாந்து பெண் ஒருவர் மனம் நொந்து இதுபற்றி எழுதியிருந்தார்.

1960இல் பல அமெரிக்க மாநிலங்களிலிருந்து இயற்கைப் பாதுகாவலர்கள் மெய்ன் தீவில் நடந்த மாநாட்டில் கலந்து கொள்ள வந்திருந்தார்கள். நிலத்தின் இயற்கை அழகைப் பாதுகாப்பது எப்படி

என்பது தான் அன்றைய கருப்பொருள். ஆனால் வந்திருந்தவர்கள் எல்லாம் வருகின்ற வழியில் அவர்கள் பார்த்த காட்சியினால் வருத்தமுற்று இருந்தார்கள். காரணம் முன்னர் பாதை பசுமை நிறைந்த காடுகளின் வழியாக இருந்தது.

கனெக்டிகட்டில் தாவரவியல் அறிஞர்கள் புதர்களும், காட்டுச் செடிகளும், காட்டுப் பூக்களும் அழிந்து போய்க் கொண்டிருப்பதைச் 'சாலையோரப் பேரழிவு' என்று குறிப்பிட்டு வருந்துகிறார்கள். தெற்கு நியூ இங்கிலாந்தில் உள்ள ஒரு சிறு நகரில் ஒப்பந்தக்காரர் ஒருவர் தெளிக்க வேண்டிய பகுதிகளில் வேலையை முடித்து விட்டார். அவருடைய பீப்பாயில் மீதமிருந்த இரசாயனப் பொருளைச் சாலையோரக் காடுகளில் இறைத்து விட்டார். அதன் விளைவாக அங்கே இலையுதிர் காலத்தில் நீலமும் தங்க நிறமும் கலந்த காட்டுப் பூக்களின் அழகுக் காட்சி மறைந்துவிட்டது. இதேபோல இன்னொரு இடத்தில் ஒப்பந்தக்காரர் சாலையோரப் பசுமைப் பகுதிகளில் களைக் கொல்லியை அளவுக்கு அதிகமாகத் தெளித்ததால் அவை நிறம்மாறிப் போய்விட்டன. மாசாசூசெட்சில் ஒரு நகரத்தில் அலுவலர்கள் ஒரு கடையில் களைக்கொல்லி மருந்துகளை வாங்கினார்கள். கடைக்காரர் அதில் ஆர்சனிக் கலந்திருக்கிறது என்பதைச் சொல்லவில்லை. பத்துப் பசுக்கள் இறந்து போய்விட்டன.

கனெக்டிகட் இயற்கைப் பாதுகாப்புப் பகுதியில் 1957இல் சாலையோரங்களில் களைக் கொல்லிகளைத் தெளித்தார்கள். இதனால் பெரிய மரங்கள் கூடப் பாதிக்கப்பட்டன. ஓக் மரங்களின் இலைகள் சுருண்டு பழுப்பு நிறமாயின. இரண்டாண்டுகளுக்குப் பிறகு பெரிய கிளைகள் பட்டுப் போயின. சிலவற்றில் இலைகளே இல்லை. மரங்கள் அழுது வடிந்தது போன்ற ஒரு தோற்றத்தைப் பெற்றன.

நான் வழக்கமாகப் போகும் ஒரு சாலையில் பல்வேறு இலைகள், பூக்களுள்ள செடிகள் பருவத்திற்குப் பருவம் மாறும் நிறங்களையும் மணங்களையும் கொண்டிருக்கும். அந்தச் சாலையில் போக்குவரத்தும் அதிகம் இருக்காது. காரோட்டிகளின் பார்வையை மறைக்கும் வளைவுகளும் இல்லை. ஆனால் பல மைல்கள் தூரம் இரசாயனப் பொருட்களைத் தெளித்து அதன் எழிலை அழித்து விட்டார்கள். இங்கொன்றும் அங்கொன்றுமாகச் சில பகுதிகளை விட்டு வைத்தார்கள். அவற்றைப் பார்க்கும்போது மட்டும் எனது

உள்ளம் உற்சாகத்தில் நனையும். லில்லியின் அழகை மேலே பயணிக்கும் வெள்ளை மேகங்கள் எடுப்பாய்க் காட்டும்.

இரசாயனப் பொருட்களை விற்றுப் பணம் பண்ணுகிற கூட்டத்திற்கு வேண்டுமென்றால் இந்தச் செடி கொடிகள் எல்லாம் களைகளாகத் தோன்றலாம். களைக் கொல்லிகளைப் பயன்படுத்துவதை ஆதரிப்போர் இப்போதெல்லாம் ஒரு தத்துவத்தையே முன்வைக்கிறார்கள். 'களைகளைக் கொல்லும்போது நல்ல தாவரங்களையும் அழித்து விடுகிறோம். என்ன செய்வது? அவை கூடா நட்பினரோடு அல்லவா இருக்கின்றன?' என்று சொல்கிறார்கள். 'இப்படிச் சாலையோரம் மலரும் காட்டுப் பூக்களை அழித்துவிடலாமா? என்று கவலை தெரிவித்தால் அவர்கள் தரும் பதில் வேடிக்கையானது. 'இவர்களுக்கு வெறி நாயின் உயிர், குழந்தைகளின் உயிரைவிட மேலானது,' என்கிறார்கள்.

சாலை ஓரங்களில் வளரும் செடிகள், அவற்றில் மலரும் பூக்கள், அங்கே பறந்து அமர்கின்ற பறவைகள் ஆகியவற்றின் மென்மையான அழகு, தீயினால் எரிந்துபோன, இரசாயனப் பொருட்களால் காய்ந்து போய் வாடிக்கிடக்கின்ற பகுதிகளை விட உயர்ந்தது என்று எங்களைப் போன்றவர்கள் நினைப்பது பைத்தியக்காரத்தனமாகச் சிலருக்குத் தோன்றலாம். களைகளைப் பார்த்து ரசிக்கின்ற நாங்கள், அவற்றை அழித்துவிட்டதால் ஆனந்தம் கொள்ளாமல், மனிதன் பிழைபட்டுக் கிடக்கும் இயற்கையின் மேல் வெற்றி கண்டிருப்பது கண்டு பெருமிதம் கொள்ளாமல் இருப்பது எங்களுடைய கையாலாகாத தன்மையைக் காட்டுகிறது என்று அவர்கள் கருதலாம்.

சாலை ஓரச் செடிகள் அழகைத் தருவது மட்டுமில்லை; அவற்றால் வேறு நன்மைகளும் உள்ளன என்பதை அறிந்து கொள்ள வேண்டும். வேலிச் செடிகள் பறவைகளுக்கு உணவும், கூடு கட்ட இடமும் தருகின்றன. சிறுசிறு விலங்குகளுக்கு அவையே அடைக்கலம். அமெரிக்காவின் கிழக்கு மாநிலங்களில் மட்டும், 70 வகையான புதர்களும் கொடிகளும் உள்ளன. அவற்றில் 65 வகைகள் பறவைகளுக்கும் விலங்குகளுக்கும் உணவு தருகின்றன.

இது மட்டும் இல்லை. வண்டுகளும், மகரந்தச் சேர்க்கைக்கு உதவும் பூச்சிகளும் இத்தகைய தாவரங்களையே நம்பி வாழ்கின்றன. அவற்றை நம்பி உழவன் இருக்கிறான். இது அவனுக்கே தெரியாது. சில வேளாண் பயிர்களும், காட்டுச் செடிகளும் மகரந்தச் சேர்க்கைக்கு உதவும் பூச்சிகளையே பெருமளவு சார்ந்திருக்கின்றன.

பயிர்களின் மகரந்தச் சேர்க்கைக்கு நூற்றுக்கணக்கான வகை வண்டுகள் உதவுகின்றன. ஆல்ஃபால்ஃபா பூக்களில் மட்டும் 100 வகை வண்டுகள் அமர்கின்றன. பயிர் செய்யாத தரிசு நிலங்களில் வளரும் தாவரங்கள் மண்ணை வளப்படுத்தவும், மண் அரித்து விடாமல் பாதுகாக்கவும் உதவுகின்றன. அயல் மகரந்தச் சேர்க்கை இல்லாவிட்டால் அவை அழிந்துவிடும். இதனால் சுற்றுச்சூழல் அமைவு கெட்டுவிடும். பல புதர்கள், மூலிகைகள், வனத்திலுள்ள மரங்கள் இனப்பெருக்கத்திற்கு வண்டுகளையே சார்ந்திருக்கின்றன. இவை இல்லாவிட்டால் விலங்குகளும் பறவைகளும் உணவு கிடைக்காமல் தவிக்க வேண்டியிருக்கும். இப்போது வேதிப் பொருட்களைப் பயன்படுத்தி வேலிச் செடிகளையும், களைகளையும் அழிக்கும் போது மகரந்தச் சேர்க்கைக்கு உதவும் பூச்சிகளையும் சேர்த்து ஒழித்துவிடுகிறோம். இதனால் உயிரோடு உயிரை இணைக்கும் மெல்லிய சங்கிலியை அறுத்து விடுகிறோம்.

நம்முடைய கண்களுக்கு விருந்தளிக்கும் இயற்கைச் செல்வங்களையும் நம்முடைய வேளாண்மைக்கு உயிர்நாடியாக இருக்கும் வண்டுகளையும் பூச்சிகளையும் அறிவில்லாமல் அழித்துவிடுகிறோம். தேனீக்களும், வண்டுகளும் களைகள் என்று நாம் கருதுகின்ற செடி கொடிகளையே மகரந்தத்திற்காகச் சார்ந்திருக்கின்றன. அவற்றின் குஞ்சுகளுக்கு அதனையே உணவாகத் தருகின்றன. ஒரு பருவத்தில் மட்டும் மலரும் பூக்களின் மகரந்தம் கிடைக்காதபோது வேறு வகை மலர்களை வண்டுகள் நாடும். இவை அனைத்தும் இயற்கையின் பருவங்களின் சரியான சுழற்சியினால் நடக்கின்றன. இதுபற்றி அறிந்திருப்போர் பலர். ஆனால் வேதிப் பொருட்களால் தாவரங்களையும், வண்டுகளையும் அழிக்கக் கட்டளை இடுபவர்கள் அவர்கள் இல்லை.

தாவர, விலங்கு உயிர்களைக் காப்பாற்ற அவற்றின் இருப்பிடத்தையும் பாதுகாக்க வேண்டும் என்று தெரிந்து வைத்திருப்போர் எங்கே போனார்கள்? ஆனால் அவர்களில் பலர் தாவரக் கொல்லிகள் தீங்கிழைக்காதவை என்று சமாதானம் சொல்கிறார்கள். ஏனென்றால் அவை பூச்சிக் கொல்லிகள் அளவிற்குக் கொடியவை இல்லையாம். ஆனால் தாவரக் கொல்லிகளைப் பயன்படுத்துவதால், சிறிய விலங்குகள், பூச்சிகள் வாழும் இருப்பிடத்தை நிரந்தரமாக அழித்து விடுகிறோம். அவற்றை நேரடியாகச் சொல்லாமல், அவற்றிற்கு உணவு கிடைப்பதைக் கெடுத்து, உறைவிடத்தையும் அழிப்பது கொடுமை அல்லவா?

வேதிப் பொருட்களைப் பயன்படுத்தி சாலை ஓரச் செடிகளையும் புதர்களையும் அழிக்க நினைப்பது வேடிக்கை தான். முதலாவதாக நாம் சரிசெய்யும் முயற்சி தோல்வியையே தருகிறது. ஆமாம்! சாலை ஓரப் புதர்களை நீக்கத் தாவரக் கொல்லிகளைத் தெளிப்பதால் நிரந்தரமாக அவற்றை ஒழித்து விடுவதில்லை. மீண்டும் மீண்டும் அவை முளைத்துவிடும். எனவே ஒவ்வொரு ஆண்டும் திரும்பத் தெளிக்க வேண்டியதிருக்கிறது. இன்னொன்று, ஒரு குறிப்பிட்ட களையைக் கொல்வதற்கு என்று தனித்தனி இரசாயனப் பொருட்கள் இப்போது கிடைக்கின்றன. அவற்றைப் பயன்படுத்தாமல் எல்லாவற்றையும் ஒரு சேர அழிக்கும் களைக் கொல்லிகளையே பயன்படுத்துகிறோம்.

சாலை ஓரங்களில் தாவரங்களை ஒழிக்கும் நோக்கம் புல்லைத் தவிர எல்லாத் தாரவங்களையும் ஒழிப்பது இல்லை. காரோட்டிகளின் பார்வையை மறைக்கும் தாவரங்களையும், மேலே செல்லும் கம்பிகளைத் தடுக்கும் தாவரங்களையும் அழிப்பது முக்கிய நோக்கம். தரையோடு இருக்கும் புதர்கள், பெரணிகள் எல்லாம் எந்தப் பாதிப்பையும் ஏற்படுத்துவதில்லை. அப்படியானால் மரங்களைத் தான் நீக்க வேண்டும்.

டாக்டர் ஃபிராங்க் எக்லர் என்பவர் தேவையில்லாத தாவரங்களை மட்டும் அழிக்கும் தேர்வு செய்யப்பட்ட தெளிப்புகளைப் (selective spraying) பயன்படுத்தும் முறையை உண்டாக்கினார். பெரும்பாலான புதர்கள் மரங்கள் உள்ளே நுழைவதைத் தடுத்துவிடும். இது இயற்கையின் நிலைப்படுத்தும் தன்மை. ஆனால் புல்வெளிகளில் எளிதில் மரங்களை நட்டுவிடலாம். இந்த இயற்கை நிலையை ஃபிராங்க் பயன்படுத்தினார். இங்கே நோக்கம் சாலை ஓரங்களில் புல்லை வளர்ப்பதில்லை. மாறாக உயரமான மரங்களில் நேரடியாக வேதிப் பொருட்களைப் பயன்படுத்தும் அதே நேரத்தில் பிற தாவரங்களைப் பாதிக்காமல் இருப்பது. இதனை ஒருமுறை செய்தால் போதும். அதன் பிறகு புதர்கள் மரங்கள் வளரவிடாமல் தடுத்துவிடும். தேவையற்ற தாவரங்களைக் கட்டுப்படுத்த மலிவான நல்ல முறை வேதிப் பொருட்களைப் பயன்படுத்துவது இல்லை; பிற தாவரங்களே அந்த வேலையைச் செய்யும்.

இந்த முறையை கிழக்கு அமெரிக்காவின் பல இடங்களில் பயன்படுத்தினார்கள். ஒழுங்காகச் செய்தால், அந்தப் பகுதி ஒரு நிலைக்கு வந்து விடுகிறது. மீண்டும் இருபது ஆண்டுகளுக்குத் தெளிக்க வேண்டியது அவசியமில்லை. தெளிப்பவர் முதுகில்

தெளிப்பானைக் கட்டிக் கொண்டு நடந்தே தனது வேலையைச் செய்யலாம். சில சமயங்களில் வாகனங்களிலிருந்தும் தெளிக்கலாம். ஆனால் எல்லாப் பகுதிகளிலும் தெளிப்பதில்லை. தேவையான மரங்கள், உயரமான புதர்கள் ஆகியவற்றை நோக்கி மட்டும் தெளிக்க முடியும். இதனால் சுற்றுச் சூழல் கெடுவதில்லை. பூச்சிகள், வண்டுகள் அழிக்கப்படுவதில்லை. புதர்கள், பெரணிகள், காட்டுப்பூச்சிகளின் அழகையும் தியாகம் செய்ய வேண்டியதில்லை. இந்தப் புதிய முறையை சில இடங்களில் மட்டுமே பயன்படுத்துகிறார்கள். பல இடங்களில் பழக்கம் மறைய மறுக்கிறது. எல்லாத் தாவரங்களையும் அழித்துப் போட்டு விடுகிறார்கள். இங்ஙனம் தேர்ந்தெடுக்கப்பட்ட தாவரங்களை மட்டும் அழிப்பது பல வகைகளில் நன்மை தருகிறது. மிகக் குறைந்த அளவே இரசாயனப் பொருள் பயன்படுத்தப்படுகிறது. மரங்களின் தூர்களிலேயே செலுத்தப்படுகிறது. இதனால் பிற உயிரினங்கள் மிகக் குறைவாகவே பாதிக்கப்படுகின்றன.

மிக அதிகமாகப் பயன்படுகின்ற தாவரக் கொல்லிகள் 2, 4-D, 2, 4, 5-T ஆகியவை. இவை நச்சு நிறைந்தவையா என்று உறுதி செய்யப்படவில்லை. ஆனால் 2, 4-D-யைத் தங்கள் புல்வெளியில் தெளிப்பவர்கள் மேல் அது பட்டுவிட்டால், அவர்கள் நரம்பு நோய்களுக்கு ஆளாகிறார்கள். பக்கவாதமும் வருகிறது. இவை பரவலாக இல்லாவிட்டாலும் கவனம் தேவை என்று மருத்துவர்கள் எச்சரிக்கிறார்கள். 2, 4-D-யைப் பயன்படுத்துவதால் செல்களில் மூச்சு விடுதல் பாதிக்கப்படுகிறது. X-கதிர்களைப் போல குரோமோசோம்களைப் பாதிக்கின்றன.

நேரடியான நச்சுத் தன்மையை இந்த வேதிப் பொருட்கள் காட்டுகின்றன. அதோடு மறைமுகமான விளைவையும் சில களைக்கொல்லிகள் ஏற்படுத்துகின்றன. அவற்றில் ஒன்று ஆர்சனிக் போன்ற தாவரக் கொல்லிகளைத் தெளித்த தாவரத்தை நோக்கிக் கால்நடைகளும், காட்டு விலங்குகளும் ஈர்க்கப்படுகின்றன என்பது. வழக்கமாக அந்தத் தாவரம் அவற்றிற்கு உணவாக இருக்காது. ஆர்சனிக்கை விடக் குறைந்த நச்சுத் தன்மை உள்ள வேதிப் பொருட்களைத் தெளித்தாலும் இப்படி நேரிடுகிறது. அந்தத் தாவரமே நச்சுத் தாவரமாக இருந்து விட்டால் விளைவு சாவு தான். அந்தத் தாவரங்களில் முட்கள் இருந்தாலும் ஆபத்து தான். இப்படிச் சாவுகள் நிகழ்ந்ததற்குப் பல எடுத்துக்காட்டுகள் உள்ளன. பன்றிகள் சில இலைகளைத் தின்று நோயுற்றன. ஆடுகள் நச்சு மருந்து தெளிக்கப்பட்ட முட்புதர்களின் இலைகளைத் தின்று மாண்டு போயிருக்கின்றன. கடுகுப் பூவில் அமர்ந்த வண்டுகள்

செத்திருக்கின்றன. சில வகை செடிகளின் இலைகள் மிக நச்சுத் தன்மை உடையவை. அவற்றில் 2, 4-D-யைத் தெளித்தவுடன் அவை கால்நடைகளைக் கவர்கின்றன. இப்படி நடப்பதற்குக் காரணம் வேதிப் பொருட்கள் தெளிக்கப்பட்ட தாவரங்களில் சில வளர்சிதை மாற்றங்கள் ஏற்படுகின்றன. தற்காலிகமாக அவற்றின் இனிப்புத் தன்மை அதிகமாகிறது. அதனால் விலங்குகள் கவரப்படுகின்றன.

2, 4-D-யைப் பயன்படுத்துவதால் இன்னொரு முக்கியமான விளைவும் ஏற்படுகிறது என்று கண்டுபிடித்திருக்கிறார்கள். இரசாயனக் களைக்கொல்லிகளைப் பயன்படுத்திய பிறகு, தானியம் மற்றும் பீட்ரூட் ஆகியவற்றில் நைட்ரேட்டின் அளவு கூடுகிறது என்பது சில சோதனைகள் மூலம் தெரிய வந்திருக்கிறது. சூரியகாந்தி, சோளம் ஆகியவற்றிலும் இது நடந்தது கண்டுபிடிக்கப்பட்டது. இவற்றில் பலவற்றை வழக்கமாகக் கால்நடைகள் உண்ணாது. ஆனால் 2, 4-D தெளிக்கப்பட்ட பிறகு அவற்றை விரும்பி உண்கின்றன. இதனால் கால்நடைகள் இறக்கின்றன. நைட்ரேட்டுகள் கூடுவதால் விலங்குகளின் உணவுப் பாதையில் பாதிப்பு ஏற்படுகிறது. பெரும்பாலான விலங்குகளின் உணவுப் பாதைகள் வித்தியாசமானவை. அவற்றின் இரைப்பையில் நான்கு அறைகள் இருக்கும். செல்லுலோஸ் எனப்படும் உணவுப் பொருள் அவற்றின் ஒரு அறையில் செரிக்கப்படும். அவற்றிற்கு அங்குள்ள நுண்ணுயிர்கள் உதவும். ஒரு விலங்கு நைட்ரேட்டுகள் அதிகமான இலை தழைகளை உட்கொண்டால், இந்த நுண்ணுயிரிகள் நைட்ரேட்டுகளை நச்சுத் தன்மையுள்ள நைட்ரேட்டுகளாக மாற்றி விடுகின்றன. இதன் பிறகு ஒரு தொடர் சங்கிலி நிகழ்ச்சிகள் நடக்கின்றன. நச்சூட்டப்பட்ட நைட்ரைட்டுகள் இரத்தத்தை சாக்லட் நிறப் பொருளாக மாற்றி விடுகின்றன. இது ஆக்சிஜனை பிடித்து வைத்துக் கொள்கிறது. இதனால் மூச்சுவிடுவதில் பங்கேற்க முடியாது. எனவே நுரையீரல்களிலிருந்து ஆக்சிஜன் திசுக்களுக்குச் செல்லாது. ஆக்சிஜன் கிடைக்காததால் சில மணி நேரங்களில் சாவு நேர்கிறது. எனவே 2, 4-D தெளிக்கப்பட்ட களைகளைத் தின்ற கால்நடைகள் இறந்து போனதற்கான காரணம் தெளிவாகிறது. மான்கள், ஆடுகளுக்கும் இதே போன்ற பாதிப்பு ஏற்படும்.

ஈரப்பதமில்லாத பருவ நிலை போன்ற வேறு காரணங்களாலும் நைட்ரேட்டின் அளவு கூட வாய்ப்பு இருக்கிறது. எனினும் 2, 4-D-ஆல் ஏற்படும் ஆபத்தை விட்டுவிட முடியாது. இந்த ஆபத்து மனிதருக்கும் இருக்கிறது. அமெரிக்காவில் தானியக் களஞ்சியத்தில் ஏற்படும் மர்மச் சாவுகளுக்கு இதுவே காரணம். ஓட்ஸ், சோளம்

முதலான தானியங்கள் களஞ்சியத்தில் வைக்கப்பட்டிருந்தன. அவற்றில் நைட்ரேட்டுகள் அதிகமாக இருந்ததால் நச்சுள்ள நைட்ரஸ் ஆக்சைடு வெளிப்பட்டது. களஞ்சியத்துக்குள் நுழைந்தவர்கள் இறந்து விட்டார்கள். அந்த வாயுவை கொஞ்சம் சுவாசித்தாலும் நியூமோனியா வந்துவிடும்.

'வெண்கலக் கடைக்குள் யானை புகுந்தது போல நாம் இயற்கைக்குள் மீண்டும் நுழைந்து விட்டோம். எல்லாக் களைகளும் பயிர்களுக்கும் பாதிப்பு விளைவிக்குமா அல்லது அவற்றில் சில நன்மை பயக்குமா என்பது நமக்குத் தெரியவில்லை,' என்று எழுதுகிறார் டச்சு நாட்டு விஞ்ஞானி பிரியஜர்.

'மண்ணுக்கும் களைக்கும் என்ன தொடர்பு?' என்று நாம் கேட்பதில்லை. நம்முடைய தன்னலமிக்கக் குறுகிய நோக்கில் பார்த்தால் கூட, களைகள் பயனுள்ள வேலையையே செய்கின்றன. மண்ணும், அதனுள்ளும் அதன் மேலும் இருக்கும் உயிரிகளும் ஒன்றையொன்று சார்ந்தும், ஒன்றுக்கொன்று பயனுள்ளனவாகவும் இருக்கின்றன என்று பார்த்தோம். களை மண்ணிலிருந்து எதையோ எடுத்துக் கொள்கிறது. மண்ணுக்கும் களை எதையாவது தந்தாக வேண்டும். இதனை அண்மையில் ஹாலண்டில் நடந்த நிகழ்ச்சி உறுதி செய்கிறது. அங்குள்ள நகரமொன்றில் பூங்காவில் ரோஜாக்கள் சரிவரப் பூக்கவில்லை. மண்ணைச் சோதித்தபோது அதில் ஒரு வகைப் புழுக்கள் இருப்பது கண்டுபிடிக்கப்பட்டது.

விஞ்ஞானிகள் இரசாயனத் தெளிப்புகளையோ, மண்ணை இரசாயன மாற்றத்திற்கு உட்படுத்த வேண்டுமென்றோ சொல்லவில்லை. மாறாக, ரோஜாக்களுக்கு இடையில் மஞ்சள் பூக்கள் பூக்கும் சென்டிகைப் பூச்செடிகளைப் (மேரிகோல்ட்) பயிரிட வேண்டுமென்று பரிந்துரைத்தார்கள். இந்த செடி ரோஜாத் தோட்டத்தில் களையாகத் தான் கருதப்படும். ஆனால் அதனுடைய வேர்களிலிருந்து ஒரு திரவம் வெளிப்பட்டு புழுக்களைக் கொன்றுவிடும்.

விஞ்ஞானிகளுடைய ஆலோசனை ஏற்றுக் கொள்ளப்பட்டது. விளைவு பாராட்டத்தக்கதாக இருந்தது. மேரிகோல்ட் ஊடு பயிராகப் பயிரிடப்பட்ட தோட்டங்களில் ரோஜாச் செடிகள் நன்றாக

வளர்ந்தன. மேரிகோல்டைப் பயிரிடாத தோட்டங்களில் ரோஜாச் செடிகள் வாடிவிட்டன. எனவே இப்போது அந்தக் குறிப்பிட்ட வகைப் புழுக்களை எதிர்க்க மேரிகோல்டைப் பயிரிடுகிறார்கள்.

இதனைப் போலவே, களைகளால் இன்னொரு பயனும் உள்ளது. மண்ணின் தன்மையைக் களைகள் காட்டிக் கொடுக்கின்றன. வேதிப் பொருட்களைத் தெளிப்பதால் இது கெட்டு விடுகிறது. மேலும் களைகள் பூச்சிகள் மற்றும் பிற உயிரிகளுக்கு உறைவிடமாக இருக்கின்றன. இப்போது பூச்சிக் கொல்லிகளால் அற்றின் மரபணுக் காரணிகள் மாறுகின்றன. அதனால் அவை பூச்சிக் கொல்லிகளுக்கு எதிர்ப்பு சக்தியைப் பெறுகின்றன. எனவே அவற்றின் மரபணு அமைப்பில் மேலும் மாறுதல்கள் ஏற்படும் முன்னால் பூச்சிகள், பூஞ்சக் காளான்கள் முதலியவற்றிற்கான உயிர்க் காப்பகங்கள் ஏற்படுத்துவது அவசியமாகலாம் என்று ஒரு விஞ்ஞானி கருதுகிறார்.

பூச்சிக் கொல்லிகளால் இயற்கையில் வேறு மாறுதல்கள் ஏற்படுவது பற்றியும் சுற்றுச்சூழலியலாளர்கள் எச்சரிக்கிறார்கள். 2, 4D-யைப் பயன்படுத்துவதால் பெரிய இலைத் தாவரங்கள் அழிந்து விடுகின்றன. இதனால் புல்கள் வளர்வதற்குப் போட்டி இல்லை. ஆகவே புல்கள் இப்போது களைகளாகவே மாறிவிட்டன. இவை தானியங்களையும் சோயாபீன் பயிரையும் பாதிக்கின்றன.

ரேக்வீட் (ragweed) என்பது ஒருவகை களை. இதன் மகரந்தம் ஹேஃபீவர் என்ற ஒருவகைக் காய்ச்சலை உண்டாக்குகிறது. இதனைக் கட்டுப்படுத்தச் சாலையோரங்களில் ஆயிரமாயிரம் கேலன்கள் இரசாயனப் பொருட்கள் பயன்படுத்தப்பட்டன. இப்படி ஒட்டு மொத்தமாக மருந்தடித்ததால் ரேக்வீட் இன்னும் அதிகமாக வளரத் தலைப்பட்டது. மருந்தடிப்பதால் வேறு புதர்கள், பெரணிகள் எல்லாம் அழிந்துவிடுவதால் காலியான இடங்களை ரேக்வீட் நிறைத்து விடுகிறது. இதற்குப் பதிலாக, அடர்ந்த புதர்களையும், பெரணிகளையும் வளரவிட்டிருக்க வேண்டும்.

தேர்வு செய்யப்பட்ட தெளிப்புகளை (selective spraying) சாலை ஓரங்களிலும், தோட்டங்களிலும் பயன்படுத்துவது நல்ல வெற்றியைத் தந்திருக்கிறது. இதுபோலவே, பண்ணைகள், காடுகள், தோட்டங்களிலும் வேறு முறைகளைக் கண்டுபிடித்து தேவையற்ற

களைத் தாவரங்களை மட்டும் தேடி அழிப்பது இயற்கையைப் பாதுகாக்கும். இங்ஙனம் பல இடங்களில் சோதனை செய்து வெற்றி பெற்றிருக்கிறார்கள்.

கலிஃபோர்னியாவில் பயன்படுத்தப்பட்ட ஒரு முறைமை ஒரு சிறந்த எடுத்துக்காட்டு. அந்தக் களை ஐரோப்பாவிலிருந்து அமெரிக்காவிற்குள் நுழைந்தது. கிளாமத் ஆற்றின் அருகில் 1900களில் அதிகமாகப் பரவிவிட்டது. 1952இல் 25 லட்சம் ஏக்கர் நிலத்தை நிரப்பிவிட்டது. இந்தக் களையால் அமெரிக்காவில் எந்தச் சுற்றுச்சூழல் பயனுமில்லை. விலங்குகளுக்கோ, தாவரங்களுக்கோ அதனால் எந்தப் பயனுமில்லை. ஆனால் இதனை உண்ணும் கால்நடைகள் பாதிக்கப்பட்டன.

ஐரோப்பாவில் இந்த வகைக் களைகளால், பிரச்சினை இல்லை. காரணம் அங்கே அதனைத் தின்று வாழும் வண்டுகள் நிறைய இருந்தன. எனவே ஒரு சமநிலை எப்போதும் காக்கப்பட்டது. ஆகவே 1944இல் இரண்டு வகை வண்டுகளை அமெரிக்காவில் இறக்குமதி செய்தார்கள். அவை 1979ஆம் ஆண்டுக்குள் பல மடங்கு பெருகிவிட்டன. ஒரு பகுதியில் அந்தக் களையை அழித்த உடன் வண்டுகள் வேறு பகுதிக்குப் போய்விடும். அப்போது அங்கே வேறு பயிர்கள் முளைக்கத் தொடங்கும். இந்த முறையில் 1959க்குள் கிளாமெத் களை என்ற அந்தக் களை ஒரு சதவீதத்திற்குக் குறைந்து விட்டது.

களையைக் கட்டுப்படுத்த ஆஸ்திரேலியாவில் வேறு ஒரு முறை பயன்படுத்தப்பட்டது. 1787இல் ஆர்தர் பிலிட் என்பவர் ஆஸ்திரேலியாவிற்குப் பலவகைக் கள்ளிச் செடிகளைக் கொண்டு வந்தார். அவற்றிலிருந்து சாயம் தயாரிக்க ஒரு வகைப் பூச்சிகளைக் கொண்டு வந்தார். கள்ளிச் செடிகள் சில அவருடைய தோட்டங்களிலிருந்து 1925இல் தப்பித்து வெளியே போய்விட்டன. எந்தக் கட்டுப்பாடுமின்றி அவை நாடெங்கும் பரவிப் பாதி இடத்தை பயிர் செய்யத் தகுதியற்றதாக ஆக்கிவிட்டன.

1920இல் ஆஸ்திரேலியாவில் சூழலியலறிஞர்களை அமெரிக்காவிற்கு அனுப்பி அங்கு எப்படி இந்தக் கள்ளிச் செடிகளைக் கட்டுப்படுத்துகிறார்கள் என்று கண்டறிந்தார்கள். பல

ஆராய்ச்சிகளுக்குப் பிறகு அர்ஜென்டைனாவிலுள்ள ஒரு வகை அந்துப் பூச்சியின் 300 கோடி முட்டைகளை ஆஸ்திரேலியாவில் செலுத்தினார்கள். ஏழாண்டுகளில் எல்லாக் கள்ளிச் செடிகளும் அழிந்துவிட்டன. வேளாண்மை செய்யத் தகுதியாகிவிட்டது. இதற்கான செலவு மிகக் குறைவு. இதற்கு முன்னர் இரசாயனப் பொருட்களைப் பயன்படுத்த ஒரு ஏக்கருக்கு 10 பவுண்டு செலவாயிற்று.

இந்த இரண்டு எடுத்துக்காட்டுகளும் தாவரங்களைத் தின்னும் பூச்சிகளைப் பயன்படுத்தித் தேவையற்ற தாவரங்களை அழித்து விடலாம் என்று காட்டுகின்றன. இந்தப் பூச்சிகள் எந்தத் தாவரங்களை விரும்பி உண்கின்றன என்று ஆராய்ந்து தகுந்த பூச்சிகள் களைகளைத் தின்னப் பயன்படுத்துவது நல்லது.

7. தேவையற்ற அழிவு

இயற்கையை வெற்றி கொள்ளப் போகிறோம் என்ற தனது இலக்கை நோக்கிச் செல்லும் மனிதன் அழிவின் வரலாற்றை எழுதிக் கொள்கிறான். தான் வாழும் உலகை மட்டுமின்றி தன்னோடு உயிரைப் பகிர்ந்து கொள்பவற்றையும் ஒழித்து விடுகிறான். அண்மை நூற்றாண்டுகளின் வரலாற்றின் பக்கங்களில் பல இருண்டு போய்க் கிடக்கின்றன. அமெரிக்காவின் மேற்குச் சமவெளிகளில் எருமைகளைக் கொன்று விட்டார்கள். கரைகளில் கானம் பாடும் பறவைகளை ஒட்டு மொத்தமாகச் சுட்டு விட்டார்கள். நாரைகளை அவற்றின் குஞ்சுகளுக்காகக் கூண்டோடு அழித்து விட்டார்கள். இப்போது அவ்வரலாற்றில் ஒரு புதிய அத்தியாயத்தை எழுதுகிறோம். நிலத்தில் தெளிக்கின்ற வேதிப் பொருள்களால் காட்டு விலங்குகள் அனைத்தையும் - பறவைகள், பாலூட்டிகள், மீன்கள் அனைத்தையும் நேரடியாகக் கொன்று வருகிறோம்.

இப்போது நம்முடைய வாழ்க்கைத் தத்துவம் என்ன? மனிதனின் வழியில் குறுக்கிடுகின்ற அனைத்தையும் தெளிப்பானால் அழித்து விட வேண்டும்; அவ்வளவு தான். பூச்சிகளுக்கு எதிரான இந்தப்

போரில் பல உயிரினங்கள் மாட்டிக் கொண்டன. ராபின்கள், கௌதாரிகள், பூனைகள், ஏன் அப்பாவிக் கால்நடைகளும் கூட நாம் குறிவைத்துத் தாக்கும் பூச்சிகளோடு தான் இருக்க வேண்டியதிருக்கும். பூச்சிகளைக் கொல்லத் தெளிக்கப்படும் நச்சு மழையில் அவையும் சிக்கிக் கொள்கின்றன.

காட்டு உயிரினங்கள் அழிந்து போகின்றனவா? அழிவது தேவைதானா? இந்தக் கேள்வி சாதாரணக் குடிமகனைக் குழப்பத்தில் ஆழ்த்துகிறது. ஒரு பக்கம் இயற்கைப் பாதுகாவலர்களும், வன உயிர் அறிஞரும் இழப்புக்கள் ஈடுசெய்ய முடியாதவை என்று அச்சமூட்டுகிறார்கள். இன்னொரு பக்கம், பாதுகாப்பு முகவர்கள் அப்படி எந்த இழப்பும் ஏற்படவில்லை என்றும், அப்படியே இருந்தாலும், அதற்கு எந்த முக்கியத்துவமும் இல்லை என்றும் வாதிடுகிறார்கள். இவற்றில் எதை நாம் ஏற்றுக் கொள்வது?

இந்த இரு தரப்பில் எந்தத் தரப்புக்குத் தகுதி இருக்கிறது என்று பார்க்க வேண்டும். வன உயிரியல் அறிஞர்தான் வன உயிர்களின் அழிவைக் கண்டு சரியான முடிவுக்கு வரமுடியும். பூச்சியியல் அறிஞர் பூச்சிகள் பற்றிச் சிறப்பாகக் கூற முடியும். ஆனால் அவரே முன்னின்று நடத்தும் கட்டுப்பாட்டுத் திட்டத்தின் விரும்பத்தகாத விளைவுகள் பற்றி முடிவு சொல்ல அவருக்குப் பயிற்சியும் இல்லை; விருப்பமும் இருக்காது. ஆனால் அமெரிக்க மாநில, மைய அரசுகளின் அலுவலர்கள் தான், வன உயிர்களுக்கு ஆபத்தில்லை என்று கூறுகிறார்கள். அவர்களோடு இரசாயனப் பொருள் தயாரிப்பாளர்களும் சேர்ந்து கொள்கிறார்கள். திருவிவிலியத்தில் நல்ல சமாரியன் உவமை அனைவருக்கும் தெரியும். அடிபட்டுக் கிடப்பவனைப் பார்த்தும் பாராதது போலச் செல்கிறார்கள் அல்லவா மத குருவும், லேவியனும்! அதுபோலத் தான் இவர்களும். எனவே அவர்கள் சாட்சியத்தை நாம் ஏற்றுக் கொள்ள வேண்டியதில்லை.

அப்படியானால் உண்மையைக் கண்டறிந்து நேர்மையான முடிவிற்கு நாம் வருவது எப்படி? கட்டுப்படுத்த நடைபெற்ற பெரிய அளவிலான திட்டங்களைப் பற்றி விருப்பு வெறுப்பற்ற பார்வையாளர்களின் ஒரு சார்பற்ற கருத்தினைக் கேட்க வேண்டும். நச்சுமழை பொழிவதால் காட்டு உயிர்களுக்கு நேர்ந்த அழிவைப் பற்றி அவர்களுடைய நேரடி அனுபவங்களைத் தெரிந்து கொள்ள வேண்டும்.

புறநகர்ப் பகுதிகளில் வசிக்கின்றவர்கள் பலர் பறவைகளைப் பார்ப்பதில் ஆர்வமுடன் இருப்பார்கள். சிலர் வன விலங்குகளை வேட்டையாடுவார்கள். பொழுதுபோக்கிற்காக மீன்பிடிப்பவர்கள், காட்டுப் பகுதிகளுக்கு விளையாட்டாகச் செல்பவர்கள் எல்லாமே மன மகிழ்ச்சிக்கான செயல்களில் ஈடுபடுவார்கள். அது அவர்களுடைய உரிமை. பறவைகளும், பாலூட்டிகளும், மீன்களும் ஒருமுறை வேதிப்பொருட்களைத் தெளித்தால் கூடப் பாதிக்கப்படும். அவை திரும்ப மீண்டெழுந்தாலும் கூட அவற்றிற்கு இழைக்கப்பட்ட தீமையை மறுக்க முடியாது. ஆனால் அப்படித் திரும்ப வருவது நடைபெறாது. ஏனென்றால் ஒருமுறை மட்டும் மருந்து தெளிக்கப்படாது. திரும்பத் திரும்ப மருந்து தெளிக்கப்படும். அப்போது சுற்றுச் சூழலே நச்சு மயமாக ஆகிவிடுகிறது. அங்கேயே குடியிருக்கும் உயிரினங்கள் மட்டும் இல்லை, அந்த இடங்களுக்கு இடம் பெயர்ந்து வரும் விலங்குகளும் பாதிக்கப்படுகின்றன. அமெரிக்காவில் ஆயிரக்கணக்கான, பல்லாயிரக்கணக்கான ஏக்கர்களில் பூச்சிகளைக் கட்டுப்படுத்தும் திட்டம் நிறைவேற்றப்பட்டிருக்கிறது. இதனால் அமெரிக்காவில் வன உயிர்களின் அழிவு அளவிட முடியாதது. இத்திட்டங்களில் சிலவற்றை இங்கே பார்க்கலாம்.

1959ஆம் ஆண்டு அமெரிக்காவின் மிச்சிகனிலும், டெட்ராய்ட் புற நகர்ப் பகுதிகளிலும் ஆல்டரினை வானூர்தி மூலம் தெளித்தார்கள். ஆல்டரின் மிக மோசமான நச்சுப் பொருள் என்று நமக்குத் தெரியும். இதனை மாநில, மத்திய வேளாண் துறைகள் இணைந்து நடத்தின. நோக்கம் ஜப்பானிய வண்டினை அழிப்பது. அதற்கான தேவை என்ன என்று யாருக்கும் தெரியவில்லை. மாநிலத்தின் மிக முக்கியமான இயற்கை ஆர்வலர் இதைப் பற்றிக் குறிப்பிடும்போது, ‘கடந்த முப்பது ஆண்டுகளாக என்னுடைய அனுபவத்தில் டெட்ராய்ட் நகரில் மிகச் சிறிய எண்ணிக்கையிலேயே ஜப்பானிய வண்டுகள் இருந்திருக்கின்றன. அவை எண்ணிக்கையில் கூடவே இல்லை. அவை எண்ணிக்கையில் கூடியதற்கான ஆதாரம் எதுவும் இல்லை,’ என்றார்.

அலுவலர்கள் வண்டுகள் காணப்பட்டதால் வான் மூலம் மருந்து தெளிக்கப்பட்டது என்று அறிவித்தார்கள். சரியான காரணம் எதுவுமில்லாமல் இந்தத் திட்டம் நிறைவேற்றப்பட்டது. மாநில அரசு ஆட்களைக் கொடுத்தது. மத்திய அரசு கருவிகளைக் கொடுத்தது. மக்கள் பணம் கொடுத்தார்கள்.

ஜப்பானிய வண்டு என்பது அமெரிக்காவில் எப்படியோ நுழைந்துவிட்டது. அதனை நியூ ஜெர்சி என்னும் இடத்தில் 1916இல் கண்டுபிடித்தார்கள். ஜப்பானியத் தீவுகளில் காணப்படும் பளபளக்கும் பச்சைநிற வண்டுகள் இவை. வண்டுகள் மிசிசிபி நதியின் கிழக்கே உள்ள மாநிலங்களில் பரவின. அவை வளர்வதற்குத் தகுந்த தட்பவெப்பச் சூழல் இருந்தது. எனவே வண்டுகளைக் கட்டுப்படுத்த முயற்சிகள் மேற்கொள்ளப்பட்டன. வண்டுகளின் எண்ணிக்கையும் கட்டுப்பாட்டிற்குள்ளேயே இருந்தது.

கிழக்குப் பகுதிகளில் அவை கட்டுப்பாட்டிற்குள் இருக்கும்போது, மேற்குப் பகுதியிலும் பரவிவிடும் என்பதற்காக அங்கும் வண்டு அழிப்பு முயற்சி மேற்கொள்ளப்பட்டது. விலங்கினங்கள் அழிவிற்குள்ளாயின. மனிதருக்கும் இது ஆபத்து. இதுபோலவே பல மாநிலங்களில் வண்டுக் கட்டுப்பாட்டுத் திட்டம் செயல்படுத்தப்பட்டது.

மெக்சிகனில் வண்டுகளை ஒழிக்க ஆல்டரினை வானிலிருந்து தூவியதற்கு, அது அந்த வண்டுகளை அழித்துவிடப் பொருத்தமான மருந்து என்பது காரணம் இல்லை. ஆல்டரின் மலிவான பூச்சிக் கொல்லி. அதனைப் பயன்படுத்தினால் செலவு குறையும் என்பதாலேயே அதனைத் தூவினார்கள். மாநில அரசும் ஆல்டரின் நச்சுத் தன்மை உள்ளது என்பதை ஒத்துக் கொண்டது. ஆனால் இதனால் மனிதருக்கு எந்தப் பாதிப்பும் ஏற்படாது என்று உறுதி கூறிற்று. தாவரங்களுக்கும், செல்லப் பிராணிகளுக்கும் ஆபத்தில்லை என்றது.

மெக்சிகனில் பூச்சிக் கட்டுப்பாடிற்கென்று இருந்த சட்டத்தைப் பயன்படுத்தி முன்னறிவிப்பு எதுவுமில்லாமல், நில உரிமையாளர்களின் அனுமதியும் இல்லாமல் விமானங்களில் தாழ்வாகப் பறந்து மருந்து தெளித்தார்கள். உடனே டெட்ராய்ட் மக்கள் அஞ்சி அரசு அதிகாரிகளைத் தொலைபேசியில் அழைத்தார்கள். உடனடியாகத் தொலைக்காட்சி, வானொலி, செய்தித்தாள்கள் மூலமாக எந்த ஆபத்தும் இல்லை என்று மக்களுக்கு அலுவலர்கள் தெரிவித்தார்கள். ஆனால் விமானங்களிலிருந்து தெளிக்கப்பட்ட பூச்சிக் கொல்லித் தூள் வண்டுகள் மேலும், மனிதர்கள் மேலும் விழுந்தது. கடைக்குச் சென்ற பொதுமக்கள், வேலைக்குச் சென்றோர், பள்ளிக்குப் போன குழந்தைகள் அனைவர் மேலும் மழை போலப் பொழிந்தது நச்சு. ஆல்டரினும் களிமண்ணும் சேர்ந்த வெள்ளைப் பரல்கள் தாழ்வாரங்களிலும் நடைமேடைகளிலும்

வெண்பனிபோலப் படர்ந்தன. அவற்றை எல்லாம் கூட்டித் தள்ளினார்கள். ஆனால் மழையிலும், பனியிலும் சேர்ந்து நச்சுக் குட்டைகளாக அவை ஆயின.

இதற்கு முதல் பலி பறவைகள் தாம். ஒரு ஞாயிற்றுக் கிழமை காலையில் கோவிலிலிருந்து திரும்பிய ஒரு பெண் வழியெல்லாம் பறவைகள் செத்துக் கிடப்பதைக் கண்டாள். வியாழன் தான் மருந்து தெளித்திருந்தார்கள். அவருடைய முற்றத்தில் பத்துப் பனிரெண்டு பறவைகள் இறந்துகிடந்தன. அவருடைய பக்கத்து வீட்டுக்காரர்கள் அணில்களும் இறந்து கிடப்பதைக் கண்டார்கள்.

அதன் பிறகு, பல இடங்களிலிருந்தும் பறவைகள் செத்துக் கொண்டிருப்பதைப் பற்றிய செய்திகள் வந்தன. அரைகுறை உயிரோடு இருந்த பறவைகளும், பூச்சிக் கொல்லியால் ஏற்படும் அறிகுறிகளைக் காட்டின.

பாதிக்கப்பட்டவை பறவைகள் மட்டுமில்லை. நாய்களும் பூனைகளும் கூடத் திடீரென்று நோய் வாய்ப்பட்டன. வாந்தி, வயிற்றுப்போக்கு, வலிப்பு முதலிய அறிகுறிகளுடன் அவை கால்நடை மருத்துவமனைக்குக் கொண்டு வரப்பட்டன.

ஆனால் சுகாதாரத் துறை, பறவைகள் வேறு ஏதோ தெளிப்பானால் தான் இறந்திருக்க வேண்டும் என்று சாதித்தது. ஆல்டரினால் மனிதர்களுக்குத் தொண்டை, மூச்சுக் குழாயில் ஏற்பட்ட எரிச்சலுக்கும் வேறு காரணம் என்று சொன்னார்கள். விமானங்களிலிருந்து மருந்து தெளிப்பதைப் பார்த்துக் கொண்டிருந்தவர்கள் ஒரு மணி நேரத்திலேயே வாந்தி, காய்ச்சல், இருமல் கண்டு அவதிப்பட்டார்கள்.

டெட்ராய்ட்டைப் போலவே அமெரிக்காவின் பல மாநிலங்களில் ஜப்பானிய வண்டு அழிப்புப் போர் நடந்தது. இல்லியானாவில் நூற்றுக்கணக்கான பறவைகள் மாண்டு விழுந்தன. பாடும் பறவைகளில் 80 விழுக்காடு காவு கொடுக்கப்பட்டது. 1959இல் அங்கே இன்னொரு இடத்தில் 3000 ஏக்கர் நிலத்தில் ஹெப்டாகுளோர் தெளித்தார்கள். பறவைகள் சுத்தமாகத் துடைத்துப் போட்டது போல ஆயின. முயல்கள், மீன்கள் பெருமளவில் அழிந்து போயின. ஒரு பள்ளியில் பூச்சிக் கொல்லி மருந்துகளால் மடிந்த பறவைகளைச் சேகரிப்பதை ஒரு பாடச் செயல்பாடாக ஆக்கினார்கள்.

கிழக்கு இல்லியானாவில் ஷேல்டன் என்ற இடம் தான் மிக அதிகமாகப் பாதிக்கப்பட்டது. 1954இல் அமெரிக்க உழவுத் துறை

ஜப்பானிய வண்டுகளை அழிக்கும் திட்டத்தைத் தொடங்கியது. தீவிரமாக இரசாயனப் பொருளைத் தெளித்தால் வண்டுகள் முழுவதுமாக அழிக்கப்பட்டுவிடும் என்று உறுதி கூறினார்கள். முதலில் விமானம் மூலம் 1400 ஏக்கர்களில் டியல்டிரின் தெளித்தார்கள். 1955இல் 2600 ஏக்கர்களில் தெளித்தார்கள். வேலை முடிந்துவிட்டது என்று எண்ணினார்கள். ஆனால் தொடர்ந்து மருந்து தெளிக்க வேண்டியதாயிற்று. 1961ஆம் ஆண்டுக்குள் 31,000 ஏக்கர் நிலத்தில் தூவினார்கள். முதலாண்டுகளிலேயே பெருமளவு வன விலங்குகளும், கால்நடைகளும் இறந்துவிட்டன. இருப்பினும் மருந்து தெளிப்பது தொடர்ந்தது. இல்லியானாவிலுள்ள உயிரியலறிஞர்களுக்கு இந்த அழிவை ஆராய்வதற்காகப் போதிய நிதி உதவி அளிக்கப்படவில்லை. 1000 டாலர்கள் தான் ஒதுக்கினார்கள். எனினும் அவர்கள் ஆய்வினைத் தொடர்ந்து முடித்து பெருமளவில் வன உயிர்ச் சேதம் ஏற்பட்டது என்று அறிக்கை அளித்தார்கள்.

பூச்சிகளைத் தின்னும் பறவைகள் சாவதற்குப் போதுமான நஞ்சினை இந்தப் பூச்சிக் கொல்லி கொடுத்துவிட்டது. தொடக்கத்தில் ஷேல்டனில் டியல்டிரின் ஒரு ஏக்கருக்கு 3 பவுண்டுகள் பயன்படுத்தப்பட்டது. டியல்டிரின் DDT-யை விட 50மடங்கு வீரியம் வாய்ந்தது. அதாவது ஒரு ஏக்கருக்கு 150 பவுண்டு DDT தெளிப்பதற்கு இது சமம்.

இரசாயனப் பொருள் மண்ணை ஊடுருவிச் சென்று வண்டுகளைத் தாக்கும். அவை மேல் மட்டத்திற்கு வந்து சிறிது நேரம் கழித்தே சாகும். அந்நிலையில் அவை பூச்சி உண்ணும் பறவைகளுக்கு மிகக் கவர்ச்சியாக இருக்கும். இதுபோல பல பூச்சிகளும் இரண்டு வாரங்களுக்கு அரை வயிறாகக் கிடக்கும். இதன் தாக்கம் பறவைகளை அழித்துவிடும். குருவிகள், வானம்பாடிகள், கௌதாரிகள் அனைத்தும் அழிந்து போயின. ராபின் பறவைகள் முழுவதுமாகத் துடைத்து எரியப்பட்டுவிட்டன. சிறிது மழை பெய்தவுடன் மண் புழுக்கள் செத்து மிதந்தன. அவற்றை ராபின் பறவைகள் உண்டிருக்க வேண்டும். மழையே உயிர்க் கொல்லியாக ஆகிவிட்டது. மழை நீர்க் குட்டைகளில் விஷம் கலந்திருக்கும். அதனைக் குடித்து, அதில் குளிக்கும் பறவைகள் தொலைந்தன. அப்படியே பிழைத்த பறவைகளும் மலடுகளாக ஆகிவிடும். சில கூடுகளில் முட்டைகள் இருந்தாலும் அவை குஞ்சு பொரிக்கவில்லை.

பாலூட்டிகளில் அணில்கள் மறைந்து போயின. வயல்களில் முயல்கள் செத்துக்கிடந்தன. பெரிய அணில்களும் மாய்ந்துவிட்டன.

பண்ணைகளில் இருந்த பூனைகளில் ஒரு சிலவற்றைத் தவிர பிற டியல்டிரினுக்குப் பலியாகிவிட்டன. முதலில் மருந்து அடிக்கும் போதே அவை உயிரிழந்தன. ஏனென்றால் பூச்சிக் கொல்லிகள் எளிதில் பூனைகளைப் பாதிக்கும். உலக சுகாதார அமைப்பு ஜாவாவில் மலேரியா ஒழிப்பு இயக்கம் நடத்தியபோது அதிக அளவில் பூனைகள் இறந்துவிட்டிருந்தன. வெனிசூலாவிலும் அப்படியே நடந்தது.

அதுவே இப்போது அமெரிக்காவிலும் மீண்டும் நடந்தது. ஷேல்டனில் வன விலங்குகளும், செல்லப் பிராணிகள் மட்டும் இல்லாமல், கால்நடையும் அழிந்தன. ஆடு மாடுகள் இறந்தன.

வன விலங்குகள் பூச்சிக் கொல்லிகளால் பாதிக்கப்படுவதை ஆராய்வதற்கான நிதிவசதி 1955இல் முழுவதுமாக நின்று விட்டது. இதற்கிடையில் ஆல்டரினை அதிகமாகப் பயன்படுத்தத் தொடங்கி விட்டார்கள். இது DDT-யை விட 100 .முதல் 300 மடங்கு வீரியமுடையது. 1960ஆம் ஆண்டுக்குள் பல பாலூட்டிகள் அப்பகுதியில் இல்லாமல் போய்விட்டன. பாடும் திரஷர்கள், ஸ்டார்லிங்ஸ் குருவி முதலிய பறவைகளும் ராபினைப் போலவே அருகிவிட்டன. கௌதாரியை வேட்டையாடுபவர்கள் பெரிதும் ஏமாற்றமடைந்தார்கள்.

ஜப்பானிய வண்டுகளைக் கட்டுப்படுத்தும் முயற்சி இவ்வளவு அழிவுகளை ஏற்படுத்தியது. அமெரிக்காவின் வேறொரு மாவட்டத்தில் ஒரு லட்சம் ஏக்கரில் 8 ஆண்டுகள் தொடர்ந்து பூச்சிக் கொல்லியைப் பயன்படுத்தினார்கள். ஆனால் தற்காலிகமாகவே அவை கட்டுப்படுத்தப்பட்டன. வண்டுகள் மேற்கு நோக்கிப் பயணிக்கத் தொடங்கிவிட்டன. ஆராய்ச்சிக்கென்று 6000 டாலர்களே ஒதுக்கினார்கள். ஆனால் 3,75,000 டாலர்களை மைய அரசு இந்தக் கட்டுப்பாட்டு வேலைக்குச் செலவிட்டது.

அமெரிக்காவின் மேற்கு மாநிலங்களில் இத்திட்டம் செயல்படுத்தப்பட்டது. ஜப்பான் வண்டுகளால் ஏதோ பெரிய ஆபத்து வந்துவிட்டது போலக் கருதி இந்தப் போரில் ஈடுபட்டார்கள். ஆனால் உண்மைகளைத் தவறாகப் பயன்படுத்தி விட்டார்கள். கிழக்கு மாநிலங்களில் ஜப்பானிய வண்டுகள் படையெடுத்த போது இரசாயனப் பூச்சிக் கொல்லிகளைப் பயன்படுத்தாமலேயே அவை கட்டுக்குள் கொண்டு வரப்பட்டன. மற்ற உயிரினங்களுக்கு எந்த

ஆபத்தும் ஏற்படவில்லை. இயற்கையான முறைகளையே அவர்கள் கையாண்டார்கள்.

முதல் பன்னிரெண்டு ஆண்டுகளில் அமெரிக்காவில் வண்டுகள் மிக வேகமாகப் பரவின. எனினும் 1945ல் அவை மிகச் சிறிய அளவில்தான் பாதிப்பை ஏற்படுத்தின. தூர கிழக்கு நாடுகளிலிருந்து ஒட்டுண்ணிப் பூச்சிகளை இறக்குமதி செய்தார்கள். வண்டுகளைக் கொல்லக்கூடிய உயிரிகளை உண்டாக்கினார்கள்.

1920 முதல் 1933 வரையில் இயற்கைக் கட்டுப்பாட்டை ஏற்படுத்தக் கிழக்கிலிருந்து முப்பத்து நான்கு ஒட்டுண்ணிப் பூச்சி வகைகள் இறக்குமதி செய்தார்கள். இவற்றில் ஐந்து வகை மிகவும் சக்தி வாய்ந்தவையாக இருந்தன. கொரியா மற்றும் சீனாவிலிருந்து கிடைத்த ஒட்டுண்ணிக் குழவிகள் மிகுந்த சக்தி வாய்ந்தவை. பெண் குழவி வண்டு உருண்டையினை மண்ணில் கண்டவுடன் செயலிழக்கச் செய்யும் திரவத்தைச் செலுத்தும். ஒரே ஒரு முட்டையை மட்டும் ஒட்டவைக்கும். கூட்டுப் புழுவிலிருந்து வெளிப்படும் குழவிக் குஞ்சு வண்டைத் தின்று அழித்துவிடும். 25 ஆண்டுகளில் இந்தக் குழவிகள் 14 கிழக்கு மாநிலங்களில் அறிமுகப்படுத்தப்பட்டன. இதனால் அப்பகுதியில் ஜப்பானிய வண்டுகளின் எண்ணிக்கைக் கட்டுப்பாட்டுக்குள் இருந்தது என்று பூச்சி இயல் வல்லுநர்கள் சொன்னார்கள்.

இன்னொரு முறை வண்டுகளுக்கு பாக்டீரியாக்கள் மூலம் நோயை ஏற்படுத்துவது. ஒரு குறிப்பிட்ட வகை பாக்டீரியா ஜப்பானிய வண்டுகளை மட்டும் தாக்கும். வேறு பூச்சிகளையோ, தாவரங்களையோ பாதிக்காது. இவை மண்ணில் இருக்கும் வண்டுகளின் உடலுக்குள் போனவுடன் அவற்றின் இரத்தத்தில் பல மடங்கு பெருகும். அதனால் வெள்ளை நிறமாக மாறும். இதற்குப் 'பால் நோய்' என்று பெயர்.

நியூ ஜெர்சியில் இந்த நோயை 1933இல் கண்டுபிடித்தார்கள். 1938இல் இது ஜப்பானிய வண்டுகள் இருந்த பகுதிகளுக்கு அதிகமாகப் பரவிற்று. இந்தப் பால் நோயைத் தீவிரப்படுத்த ஒரு திட்டம் தயாரிக்கப்பட்டது. இந்த பாக்டீரியாக்களைத் தயாரிக்க முடியாது. பாக்டீரியாவால் பாதிக்கப்பட்ட வண்டு மண் உருண்டைகளை காய வைத்து இடித்துச் சுண்ணாம்போடு கலந்தார்கள். ஒரு கிராம் தூசியில் 10 கோடி முட்டைக் கருக்கள் இருக்கும். 1939 முதல் 1953 வரையில் 94,000 ஏக்கர்களில் இந்த முறை

பின்பற்றப்பட்டது. 1945ஆம் ஆண்டு வாக்கில் பல மாநிலங்களில் வண்டுகள் கட்டுக்குள் வந்தன. 1953இல் அரசாங்கம் இவற்றைத் தயாரித்து வினியோகிப்பதை நிறுத்திவிட்டு தனிச் சோதனை நிலையம் ஒன்றிடம் பொறுப்பை ஒப்படைத்தது. இப்போது அவர்கள்தான் தனி நபர்கள், தோட்டங்கள் முதலியவற்றிற்கு வண்டைக் கட்டுப்படுத்துவதற்கு உதவுகின்றனர். அமெரிக்காவின் கிழக்கு மாநிலங்களில் இந்த இயற்கைப் பாதுகாப்பு சிறப்பாகச் செயல்பட்டு வருகிறது.

அப்படியானால் கிழக்கு மாநிலங்களில் வெற்றிகரமாகப் பயன்படுத்தப்பட்ட இந்த முறையை நடு மேற்குப் பகுதியில் ஏன் பின்பற்றவில்லை? ஏன் இரசாயனப் பூச்சிக் கொல்லிகளைப் பயன்படுத்தினார்கள்? காரணம் கேட்டால் இம்முறையில் மிகவும் செலவு ஆகும் என்று சொல்லப்பட்டது. அதிகச் செலவு என்று எதை வைத்துச் சொன்னார்கள்? கிழக்கு மாநிலங்களில் யாரும் அப்படிக் குறை சொன்னதில்லையே? ஷேல்டன் பகுதியில் நேர்ந்த மொத்த இழப்பையும் கணக்கிலெடுத்தார்களா?

இன்னொரு சமாதானமும் கூறப்பட்டது. புதிதாக வண்டுகள் வரும் இடத்தில் பால் நோய்க் கிருமிகளைப் பயன்படுத்த முடியாது, ஏற்கனவே அவை இருந்த இடத்தில் தான் பயன்படுத்த முடியும் என்று சொன்னார்கள். இதற்கும் எந்த ஆதாரமும் இல்லை. ஏனென்றால் ஜப்பானிய வண்டுகள் குறைவாக இருக்கும் இடங்களில் கூட இந்தப் பாக்டீரியாக்கள் வேறு 40 வகைப்பட்ட வண்டுகளிலும் நோயை உண்டாக்கும் தன்மை உடையன.

உடனே முடிவு வேண்டும், அதனால் என்ன விளைவு வந்தாலும் பரவாயில்லை என்று சொல்பவர்கள் இரசாயனப் பொருட்களைப் பயன்படுத்தத்தான் செய்வார்கள். ஆனால் இன்னொரு பருவகாலம் பொறுத்திருந்து பார்க்கலாம் என்று எண்ணுபவர்கள் 'பால் நோய்' முறையைப் பின்பற்றுவார்கள். அவர்கள் காத்திருப்பதற்குப் பரிசு நிச்சயம் உண்டு. நீண்ட நாள் தாங்கி இருக்கக் கூடிய முறை இது.

அமெரிக்காவின் இல்லியானாவிலுல்ல உழவுத் துறை ஆராய்ச்சி சாலையில் பால் நோயின் உயிரியைச் செயற்கை ஊடகத்தில் வளர்க்க முயற்சிகள் நடந்து வந்தன. இப்போது அவர்கள் ஓரளவு வெற்றியும் கண்டு வருகிறார்கள். இது செலவைப் பெருமளவு குறைக்கும்.

இல்லியானாவில் இரசாயனப் பொருளைத் தெளித்தது, அறிவியல் சார்ந்தது அல்ல. இது ஒழுக்க ரீதியான ஒரு கேள்வியை எழுப்புகிறது.

ஒரு நாகரிகம் ஒரு உயிரினத்தைக் கொல்ல இடைவிடாது போர் நடத்துவது சரியா? அது தன்னைத் தானே அழிப்பது ஆகாதா? இதனை எப்படி நாகரிகம் என்று அழைக்க முடியும்?

இந்தப் பூச்சிக் கொல்லிகள் ஒரு உயிரை மட்டும் கொல்லக் கூடிய தேர்ந்தெடுக்கப்பட்ட விஷம் இல்லை. இவை ஒவ்வொன்றையும், அவை தீவிரமான நச்சுத்தன்மை வாய்ந்தவை என்பதாலேயே பயன்படுத்துகிறோம். எனவே அது எல்லா உயிரினங்களையும் பாதிக்கிறது. வீட்டில் வளரும் பூனை, உழவனின் ஆடு மாடுகள், வயலில் ஓடும் முயல், வானத்தில் பறக்கும் வானம்பாடி அனைத்தையும் அழித்துவிடுகிறது. இவை மனிதனுக்கு எந்தக் கேட்டைத்தந்தன? உண்மையில் அவை மனிதனுக்கு மகிழ்ச்சியையே தந்திருக்கின்றன. ஆனால் மனிதன் அவற்றிற்கே கொடிய தன்மையைத் தந்துவிடுகிறான். ஷேல்டனில் நடந்த ஒரு கருத்தரங்கில் விஞ்ஞானிகள் வானம்பாடியைப் பற்றிக் கூறினார்கள்.

‘சாகும் நிலையில் இருக்கும் இந்தப் பறவையால் நிற்க முடியாது, பறக்க முடியாது. ஆனால் தன்னுடைய சிறகுகளை அடிக்க மட்டும் முடிகிறது. அதன் அலகு பிளந்து கிடக்கிறது. மூச்சு விடுவது கடினமாக இருக்கிறது.’

இதைவிட அணிலின் நிலை பரிதாபம்.

அதன் முதுகு வளைந்து இருக்கிறது. அதன் முன்னங் கால்களின் விரல்கள் இழுத்துக் கொண்டு தொண்டையைப் பிடித்திருக்கின்றன. கழுத்தும் தலையும் நீண்டிருக்கின்றன. அதன் வாயில் புழுதி இருக்கிறது. இறக்கும் அந்த அணில் தரையைக் கடித்திருக்க வேண்டும்.

இத்தகைய துன்பத்தை ஒரு உயிருள்ள ஜீவனுக்குத் தருகின்ற நாம் மனிதப் பிறவிகளா?

8. பறவைகளின் பாடல் எங்கே?

முன்னரெல்லாம் அமெரிக்காவில் வசந்தம் வருவதைப் பறவைகள் திரும்பி வருவது முன்னறிவிக்கும். இப்போது அந்தப் பறவைகள் எங்கே போயின? பறவைகளின் இனிய இசையால் நிரம்பும் காலைப் பொழுதுகள் இப்போது ஊமையாய்ப் போயின. பறவைகளின் இசை திடீரென்று அமைதியாகிப் போனது. வண்ணமும், அழகும், அவை இவ்வுலகில் தோற்றுவிக்கும் நம்பிக்கையும் ஒருவரும் எண்ணிப் பார்ப்பதற்குள் காணாமற் போய் விட்டன.

ராபர்ட் மர்ஃபி என்பவர் அமெரிக்காவில் பறவையியல் அறிஞர். அவருக்கு இல்லியானாவிலிருந்து ஒரு பெண் 1958இல் எழுதினார்:

> *“எங்கள் கிராமத்தில் எல்ம் மரங்களுக்குப் பல ஆண்டுகளுக்கு முன்னர் மருந்து தெளித்தார்கள், நாங்கள் இங்கே ஆறாண்டுகளுக்கு முன்னர் வந்தபோது நிறையப் பறவைகள் இருக்கும். அவற்றிற்கு உணவளிப்பதற்கு ஒரு பகுதியை அமைத்தேன். பல்வேறு வகைப் பறவைகள் அங்கே வரும். தங்கள் குஞ்சுகளையும் அழைத்து வரும். DDT-யைப் பல ஆண்டுகள் தெளித்தார்கள். இப்போது கிராமத்திற்குப் பல*

பறவைகள் வருவதே இல்லை. ஒரு சில மாடப் புறாக்கள் தான் இருக்கின்றன.

குழந்தைகளுக்கு அப்படிப் பறவைகள் எல்லாம் கொல்லப்பட்டு விட்டன என்று விளக்குவது கடினமாக இருந்தது. ஏனென்றால் மத்திய அரசின் சட்டப்படி பறவைகளைப் பிடிப்பதோ கொல்வதோ குற்றம். 'பறவைகள் மீண்டும் வருமா?' என்று கேட்கிறார்கள். என்னிடம் விடை இல்லை. எல்ம் மரங்கள் கருகிவிட்டன. பறவைகள் மடிந்து போய்விட்டன. யாராவது ஏதாவது செய்கிறார்களா? ஏதாவது செய்ய முடியுமா? நான் ஏதாவது செய்யக் கூடுமா?"

இதுபோலவே அலபாமா பகுதியில் நெருப்பு எறும்பைக் கொல்லப் பெருமளவில் முயற்சி மேற்கொள்ளப்பட்டது. அது பற்றி ஒரு பெண் எழுதினார்.

'அறை நூற்றாண்டு காலம் எங்கள் பகுதி பறவைகளின் சரணாலயமாக இருந்து வந்தது. சென்ற ஜூலையில் நிறையப் பறவைகள் இருந்தன. ஆனால் ஆகஸ்ட் மாதம் அவை அனைத்தும் காணாமற் போய்விட்டன. வழக்கமாக அதிகாலையில் எழுந்து விடுவேன். இப்போது பறவைகளின் பாடலே இல்லை. மிகுந்த அச்சமூட்டுவதாக இருக்கிறது. இந்த அழகிய உலகை மனிதன் என்ன செய்துவிட்டான்?'

இதுபோன்ற செய்திகள் அமெரிக்காவின் தெற்குப் பகுதிகளாக மிசிசிப்பி, லூசியானா முதலான இடங்களிலிருந்தும் வந்தன. 'திடீரென்று பறவை இனம் எதையும் காண முடிவதில்லை,' என்று அரசுத்துறை அறிக்கைதந்தது. 'அந்த இலையுதிர் காலத்தில் மிசிசிப்பி சாலையில் காரில் போன போது பல மைல் தூரத்திற்கு ஒரு பறவையையும் பார்க்க முடியவில்லை,' என்று ஒரு பெண் அறிக்கை தந்தார். இன்னொருவர் வீட்டில் பறவைகளுக்காக உணவு வைத்திருந்த கூட்டிற்கு அருகில் ஒரு பறவையும் வரவில்லை என்று தெரிவித்தார். வேறொருவர் 'என்னுடைய ஜன்னல் கண்ணாடிக்கு வெளியே 40, 50 சிகப்பு நிற கார்டினல் பறவைகளைப் பார்ப்பேன். இப்போது ஒன்றிரண்டைக் கூடக் காணவில்லை,' என்று அங்கலாய்த்தார். இன்னொரு பேராசிரியர், பறவைகள் ஆய்வாளர், பறவைகள் எண்ணிக்கை வெகுவாகக் குறைந்துவிட்டது என்று கூறினார்.

பறவைகளுக்கு நேர்ந்த சோகத்தை ஒரு நிகழ்ச்சி விளக்கும். அது ராபின் பறவையைப் பற்றியது. ராபின் பறவை அமெரிக்காவில் எங்கும் இருக்கும். முதல் ராபின் பறவையைப் பார்த்துவிட்டால் அந்தப் பனிக்காலம் முடிந்துவிட்டது என்பது இலட்சக்கணக்கான அமெரிக்கர்களுக்குத் தெரியும். செய்தித்தாள்கள் அதனை ஆர்வத்துடன் பிரசுரிக்கும். உணவறையில் பேசப்படும். ராபின்களின் எண்ணிக்கை அதிகமாகும்போது, பசுமைப் புல் துளிர்விடும். மக்கள் அதிகாலையில் ராபின்களின் ஒத்திசையைக் கேட்டு மகிழ்வார்கள். ஆனால் இப்போது இது ஒட்டு மொத்தமாக மாறிவிட்டது.

ராபின்கள் பருவத்தில் வராமல் போனதற்கும், மற்ற பறவைகள் அருகிப் போனதற்கும், எல்ம் மரங்கள் பாதிக்கப்பட்டிருப்பதற்கும் தொடர்பு இருக்க வேண்டும். அமெரிக்க எல்ம் மரம் அதன் வரலாற்றின் ஒரு சின்னம். அட்லாண்டிக் முதல் ராக்கீஸ் வரையில் தெருக்களையும், கிராம மைதானங்களையும், கல்லூரி வளாகங்களையும் பசுமைத் தோரணத்தால் அலங்கரித்துக் கொண்டிருக்கும். இப்போது அவற்றை ஒரு நோய் பாதித்து அவற்றைப் பிழைக்கவைக்க முடியுமா என்ற அச்சம் ஏற்பட்டிருக்கிறது. அவற்றை இழப்பது பெரிய அவலம். அதைவிட அவலம் பறவைகள் இல்லாமல் போவது.

எல்ம் மரங்களைப் பாதித்த டச்சு எல்ம் நோய் ஐரோப்பாவிலிருந்து அமெரிக்காவிற்கு 1920இல் வந்தது. இது ஒரு பூஞ்சக் காளான் நோய். இந்த உயிரி மரத்தில் தண்ணீர் ஏறும் வழியாகச் சென்று கிளைகளுக்குப் பரவி அதனுடைய நச்சுத் திரவங்களை செலுத்துகிறது. இதனால் மரம் வாடிவிடுகிறது. இப்படி உயிர் இழந்த மரங்களிலிருந்து வண்டுகள் மூலமாக நல்ல மரங்களுக்கும் பரவுகிறது. பூச்சிகள், இறந்த மரங்களின் பட்டைகளுக்குக் கீழே தோண்டிய பள்ளங்களில் பூஞ்சக் காளானின் முட்டைகள் புகுந்து வண்டுகளில் ஒட்டிக் கொள்கின்றன. அப்போது எல்லா மரங்களுக்கும் பரவுகிறது. இந்தப் பூஞ்சக் காளான் நோயை கட்டுப்படுத்த அந்த வண்டுகளைக் கொல்ல வேண்டியிருக்கிறது. எனவே பூச்சிக் கொல்லிகளைத் தெளித்திருக்கிறார்கள்.

இதனால் பறவை இனங்கள், குறிப்பாக ராபின் பறவைகள் பாதிக்கப்பட்டன. இதை மெக்சிகன் பல்கலைக்கழகப் பேராசிரியர் வாலேஸ் உறுதி செய்தார். அவருடைய மாணவர் தன்னுடைய ஆராய்ச்சிக்கு ராபின் பறவைகளைத் தற்செயலாகத் தேர்ந்தெடுத்தார். ஆனால் அதனைத் தொடர முடியாத அளவிற்கு ராபின் பறவைகள் இல்லாது போய்விட்டன. 1954இல் பல்கலைக்கழக வளாகத்தில்

டச்சு எல்ம் நோய் வந்தது. உடனே மருந்து தெளிக்கப்பட்டது. இதனோடு அந்துப் பூச்சி, கொசுக் கட்டுப்பாட்டு வேலையும் நடைபெற்றது. இரசாயன மழை தொடர்ந்து பெய்தது.

முதலாண்டாகிய 1954இல் அதிகமாகத் தெளிக்கப்படவில்லை. வழக்கம்போல அந்த வசந்தத்தில் ராபின் பறவைகள் வந்தன. ஆனால் விரைவிலேயே எங்கோ ஏதோ தவறு நடந்துவிட்டது தெரிந்தது. ராபின் பறவைகள் வளாகத்திலேயே செத்து விழுந்தன. வழக்கமாக உணவுதேடி வரும் ராபின்களையும், அடைகாக்கும் ராபின்களையும் காண்பது அரிதாகிவிட்டது. கூடுகளை அதிகம் காண முடியவில்லை. குஞ்சுகளே இல்லை. இதேபோல ஒவ்வொரு ஆண்டு வசந்தத்திலும் நடைபெற்றது. மருந்து தெளித்த பகுதிகள் இடம் பெயர்ந்து வரும் ராபின்களுக்கு சாவுப் பொறிகளாக மாறி விட்டிருந்தன. புதிய பறவைகள் வந்தாலும் அவற்றிற்கும் அதே கதி தான்.

'வசந்தத்தில் வாசம் தேடி வரும் ராபின்களுக்குப் பல்கலைக் கழக வளாகம் கல்லறையாக ஆகிவிட்டது,' என்றார் டாக்டர் வாலேஸ். ஏன் இப்படி ஏற்பட்டது? முதலில் அவர் ராபின்களுக்கு நரம்பு நோய் வந்திருக்கும் என்று நினைத்தார். ஆனால் விரைவில் ராபின்கள் பூச்சிக் கொல்லிகளின் நஞ்சினால் இறந்தன என்பது தெளிவாயிற்று. அதற்கான எல்லா அறிகுறிகளும் இருந்ததைக் கண்டார்.

ராபின்கள் நேரடியாகப் பாதிக்கப்படவில்லை, அவை மண் புழுக்களைத் தின்றதாலேயே இறந்தன என்று கருதத் தோன்றியது. வளாகத்திலிருந்த மண் புழுக்களை ஆற்று நண்டுகளுக்குத் தின்னக் கொடுத்தார்கள். உடனே அவை இறந்துவிட்டன. சோதனைச் சாலையிலிருந்த ஒரு பாம்பிற்கு மண் புழுவைக் கொடுத்தார்கள். அதுவும் இறந்துவிட்டது. மண் புழுக்கள் தான் ராபின்களுக்கு உணவு.

இது எப்படி ஏற்பட்டது என்பதை டாக்டர் பார்க்கரின் ஆராய்ச்சி விளக்குகிறது. 1958இல் அவர் செய்த ஆராய்ச்சியில் எல்ம் மரங்களிலிருந்து மண் புழுக்களுக்குப் போய் ராபின் பறவைகளுக்கு எப்படிப் போயிற்று என்பது தெளிவாயிற்று. வசந்தத்தில் DDT-யைத் தெளிப்பார்கள். ஒரு ஏக்கருக்கு 23 பவுண்டுகள் வீதத்தில் உயரமான எல்ம் மரங்களை நோக்கிப் பீய்ச்சி அடிப்பார்கள். பட்டைகளுக்கு அடியிலுள்ள வண்டுகளை மட்டுமின்றி, மகரந்தச் சேர்க்கைக்கு உதவும் பூச்சிகளையும், சிலந்திப் பூச்சிகளையும் கூடக் கொன்று

விடும். நச்சுப் பொருள் மரப்பட்டைகள், இலைகள் மேல் பூச்சுப் போல பூசிக் கொள்ளும். மழையும் இதனைக் கழுவிவிடாது. இலையுதிர் காலத்தில் இலைகள் தரையில் விழுந்து சிறிது சிறிதாக மண்ணில் கலந்து மட்கி விடும். இதற்கு மண் புழுக்கள் உதவும். மண் புழுக்களுக்கு எல்ம் மர இலைகள் பிடித்தமான உணவு. இலைகளைத் தின்னும்போது அதில் ஒட்டியிருக்கும் பூச்சிக் கொல்லியையும் சேர்த்து தின்றுவிடும். மண் புழுவின் உணவுப் பாதை இரத்தக் குழாய்கள், நரம்புகள், உடற் சுவர் அனைத்திலும் DDT இருந்ததை டாக்டர் பார்க்கர் கண்டுபிடித்தார். பல மண் புழுக்கள் செத்துவிடும். மற்ற மண் புழுக்கள் இந்த நச்சை அதிப்படுத்தும் வேலையைச் செய்யும். வசந்தத்தில் ராபின்கள் வரும். அது 11 பெரிய மண் புழுக்களைத் தின்றால் போதும் அவ்வளவு தான். ஒரு ராபின் 10, 15 நிமிடங்களில் 10, 12 புழுக்களைத் தின்றுவிடும்.

எல்லா ராபின்களுமே உயிர் போகும் அளவிற்கு நச்சை உட்கொள்வதில்லை. ஆனால் ராபின் இனமே அழித்துவிடக் கூடிய ஆபத்தை வேதிப்பொருள் உண்டாக்கி விடுகிறது. மலட்டுத் தன்மை பறவைக்கு மட்டுமில்லாமல் பிற உயிரினங்களுக்கும் பரவி விடுகிறது. மெக்சிகன் பல்கலைக் கழகத்தில் 185 ஏக்கர் வளாகத்தில் 20, 30 ராபின்கள் தான் இருந்தன. மருந்து தெளிப்பதற்கு முன்னர் 370 பறவைகள் இருக்கும். 1954இல் எல்லாம் ஒவ்வொரு ராபின் கூட்டிலும் குஞ்சு இருக்கும். ஆனால் 1957 ஜூனில் ஒரே ஒரு ராபின் குஞ்சைத் தான் ஆராய்ச்சியாளர் மெஹ்னர் பார்த்தார். டாக்டர் வாலேஸ் அடுத்த ஆண்டு தனது அறிக்கையில் 'வளாகத்தில் எங்கேயும் நான் ஒரு ராபின் குஞ்சைக் கூடப் பார்க்க முடியவில்லை. பார்த்ததாகவும் வேறு யாரும் கூறவில்லை,' என்று தெரிவிக்கிறார்.

குஞ்சுகள் இல்லாததற்கு ஒரு காரணம் ராபின் இணையில் ஒன்று இறந்து போயிருக்கலாம். ஆனால் வாலேசின் ஆய்வில் முடிவு வேறாக இருந்தது. பறவை தனது இனத்தைப் பெருக்கும் சக்தியை இழந்து விட்டிருந்தது. 'ராபின்களும் பிற பறவைகளும் கூடு கட்டும். ஆனால் முட்டை இடுவதில்லை. அப்படியே முட்டை இட்டாலும் அவை குஞ்சு பொறிப்பதில்லை. நாங்கள் கவனித்துப் பார்த்த ஒரு ராபின் இருபத்தோரு நாட்கள் தொடர்ந்து அடைகாத்தது. ஆனால் முட்டைகள் பொரிக்கவில்லை. எங்கள் ஆராய்ச்சியில் பறவைகளின் விரைகளிலும், கருப்பைகளிலும் DDT அதிகம் இருந்தது.' இதே போன்ற ஆய்வுகள் வேறு இடங்களிலும் நடத்தப்பட்டன. விஸ்கான்சின் பல்கலைக் கழகப் பேராசிரியர்கள் தங்கள் ஆய்வின் முடிவில் 86 முதல் 88 சதவீதம் ராபின்களின் இறப்பு இருந்தது

என்று தெரிவித்தார்கள். மெக்சிகனிலுள்ள இன்னொரு ஆராய்ச்சி நிறுவனம் DDT நச்சினால் பாதிக்கப்பட்ட ராபின்களை எல்லாம் அங்குக் கொண்டு வருமாறு கேட்டுக் கொண்டது. 1959இல் ஆயிரம் ராபின்களைக் கொண்டு வந்தார்கள். ராபின்களைத் தவிர வேறு சில பறவை இனங்களும் கொண்டு வரப்பட்டன.

எல்ம் மரங்களில் மருந்தடித்ததில் ராபின்கள் பாதிக்கப்பட்டன. இதுபோன்று பல்வேறு இரசாயனத் தெளிப்புத் திட்டங்கள் அமெரிக்காவில் நிறைவேற்றப்பட்டன. 90 பறவை இனங்கள் பாதிக்கப்பட்டிருக்கின்றன. கூடு கட்டிக் குஞ்சு பொரிக்கும் பறவை இனங்களின் எண்ணிக்கை 90 விழுக்காடு குறைந்துவிட்டது.

ராபின்களைப் போலவே, மண் புழுக்கள் மற்றும் மண்ணில் வாழும் உயிரிகளை உணவுக்காக நம்பி இருக்கும் பறவைகளும், பாலூட்டிகளும் பாதிக்கப்பட்டிருக்கும் என்று முடிவு கட்டலாம். பறவைகளில் 45 இனங்கள் மண் புழுக்களை உண்ணுகின்றன. அவற்றில் ஒன்று உட்காக் எனும் பறவை.

மண்ணிலிருந்து கிடைக்கும் புழுக்கள், எறும்புகள், பிறகு மண் உயிரிகளை உட்கொள்ளும் வேறு இருபது இனங்கள் நஞ்சூட்டப்பட்டு விட்டன. இவற்றில் இனிய குரலில் பாடும் ஹெர்மிட் முதலான மூன்று வகைப் பறவைகள் அடங்கும். கீழே விழுந்து கிடக்கும் இலைகளைக் கலைத்து உணவைத் தேடும் குருவிகளும் எல்ம் தெளிப்புகளால் பாதிக்கப்பட்டன.

பாலூட்டிகளும் இந்தச் சுழற்சியில் சிக்கிக் கொள்கின்றன. அணில் கரடி (raccoon), நீரில் வாழும் கீரி (opossum) ஆகியவற்றிற்கு மண் புழுக்கள் உணவு. வளை தோண்டி உயிர் வாழும் மூஞ்சூறுகள் (moles) எலிகள் ஆகியவையும் மண் புழுக்களை பெருமளவில் உண்ணும். இவை நச்சை ஆந்தைகளுக்குப் பரப்பும். கன மழைக்குப் பிறகு விஸ்கான்சனில் பல ஆந்தைகள் இறந்துபோயின. அவை ஒரு வேளை மண் புழுக்களைத் தின்றிருக்கலாம். பல வகைப்பட்ட ஆந்தைகளும், கருடன்களும் கூட ஜன்னி கண்டு இறந்து போயிருக்கின்றன. பறவைகளும், எலிகளும் தங்கள் ஈரலிலும், பிற உறுப்புகளிலும் பூச்சிக் கொல்லிகளைத் திரட்டி வைத்திருக்கும். அவற்றை கருடன்களும், ஆந்தைகளும் தின்றிருக்கும்.

தரையிலிருந்து உணவு தேடும் உயிரினங்கள் மட்டுமில்லை. மரங்களின் மேலிருக்கும் பிராணிகளும் பூச்சிக் கொல்லிகளால் பாதிக்கப்படுகின்றன. இலைகளிலுள்ள பூச்சிகளைத் தின்னும்

பறவைகளும் பூச்சிக் கொல்லிகள் அதிமாகத் தெளிக்கப்படும் இடங்களில் காணப்படவில்லை. மரங்களில் திரியும் பல வகைப்பட்ட பறவைகளின் பல வண்ணங்களைப் பார்க்க முடிவதில்லை. மருந்து தெளிப்பதற்கு முன்னர் பாடும் பறவைகள் நிறைய - ஆயிரக்கணக்கில் - இருக்கும். 1958ஆம் ஆண்டுக்குப் பிறகு இரண்டு பறவைகளைத் தான் காண முடிந்தது. நஞ்சேரிய பூச்சிகளை உண்டிருக்கும்; அல்லது போதிய உணவு கிடைக்காமல் மாண்டிருக்கும்.

தூக்கணாங் குருவிகளும் உணவுப் பற்றாக்குறையால் பாதிக்கப்பட்டன. நான்கைந்து ஆண்டுகளுக்கு முன்னர் விஸ்கான்சனில் இருந்த குருவிகள் எண்ணிக்கை மிக மிகக் குறைந்து விட்டது. ஒன்றிரண்டு கூடப் பார்க்க முடியவில்லை என்று இயற்கை ஆர்வலர் ஒருவர் தெரிவிக்கிறார்.

இலையுதிர் காலத்தில் எல்ம் மரங்களில் தெளிக்கப்படும் பூச்சிக் கொல்லி உள்ளேயே தங்கி நச்சை மரப்பட்டையின் ஒவ்வொரு துளைக்குள்ளும் அனுப்புகிறது. இதனால் தான் மரங்கொத்தி முதலான பறவைகள் காணாமல் போய்விட்டன. மரமேறிக் கொட்டை தின்னும் நட்கேட்ச் (nuthatch) என்ற பறவைகளில் மூன்றை டாக்டர் வாலேஸ் பார்த்தார். ஒன்று எல்ம் மரத்தினைத் தின்று கொண்டிருந்தது. இன்னொன்று DDT நஞ்சினால் இறந்து கொண்டிருந்தது. இன்னொன்று இறந்துவிட்டது. இறந்து கொண்டிருந்த பறவையின் திசுக்களில் மிக அதிகமான DDT இருந்தது.

இந்தப் பறவைகளின் உணவுப் பழக்கங்கள் அவற்றிற்கு மட்டுமின்றி அனைவருக்குமே தீமையை விளைவிக்கின்றன. நட்ஹேட்சின் கோடைக்கால உணவு மரங்களுக்கு ஊறு விளைவிக்கக் கூடிய பூச்சிகளின் முட்டைகள், கூட்டுப் புழுக்கள் மற்றும் பூச்சி கூட இருக்கும். சிக்கடீ என்ற பறவை மரப்பட்டை, குச்சிகள், கிளைகள் முதலியவற்றை ஆராய்ந்து அவற்றிலுள்ள சிலந்திப் பூச்சிகளின் முட்டைகள், கூட்டுப் புழு முதலியவற்றைத் தேடி உண்ணும்.

அதாவது பறவைகள் பூச்சிகளைக் கட்டுப்படுத்தும் கருவிகளாக இருக்கின்றன என்று நிரூபிக்கப்பட்டிருக்கிறது. மரங்கொத்திகள் ஒரு வகை வண்டுகளைக் கட்டுப்படுத்துகின்றன. ஆப்பிள் தோட்டங்களில் அந்துப் பூச்சி விழாமல் தடுக்கின்றன. ஆனால் இயற்கையாக இது நடப்பதை நாம் அனுமதிப்பதில்லை. மருந்து

தெளிப்பதால் பூச்சிகளை மட்டும் இன்றி அவற்றின் பகைவர்களான பறவைகளையும் அழித்துவிடுகிறோம். பிறகு மீண்டும் பூச்சிகள் தலையெடுத்துப் பெருகும். அப்போது அவற்றைக் கட்டுப்படுத்தப் பறவைகள் இருக்காது.

பறவைகளின் பாதுகாப்பாளர் ஒருவரான கிரோம் கூறுகிறார்: 'பூச்சிகளின் பெரிய எதிரி யாரென்றால் அவற்றை உண்ணும் பெரிய பூச்சிகள், பறவைகள் மற்றும் சிறிய பாலூட்டிகள் தாம். ஆனால் DDT எந்தப் பாகுபாடுமில்லாமல் இயற்கையின் காப்பாளர்களையே கொன்று விடுகிறது... முன்னேற்றம் என்ற பெயரால் தற்காலிக வசதிக்காக பேய்த்தனமான பூச்சிக் கட்டுப்பாட்டு முறைகளைப் பயன்படுத்த வேண்டுமா? புதிய பூச்சிகள் புதிதாக வளரும் மரங்களைத் தாக்கும்போது அவற்றை எப்படி நாம் கட்டுப்படுத்த முடியும்?'

விஸ்கான்சனில் பூச்சிக் கொல்லிகளைத் தெளிக்கத் தொடங்கிய பிறகு பறவைகள் பலியாவது பற்றி பல கடிதங்கள் கிரோமிற்கு வந்தன. இதுபோலவே மெக்சிகன், இல்லியானாய், விஸ்கான்சின் முதலிய ஆய்வுக் கூடங்களில் பணியாற்றும் பறவைப் பாதுகாப்பாளர்களுக்கும் முறையீடுகள் வந்தன. செய்தித்தாள்களிலும் கடிதங்கள் வந்தன. 'எங்கள் வீட்டுப் பின்கட்டில் அழகிய பறவைகள் செத்து விழுவதைப் பார்க்க நேருமோ என்று நான் அஞ்சுகிறேன்,' என்று ஒரு பெண் எழுதினார். 'பறவைகளைப் பலி கொடுக்காமல் மரங்களைப் பாதுகாக்க முடியாதா? இது மனத்தை வதைக்கும் கொடுமை. இயற்கையே ஒன்றையொன்று காத்துக் கொள்ளாதா?'

எல்ம் மரங்கள் நெடிய வளர்ந்த அழகிய மரங்கள் தாம். ஆனால் அவை ஒன்றும் தெய்வீகப் பசுக்கள் இல்லையே! 'எனக்கு எல்ம் மரங்கள்; மிகவும் பிடிக்கும்... ஆனால் வேறு மரங்கள் இருக்கின்றனவே! நாம் நமது பறவைகளையும் காக்க வேண்டும் அல்லவா? ராபின்களின் பாடலில்லாத வசந்தம் எப்படி இருக்கும்?'

சாதாரண மக்களுக்கு எளிமையான பிரச்சினை. பறவைகள் வேண்டுமா? எல்ம் மரங்கள் வேண்டுமா? ஆனால் அதற்கு எளிமையான விடை கிடைக்காது. ஏனென்றால் நாம் நமது மருந்துகளால் இரண்டையுமே அழித்து விடுவோம். இந்த வேகத்தில் போனால் பறவைகள் போய்விடும்; எல்ம் மரங்களையும் காப்பாற்ற முடியாது. இரசாயனத் தெளிப்புகளைப் பயன்படுத்தி எல்ம் மரங்களைக் காப்பாற்ற முடியும் என்பது ஒரு மாயையே!

இல்லியானாவிலுள்ள அர்பனா, கனெக்டிகட்டிலுள்ள கிரீன்விச், ஒஹியோவிலுள்ள டோலிடோ முதலிய இடங்களில் எல்லாம் தெளிப்பிற்குப் பின் எல்ம் மரங்களில் பெரும் பகுதி அழிந்து விட்டது. டோலிடோ நகரில் தெளிப்பதை நிறுத்தி விட்டார்கள்.

இந்த மத்திய மேற்கு நகரங்களில் இப்போது தான் எல்ம் நோய் பரவிற்று. பிற இடங்களில் தெளிப்புகளைப் பயன்படுத்தியதின் விளைவுகளைத் தெரிந்து கொள்ளாமல் ஏன் இதில் இறங்கினார்கள் என்று தெரியவில்லை. எடுத்துக்காட்டாக நியூயார்க் மாநிலத்திற்குள்தான் முதன் முதலாக எல்ம் நோய் பரவிற்று. அம் மாநிலம் அந்த நோயைப் பெருமளவு கட்டுப்படுத்திவிட்டது. அவர்கள் எந்த இரசாயனத் தெளிப்புகளையும் பயன்படுத்தவில்லை.

நியூயார்க் எப்படி இதனைச் சாதிக்க முடிந்தது? அன்று முதல் இன்று வரை கடுமையான சுகாதார முறைகளைப் பின்பற்றியது. நோய்வாய்ப்பட்ட எல்லா மரங்களையும் உடனடியாக அகற்றி அழித்து விட்டார்கள். முதலில் அவ்வளவாக இதனால் பயன் தெரியவில்லை. அதற்குக் காரணம் பட்டுப்போன எல்ம் மரங்களை மட்டும் இல்லாமல், வண்டுகள் குடியிருக்கக்கூடிய பகுதிகளை எல்லாமே அழித்துவிட வேண்டும் என்று பின்னர் தான் புரிந்தது. பாதிக்கப்பட்ட எல்ம் மரக்கட்டைகளை வெட்டி எரிப்பதற்காகச் சேர்த்து வைத்திருந்தால், அதிலிருந்து பூஞ்சக்காளானை வைத்திருக்கும் வண்டுகள் வெளிப்படும். அவற்றை வசந்தத்திற்குள் எரித்துவிட வேண்டும். இல்லை என்றால் ஏப்ரல், மே மாதங்களில் அவை பெரிதாக ஆகி டச்சு எல்ம் நோயைப் பரப்பிவிடும். எவை எல்லாம் வண்டு வளர உதவும் பகுதிகள் என்பதை ஆராய்ந்து அவற்றை அகற்றி விட்டார்கள். இம் முயற்சிகளால் நியூயார்க் நகரத்தில் எல்ம் நோய் வெகுவாகக் குறைந்துவிட்டது. இதுபோல அந்நோய் பஃபலோ போன்ற பல பகுதிகளிலும் கட்டுப்படுத்தப்பட்டது.

சிராக்கூஸ் பகுதிகளில் நடந்தது இன்னும் சிறப்பாக இருந்தது. 1951-1956இல் அங்கு 3000 எல்ம் மரங்கள் அழிந்துவிட்டன. பிறகு நியூயார்க் பல்கலைக் கழக வனவியல் துறையைச் சேர்ந்த மில்லரின் வழிகாட்டலால் தீவிர முயற்சி எடுத்தார்கள். பழுதுபட்ட எல்ம் மரங்களையும், வண்டு வளரக் கூடிய கட்டைகளையும் அழித்தார்கள். இப்போது அங்கே எல்ம் நோயினால் அழிவு ஆண்டுக்கு 1 சதவீதமாகக் குறைந்துவிட்டது.

எனவே டச்சு எல்ம் நோய் நம்பிக்கையை இழக்கச் செய்யும் அளவிற்கு ஆபத்தானதாக இல்லை. சரியான அணுகுமுறைகளைக் கையாண்டால் கட்டுப்படுத்த முடியும். அதனை முழுவதுமாக ஒழிக்க முடியாவிட்டாலும் கூட, அதனை சுகாதார முறையில் கட்டுக்குள் கொண்டு வர முடியும். அதே சமயம் பயனற்ற, பறவை இனங்களை அழிக்கக் கூடிய, முறைகளைக் கையாள வேண்டியது அவசியம் இல்லை. இன்னொரு வழியில், டச்சு எல்ம் நோய் தாக்க முடியாத ஒட்டு எல்ம் இனத்தை உண்டாக்குவதற்கான முயற்சிகள் நடந்து வருகின்றன என்பது குறிப்பிடத்தக்கது. ஐரோப்பிய எல்ம் வகை நோய் எதிர்ப்புச் சக்தி உடையது. இதனை வாஷிங்டனில் பயிரிடுகிறார்கள். இவற்றை நோய் தாக்கவில்லை.

மேலும், மரக்கன்றுப் பண்ணைகள் திட்டத்தின் மூலம் மீண்டும் பயிரிடும் முறை பின்பற்றப்படுகிறது. இத் திட்டங்களின் கீழ் பல இனங்கள் ஒன்றாகப் பயிரிடப்படுகின்றன. ஒரே மாதிரி மரங்களைப் பயிரிடாமல், பல இன மரங்களையும் பயிரிட வேண்டும். அப்போது அழிவைத் தடுக்கலாம்.

ராபின்களைப் போலவே இன்னொரு அமெரிக்கப் பறவை இனமும் அழியும் தருவாயில் இருக்கிறது. அது தான் அமெரிக்காவின் தேசியப் பறவையான கழுகு. கடந்த பத்தாண்டுகளில் அதன் எண்ணிக்கை வெகுவாகக் குறைந்துவிட்டது. காரணம் அது இனப் பெருக்கம் செய்ய முடியாமல் ஏதோ ஒன்று தடுக்கிறது. எதனால் இது நிகழ்கிறது என்று உறுதியாகத் தெரியவில்லை. வட அமெரிக்காவில் ஃபிளோரிடா மாநிலத்தில் ஓர் ஓய்வு பெற்ற வங்கி அதிகாரி திரு. சார்லஸ் கழுகுகளைப் பற்றிய ஆய்வில் ஈடுபட்டார். 1939-49இல் 1000 மொட்டைத் தலைக் கழுகுக் குஞ்சுகளுக்குப் பட்டை அணிவித்தார். கூட்டை விட்டுக் குஞ்சுகள் பறக்கும் முன்னர் குளிர் காலத்தில் இப்பணியைச் செய்தார். பொதுவாகக் கழுகுகள் இடம் பெயர்வதில்லை. ஆனால் இந்தக் கழுகுகள் வடக்கு நோக்கிப் பறந்து கனடாவின் கடற்கரைப் பகுதி வரைச் சென்றிருக்கின்றன. இலையுதிர் காலத்தில் தெற்கு நோக்கித் திரும்பி கிழக்குப் பென்சில்வேனியா வரைச் சென்றன.

அவர் தொடக்கத்தில் 125 கூடுகளைப் பார்த்திருக்கிறார். ஆண்டுக்கு 150 கழுகுக் குஞ்சுகளுக்குப் பட்டை அணிவித்தார். 1947இல் அவற்றின் எண்ணிக்கைக் குறையத் தொடங்குகிறது. பல கூடுகளில் முட்டையே இல்லை. சிலவற்றில் முட்டை பொரிக்கவில்லை. 1952 முதல் 1957 வரையில் 80 விழுக்காடு கூடுகளில் குஞ்சுகளே இல்லை.

ஆண்டுக் கடைசியில் 43 கூடுகளில் தான் கழுகுகள் இருந்தன. அவற்றில் 8 குஞ்சுகள். 23 கூடுகளில் முட்டை பொரிக்கவில்லை, 13 கூடுகளில் எதுவுமே இல்லை. 1958இல் 100 மைல்கள் பயணித்தார். அவர் ஒரு குஞ்சைக் கண்டுபிடித்தார். 10 கூடுகளில் தான் பெரிய கழுகுகள் இருந்தன.

சார்லஸ் 1959இல் இறந்துவிட்டார். அதன் பிறகு வேறு அமைப்புக்கள் ஆராய்ச்சியை மேற்கொண்டன. கழுகுகள் அழிவதன் வேகத்தை வைத்துப் பார்த்தால் அமெரிக்காவிற்கு வேறொரு அடையாளச் சின்னத்தைத் தேட வேண்டியதிருக்கும் போலும். ஹாக் மலைச் சரணாலயத்தின் காவலர் மாரிஸ் பிரௌன். அந்த மலைப் பகுதியின் வழியாகத் தான் பறவைகள் வடக்கு நோக்கி இடம் பெயர்ந்து செல்ல வேண்டும். மாரிஸ் பருந்துகள் மற்றும் கழுகுகளைக் கணக்கெடுத்தார். மொட்டைத் தலைக் கழுகுகள் ஆகஸ்ட், செப்டம்பரில் அதிகமாக மலையைக் கடக்கும். 1935-1939ஆம் ஆண்டுகளில் பெரும்பாலான கழுகுகள் 40 சதவீதம் முதிர்ச்சியடையாத இளம் பறவைகளாக இருந்தன. ஆனால் 1959இல் மொத்த எண்ணிக்கையில் இளங்கழுகுகளின் எண்ணிக்கை மிகவும் குறைந்துவிட்டது.

கழுகுகள் எண்ணிக்கை குறைவதை வேறு இடங்களிலும் கண்டுபிடித்தார்கள். இல்லியானாவில் 1958இல் கணக்கெடுத்த போது, 59 கழுகுகளில் ஒன்று தான் இளங்கழுகாக இருந்தது. உலகிலேயே கழுகுகளின் சரணாலயம் ஜான்சன் மலைத் தீவில் இருக்கிறது. 1934 முதல் அங்குள்ள ஒரு கூட்டை மட்டும் பேராசிரியர் பெக் என்ற பறவை ஆய்வாளர் கண்காணித்து வந்தார். 1935 முதல் 1947 வரை ஒழுங்காகக் கழுகுகள் வந்து போயின. 1947க்குப் பிறகு வயது வந்த கழுகுகள் வந்து தங்கினாலும் முட்டை இடுவதோ, குஞ்சு பொரிப்பதோ நின்றுவிட்டது.

இந்த ஆராய்ச்சிகளிலிருந்து என்ன தெரிகிறது என்றால், பெரிய கழுகுகள் இருந்தாலும் இளங் கழுகுகளோ குஞ்சுகளோ இல்லை. இதற்கு அவற்றின் இனப்பெருக்கம் செய்யும் சக்தி குறைந்து விட்டதே காரணம். ஏதோ வெளிச் சக்தி இந்தப் பாதிப்பை ஏற்படுத்தியிருக்கிறது.

இதுபோன்ற ஒரு சூழல் செயற்கையாக ஏற்படுத்தப்பட்டது. ஜேம்ஸ் டிவிட் என்பவர் காடை, கௌதாரிகளின் மேல் DDT முதலான பூச்சிக் கொல்லிகளின் பாதிப்பை ஆராய்ச்சி செய்தார்.

அதன்படி நேரடியாக இப்பறவைகள் பாதிக்கப்படாவிட்டாலும் அவற்றின் இனப்பெருக்கம் செய்யும் சக்தி குறைந்துவிட்டது கண்டுபிடிக்கப்பட்டது. காடையின் உணவில் DDT கலந்தார். அவற்றின் உயிருக்கு ஆபத்தில்லை. சாதாரண எண்ணிக்கையில் முட்டையிட்டன. ஆனால் அவை பொரிக்கவில்லை. நன்றாகக் கரு வளர்ச்சியடைவது போலத் தோன்றினாலும் பொரிக்கும் நேரத்தில் இறந்துவிட்டன. அப்படியே பொரித்தாலும் பாதிக் குஞ்சுகள் செத்துவிட்டன. வேறு சோதனைகளில் DDT முதலான வேதிப் பொருட்கள் கலந்த உணவைக் கலந்து காடை கௌதாரிகளுக்குக் கொடுத்த போது அவை முட்டை இடவில்லை. வேறு ஆராய்ச்சியாளர்களும் இதே முடிவிற்கு வந்தார்கள். தாமதமாக இந்த நச்சு வேலை செய்கிறது. முட்டையின் மஞ்சள் கருவில் டியல்டிரின் சேமிக்கப்படுகிறது. அடை காக்கப்படும் போதும் பொரிக்கும் போதும் அவை தன் வயப்படுத்த வீரியத்தைக் காட்டுகின்றன.

டாக்டர் வாலேசும் ராபின் பறவைகள் மேல் செய்த சோதனைகளில் இதே முடிவை எட்டினார். மெக்சிகன் பல்கலைக் கழக வளாகத்தில் அவருடன் அவருடைய மாணவர்களும் ஆண் ராபின்களின் விரையிலும், முட்டைக் கருக்களிலும், பெண் ராபின்களின் முட்டையிலும், முட்டைகளிலும் இந்த நச்சைக் கண்டுபிடித்தார்கள். இந்த ஆராய்ச்சிகள் பூச்சிக் கொல்லி விஷம் பல தலைமுறைகளையும் பாதிக்கிறது என்பதைக் காட்டுகின்றன. முட்டையின் மஞ்சள் கருவிலேயே நச்சு சேமிக்கப்பட்டிருந்தால் அது மரண தண்டனை அன்றி வேறென்ன?

சோதனைச் சாலைகளில் கழுகுக்கு இது மாதிரி சோதனைகள் செய்ய முடியாது. ஆனால் கள ஆய்வுகள் அமெரிக்காவின் மாநிலங்களில் மேற்கொண்டிருக்கிறார்கள். இவர்கள் உறுதியான ஆதாரங்களைத் தருவார்கள். ஆனால் அதற்கிடையில் கிடைக்கும் ஆதாரங்களை வைத்துப் பார்க்கும் போது கழுகுகளின் எண்ணிக்கை குறைந்து வருவதற்குப் பூச்சிக் கொல்லிகள் காரணமாக இருக்கலாம் என்று தெரிகிறது.

பறவைகள் அழிந்து போகின்ற செய்திகள் உலகெங்குமிருந்தும் வருகின்றன. பூச்சிக் கொல்லிகளைப் பயன்படுத்தத் தொடங்கிய பிறகு வன விலங்குகள் அழிவு அதிகமாகிறது என்று அறிக்கைகள் வருகின்றன. பிரெஞ்சு நாட்டில் திராட்சைக் கொடிகளில் ஆர்சனிக் கலந்த பூச்சிக் கொல்லிகளைப் பயன்படுத்தியதால்

சிறு பறவைகளும், கௌதாரிகளும் மாண்டன. பெல்ஜியத்திலும் கௌதாரிகள் மறைந்து போயின.

இங்கிலாந்தின் பிரச்சினை வேறு மாதிரியானது. இங்கே விதைப்பதற்கு முன்னர் விதைகளில் பூச்சிக் கொல்லிகளைப் பயன்படுத்துகிறார்கள். இதுபோல விதைகளைத் தயாரிப்பது புதிதில்லை. ஆனால் இது வரையில் பூஞ்சக் காளான் கொல்லிகளை மட்டுமே பயன்படுத்துவார்கள். இதனால் பறவைகள் பாதிக்கப்படவில்லை. ஆனால் 1956க்குப் பிறகு பூஞ்சக் காளான் கொல்லிகளோடு, மண் பூச்சிகளைக் கட்டுப்படுத்த டியல்டிரின், ஆல்டிரின் அல்லது ஹெப்டாகுளோரைப் பயன்படுத்தினார்கள். அப்போதிருந்து நிலைமை மாறியது.

1960இல் பறவைகள் அதிக அளவில் இறந்தன. நார்ஃபோக் விவசாயி ஒருவர் அந்தப் பகுதி ஒரு போர்க்களம் போல இருப்பதாக எழுதினார். பல்வேறு வகைப்பட்ட பறவைகள் மொத்த மொத்தமாக இறந்தன. கௌதாரிகள் கொல்லப்பட்டுவிட்டன. அடுத்த ஆண்டு இன்னும் இறப்பு அதிகமாயிற்று; இங்கிலாந்து பிரபுக்கள் சபையில் ஒரு தோட்டத்தில் 600 பறவைகள் இறந்து போனதை அறிவித்தார்கள். இங்கிலாந்தின் பல பகுதிகளிலிருந்தும் பறவைகள் சாவது பற்றித் தகவல்கள் வந்தன. இறப்பு எண்ணிக்கை எவ்வளவு அதிகமாயிற்றென்றால், மக்களவை ஒரு சிறப்புக் குழுவையே நியமிக்குமளவுக்கு இருந்தது. அந்தக் குழு விவசாயிகளை நேரில் சந்தித்துக் குறைகளைக் கேட்டது. 'வானத்திலிருந்து புறாக்கள் செத்து விழுகின்றன,' என்று ஒருவர் சொன்னார். நூறு இருநூறு மைல்கள் லண்டனுக்கு வெளியே சென்றாலும் ஒரு கெஸ்ட்ரல் பறவையைக் கூடப் பார்க்க முடியவில்லை என்று ஒருவர் குறைபட்டார்.

இங்கிலாந்தில் அப்போது இறந்த பறவைகளைச் சோதிக்கச் சோதனைச் சாலைகளோ நிபுணர்களோ மிகவும் குறைவு. பொதுவாக இறந்த பறவைகளை எரித்துவிட்டார்கள். ஆகவே ஆராய்ச்சியாளர்களுக்கே போதிய அளவிற்கு மாதிரிகள் கிடைக்கவில்லை. எனினும் கிடைத்த பறவைகளை ஆராய்ந்தபோது அவற்றில் இரசாயனக் கசடு இருந்தது தெரிய வந்தது. பெரும்பாலும் இறந்த பறவைகள் தானியத்தை உணவாகக் கொள்பவை.

பறவைகளோடு நரிகளும் பாதிக்கப்பட்டன. அவை எலிகளையும் பறவைகளையும் உண்பவை. இங்கிலாந்தில் முயல்கள் அதிகம். முயல்களைக் கட்டுப்படுத்த நரிகள் தேவை. 1959-60இல் 1300 நரிகள்

இறந்துவிட்டன. உணவுச் சங்கிலியாலேயே இந்த இறப்பு நிகழ்ந்தது. குளோரினேற்றப்பட்ட ஹைடிரோ கார்பன் பூச்சிக் கொல்லிகளால் பாதிக்கப்பட்ட விலங்குகளை உண்ட நரிகள் இறந்தன.

ஆகவே, மக்களவை நியமித்தக் குழுவின் அறிக்கையின்படி வன உயிர்களின் உயிருக்கு ஆபத்து என்பது தெரியவந்தது. எனவே அந்தக் குழு விதைகளில் இரசாயனப் பொருட்களைச் சேர்ப்பதைத் தடை செய்யுமாறு பரிந்துரைத்தது. மேலும் வேதிப் பொருட்களைப் பயன்படுத்துமுன் அவற்றை முறையாகக் களஆய்வு செய்ய வேண்டும் என்று கூறியது. இவற்றைத் தயாரிப்பவர்கள் பொதுவாகச் சோதனைச் சாலையில் தங்கள் சோதனைகளை முடித்து விடுவார்கள். களஆய்வு செய்வதில்லை. எனவே குழுவின் பரிந்துரை மிக முக்கியமானதாக இருந்தது.

அமெரிக்காவிலும் கூட வேதிப் பொருட்கள் பயன்படுத்தப்பட்ட விதைகள் பயன்படுத்தப்படுகின்றன. கலிஃபோர்னியாவில் விதை நெல்லில் *DDT*-யைப் பல ஆண்டுகள் பயன்படுத்தி வந்தார்கள். சிலவகை வண்டுகளிலிருந்து பயிரைக் காப்பாற்றவே இந்த முயற்சி. இதனால் வயலில் மேய வரும் கௌதாரிகளும், நீர்ப் பறவைகளும் மிகவும் குறைந்துவிட்டன. தண்ணீர் குடிக்க வரும் பறவைகள் முடக்கு வாதத்தால் பாதிக்கப்பட்டு செத்து விழுந்தன. வசந்தத்தில் வயல்களில் விதைக்கும்போது இது நிகழ்ந்தது. அவ்வளவு அடர்வாக *DDT* இருந்தது. வேதிப் பொருட்களை விதைகளைப் பாதுகாக்க பயன்படுத்தினார்கள். இப்போது ஆல்டிரினைப் பயன்படுத்துகிறார்கள். இதனால் டெக்சாஸ் நெல் வயல்களில் நீர்ப் பறவைகள் குறைந்துவிட்டன.

பூச்சிக் கொல்லிகளைப் பயன்படுத்துவது அதிகமாக அதிகமாக பறவைகள் நேரடியாகப் பாதிக்கப்படுகின்றன. பராத்தியான் போன்ற வேதிப் பொருட்களை விவசாயிகளுக்குப் பிடிக்காத பறவைகளைக் கொல்லப் பயன்படுத்துகிறார்கள். இது பற்றி அமெரிக்க மீன் வளத்துறை கவலை தெரிவித்திருக்கிறது. இதனால் மனிதருக்கும், வன விலங்குகளுக்கும், வீட்டு மிருகங்களுக்கும் ஆபத்து என்று எச்சரிக்கிறது. 1959இல் இன்டியானாவில் விவசாயிகள் சிலர் பராத்தியனை ஆற்றில் தெளிக்க விமானத்தை ஏற்பாடு செய்தார்கள். கறுப்புப் பறவைகள் ஆயிரக்கணக்கில் அங்கு வந்து பயிர்களை நாசப்படுத்துவதைத் தடுக்கவே இந்த முயற்சி. ஆனால் விவசாய முறையில் சிறிது மாற்றம் செய்து வேறு தானியத்தையும் பயன்படுத்திப் பறவைகள் வராமல் தடுத்திருக்கலாம். ஆனால்

அவர்கள் நஞ்சை வானத்திலிருந்து தெளித்தார்கள். சாவை விலை கொடுத்து வாங்கினார்கள்.

65,000 பறவைகள் இறந்தன. வேறு இனப் பறவைகளும் வன விலங்குகளும் இறந்திருக்கும். ஆனால் அவற்றைக் கவனிக்கவில்லை. பராத்தியான் கறுப்புப் பறவைகளை மட்டும் கொல்லாது. எல்லா உயிர்களையும் கொன்று விடும். அப்பகுதிக்கு அதிகமாக வரும் முயல்கள் போன்ற விலங்குகள் அதன் பிறகு அங்கு வருவதில்லை. மனிதர்களின் நிலை...? கலிஃபோர்னியா பழத் தோட்டங்களில் ஒரு மாதத்திற்கு முன்னர் பராத்தியான் தெளித்த தோகைகளைக் கையாண்ட ஆட்கள் மயங்கி விழுந்தார்கள். உடனே மருத்துவ வசதி கிடைத்ததால் உயிர் பிழைத்தார்கள்!

இங்ஙனம் வேதி நஞ்சுகளைத் தெளித்து சங்கிலித் தொடராக சாவுகளை உண்டாக்க யார் முடிவு செய்தார்கள்? அமைதியாக இருந்த குளத்தில் அலைகளை ஏற்படுத்திக் கல்லெறிந்தவர் யார்? தராசின் ஒரு தட்டில் வண்டுகள் தின்னும் இலைகளையும், இன்னொரு தட்டில் அழகான பல வண்ண இறக்கைகளையும், உயிரற்ற சடலங்களையும் குவித்தது யார்? யார் இந்த முடிவெடுத்தது? முடிவினை எடுக்க யாருக்கு அதிகாரம் இருந்தது? யாரோ ஒருவரிடம் குவிந்திருந்த அதிகாரம் பல்லாயிரக்கணக்கான மக்கள் கவனியாத நேரத்தில் இயற்கையின் அழகை அழித்துவிட்டது.

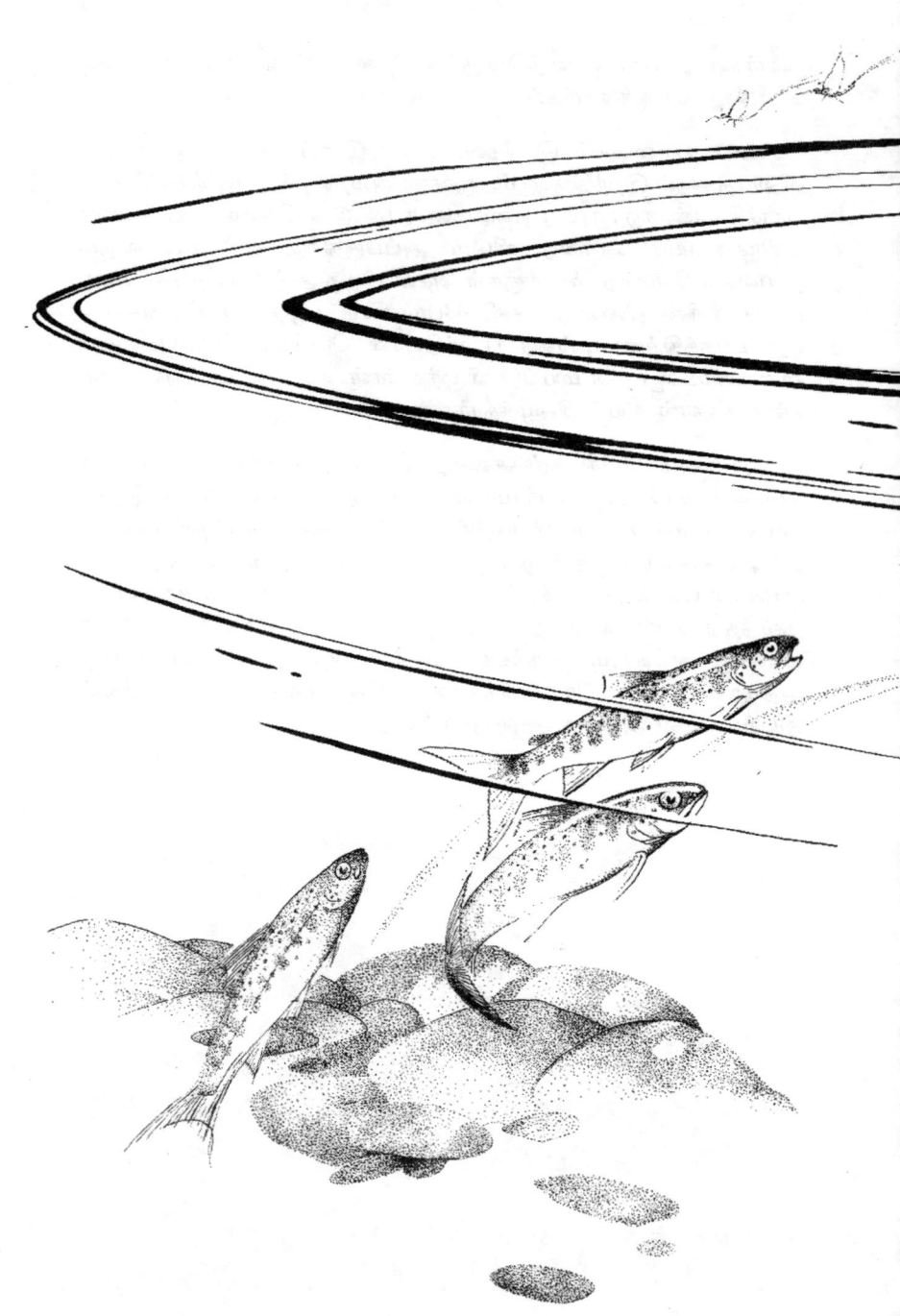

9. மரணத்தின் ஆறுகள்

அட்லாண்டிக் பெருங்கடலின் ஆழ்கடலிலிருந்து கரைக்குப் பல பாதைகள் திரும்ப வருகின்றன. இந்தப் பாதைகளில் மீன்கள் வருகின்றன. இப்பாதைகள் கரையோர ஆறுகளின் வடிகால்களோடு இணைகின்றன. ஆயிரக்கணக்கான ஆண்டுகளாக நன்னீர் மீன் *(salmon)* இந்த நல்ல தண்ணீர் ஓடைகளைத் தான் பயன்படுத்தி வந்திருக்கின்றன. ஆறுகளுக்குத் திரும்பப் போய் கிளை நதிகளில் ஓரிரு மாதங்கள் அல்லது ஆண்டுகள் தங்கியிருக்கும். 1950ஆம் ஆண்டு, புதிய பிரன்ஸ்விக் கரையிலுள்ள மிராமிச்சி ஆற்றிலுள்ள சேமன் மீன்கள் அட்லாண்டிக் கடலின் மேய்ச்சலை முடித்துக் கொண்டு ஆற்றுக்குத் திரும்பின. ஆற்றின் மேற்பகுதியில் கால்வாய்களில் சேமன் மீன் கூழாங்கற்களில் இலையுதிர் காலத்தில் முட்டையிட்டன. அவற்றின் மேல் நீரோடை வேகமாகச் சலசலத்து ஓடும். ஸ்ப்ரூஸ், பால்சம், ஹெலாக், பைன் முதலிய காட்டு மரங்களின் நிழல் சேமனுக்குத் தேவையான சூழலைத் தரும்.

இந்நிகழ்வுகள் ஆண்டாண்டுதோறும் நடப்பவை. வட அமெரிக்காவில் மிராமிச்சி ஆற்றின் கிளைகள் சேமன் இனப்பெருக்கத்திற்குத் துணையாக இருந்திருக்கின்றன. ஆனால் அந்த ஆண்டு இது முறிந்துவிட்டது.

இலையுதிர் மற்றும் குளிர் காலங்களில் கற்கள் அமைந்த பள்ளங்களில் அல்லது பெண்மீன் தோண்டிய குழிகளில் பெரிய, உறுதியான ஓடுகளுடனான சேமன் முட்டைகள் இருந்தன. குளிர் காலத்தில் அவை வழக்கம்போல மெதுவாக வளரத் தொடங்கின. வசந்த காலத்தில் பனி உருகும். குஞ்சு பொரிக்கும். அரை அங்குலக் குஞ்சுகள் தொடக்கத்தில் கூழாங்கற்களுக்கு மத்தியில் ஒளிந்து கொண்டிருக்கும். மஞ்சள் கருவை உணவாகக் கொண்டு வேறு எதையும் சாப்பிடாமல் இருக்கும். அது தீர்ந்த பிறகு தான் சிறு பூச்சிகளைத் தேடிச் செல்லும்.

1954ஆம் ஆண்டு மிராமிச்சி ஆற்றில் அந்த வசந்தத்தில் புதிய குஞ்சுகளோடு கொஞ்சம் வளர்ந்த ஓராண்டு வயதான சேமன்களும் இருந்தன. கோடுகளும், சிவப்புப் புள்ளிகளுமாக அவை இரை தேடிப் பலவகைப் பூச்சிகளையும் தின்னத் தொடங்கின.

கோடை காலம் வந்தவுடன் முழுவதும் மாறிவிட்டது. அதற்கு முதல் ஆண்டு கனடா அரசு காடுகளை மொட்டுப் புழுவிலிருந்து காப்பதற்காகப் பெருமளவில் வேதிப் பொருட்களைத் தெளித்திருந்தது. இந்தப் புழுக்கள் பச்சை இலைத் தாவரங்களைத் தாக்கக்கூடிய பூச்சிகள். கிழக்கு கனடாவில் 35 ஆண்டுகளுக்கு ஒரு முறை அது பெருமளவில் அதிகமாகிவிடும். 1950களில் அப்படிப்பட்ட பெரிய தாக்குதல் ஏற்பட்டது. அதனைத் தடுக்க DDT-யை முதலில் சிறிதளவாகவும் பிறகு 1953இல் அதிகமாகவும் தெளித்தார்கள். பல மில்லியன் ஏக்கர்கள் பால்சம் மரங்களைக் காப்பதற்காக இம்முயற்சி மேற்கொள்ளப்பட்டது. பால்சம் தான் காகிதத் தொழிற்சாலைக்கு ஆதாரம்.

எனவே 1954 ஜூனில் வடமேற்கிலுள்ள மிராமிச்சிக் காடுகளின் மேல் விமானங்கள் பறந்தன. ஒரு ஏக்கருக்கு அரை பவுண்டு DDT எண்ணெயில் கலந்து தெளித்தார்கள். பால்சம் காடுகளின் வழியாக அது தரையை அடைந்து அதில் சில பகுதி நீரோடைகளில் கலந்தது. விமானமோட்டிகள் நீரோடைகளைப் பற்றிக் கவலைப்படாமல் தங்கள் கருமமே கண்ணாக இருந்தார்கள்.

அவர்கள் தெளிப்பது முடிந்தவுடன் அழிவு ஆரம்பமாயிற்று. இரண்டு நாட்களில் சேமன் குஞ்சுகளுடன் வேறு மீன்களும் ஆற்றோரத்தில் செத்து மிதந்தன. சாலைகளிலும், காடுகளிலும் பறவைகள் மடிந்து கொண்டிருந்தன. சேமனுக்கும், டிரவுட் மீனுக்கும், உணவுக்குத் தேவையான பல உயிரினங்கள் இறந்து போயின. சேமன் குஞ்சுகளும் விலக்கில்லை. கூழாங்கல் பள்ளங்களிலிருந்து ஆகஸ்டில் ஒரு சேமன் கூட வெளி வரவில்லை. ஓராண்டு வயதான சேமன்கள் ஓரளவு தப்பித்தன. கடலை நோக்கிப் போக வேண்டிய அவற்றில் மூன்று பங்கு மாண்டுவிட்டது.

இந்த விபரம் எப்படித் தெரியவந்தது என்றால் கனடா நாட்டு மீன் வள ஆராய்ச்சித் துறை 1950லிருந்தே சேமனைக் கண்காணித்து வந்தது. அவற்றின் தொகையைக் கணக்கெடுத்து வந்தது. எனவே இப்போது ஏற்பட்ட அழிவின் அளவை அதனால் கணக்கிட முடிந்தது. மீன் குஞ்சுகள் மட்டுமில்லாமல், நீரோடைகளும் பாழ்பட்டுவிட்டன என்று அந்த ஆய்வு காட்டியது. நீரோடையின் சுற்றுச்சூழல் முழுவதுமாக மாறிப் போயிருந்தது. மீன்களுக்கு உணவான பூச்சிகள் எல்லாம் இறந்து போய்விட்டன. மீண்டும் அவை வளர்ந்து வருவதற்குப் பல ஆண்டுகள் ஆகலாம். சிறிய பூச்சிகள் கொஞ்சம் வேகமாக மீண்டும் வளரும். அவை சிறிய சேமன்களுக்கு உணவாகும். ஆனால் நீரில் வாழும் பெரிய பூச்சிகள் மீண்டு வருவதற்கு பல ஆண்டுகள் ஆகும். எனவே இரண்டு, மூன்று வயது மீன்களுக்கு உணவு கிடைப்பதில்லை. கனடா நாடு பெரிய வகைப் பூச்சிகளின் முட்டைகளைக் கூட ஆற்றில் விட்டுப் பார்த்தது. ஆனால் திரும்பத் திரும்ப மருந்து அடித்ததால் அதுவும் பயனற்றுப் போயிற்று.

மொட்டுப் புழுக்களும் குறைந்தபாடில்லை. 1955 முதல் 1957 வரையில் பலமுறை கனடா நாட்டில் பூச்சிக் கொல்லி மருந்து தூவப்பட்டது. 1957க்குள் 15 மில்லியன் ஏக்கர்களில் மருந்து தெளிக்கப்பட்டது. பிறகு சிறிது காலம் நிறுத்தி வைக்கப்பட்டது. இப்போது மீண்டும் புழுக்கள் அதிகமாகிவிட்டன. எனவே 1960, 1961இல் மீண்டும் தெளிக்கப்பட்டது. இப்படித் திரும்பத் திரும்ப DDT-யைத் தெளிக்க வேண்டிய அவசியமாயிற்று. மீன்கள் அழிவதைத் தடுக்க DDT-யைப் பாதியாகக் குறைத்தார்கள். பல ஆண்டுகளுக்குப் பிறகு கனடா அரசு ஆய்வு மேற்கொண்டபோது வெற்றியும் தோல்வியுமே கண்டது. ஆனால் சேமன் மீனின் அளவு வெகுவாகக் குறைந்துவிட்டது.

வடமேற்கு மிராமிச்சியினை முழு அழிவிலிருந்து காப்பாற்றியது ஒரு எதிர்பாராத சூழல். 1954இல் மிராமிச்சியின் மேல் பகுதியில் மருந்து தெளிக்கப்பட்டது என்று பார்த்தோம். அதன் பிறகு அப்பகுதியில் தெளிப்பதைத் தவிர்த்து விட்டார்கள். 1954இல் பெரும் புயல் ஒன்று வீசியது. அதற்கு எட்னா புயல் என்று பெயர். இதனால் புது இங்கிலாந்து, கனடா கடற்கரைப் பகுதிகளில் கடுமழை கொட்டியது. கடலுக்குச் சுத்தமான நீர் ஓடைகளில் வரத் தொடங்கிற்று. இதனால் சேமன் மீன்களும் உள்ளே வந்தன. இதனால் கூழாங்கல் படுகைகளில் நிறைய சேமன் முட்டைகள் இடப்பட்டன. குஞ்சுகள் பொரித்த பிறகு அவற்றிற்குத் தேவையான சிறிய பூச்சிகளும் அதிக அளவில் உண்டாயின. பெரிய மீன்கள் இல்லாததால் அவற்றிற்குப் போட்டியும் இல்லை. எனவே கடலுக்கு மீண்டு செல்லும் சேமன்கள் எண்ணிக்கை அதிகமாக இருந்தது. அவற்றில் பல 1959இல் மீண்டும் முட்டையிட வந்தன. வடமேற்கு மிராமிச்சியில் ஒரு வருடம் மட்டுமே தெளித்ததால் அங்கே அதிகப் பாதிப்பில்லை. ஆனால் பலமுறை தெளித்த நீரோடைகளில் எல்லாம் சேமன் எண்ணிக்கை குறைந்துவிட்டது. சேமன் குஞ்சுகள் அரிதாகிவிட்டன. தென்மேற்கு மிராமிச்சியில் பல முறை தெளித்ததால் சேமன் மீன் கண்ணில் படவில்லை. எனவே சேமன் மீன் வகையைப் பாதுகாக்க வேண்டுமென்றால் காடுகளில் DDT மழை பொழிவதைத் தடுத்து வேறுமுறைகளைக் கையாள வேண்டும்.

கிழக்குக் கனடாவில் மட்டுமின்றி மெய்ன் காடுகளிலும் சேமன் அருகி வந்தது. அங்கும் பால்சம் காடுகளில் பூச்சிகளைக் கட்டுப்படுத்த வேண்டியிருந்தது. அங்குள்ள ஓடைகள் தொழிற்சாலைக் கழிவுகளால் மாசுபட்டு இருந்தன. கட்டைகள் அடைத்துக் கொண்டிருந்தன. எனினும் அங்கு சேமன் உயிர் வாழ்வதற்கான சூழலை ஏற்படுத்தினார்கள். மொட்டுப் புழுவைக் கட்டுப்படுத்த மருந்து தெளிக்கப்பட்டது. இருப்பினும் பாதிப்பு அதிகமில்லை. ஆனால் ஆற்று மீன்கள் கொல்லப்பட்டுவிட்டன. வேறு வகை மீன்கள் DDT நச்சினால் பாதிக்கப்பட்டுத் தண்ணீரில் மிதந்ததாகவும், டிரவுட் வகை மீன்கள் கண் குருடானதாகவும் மெய்ன் மீன்வளத் துறை அறிவித்தது. DDT மீன்களைக் குருடாக்கி விடும் என்பது பல சோதனைகளில் நிரூபணமாகி இருக்கிறது.

பெரிய காடுளில் எல்லாம், புதிய பூச்சிக் கட்டுப்பாட்டு முறைகள் மரங்களின் நிழலில் உள்ள ஓடைகளிலுள்ள மீன்களைப் பாதிக்கின்றன. ஒரு எடுத்துக்காட்டு: அமெரிக்காவில் 1955இல்

எல்லோஸ்டோன் தேசியப் பூங்காவிற்கு அருகில், ஆறு 90 மைல்கள் தூரம் பாதிக்கப்பட்டது. 300 அடி தூரக் கரையில் 600 மீன்கள் செத்துக் கிடந்தன. ஆற்றில் இருக்கும் பூச்சிகள் மறைந்துவிட்டன.

DDT பாதுகாப்பான பூச்சிக் கொல்லி என்று ஆலோசனை வழங்கப்பட்டதாலேயே வனத்துறை அதனைத் தெளித்தது என்று கூறியது. அந்த ஆலோசனை எவ்வளவு தவறானது என்று தெரிய வந்தது. 1956இல் மோன்டானாவில் 9 லட்சம் ஏக்கர்களில் தெளித்தார்கள். 1957இல் 8 லட்சம் ஏக்கர்களில் தெளித்தார்கள். மீன் மற்றும் வனத்துறை, பிற துறைகளின் ஆய்வுக்கு இது உகந்ததாக இருந்தது.

DDT-இன் வாடை காடு முழுவதும் பரவும். தண்ணீர் மேல் எண்ணெய் படர்ந்தது போல இருக்கும். கரையில் டிரௌட் மீன்கள் செத்துக் கிடக்கும். மீன்களை ஆய்வு செய்தால், DDT அவற்றின் திசுக்களில் சேமிக்கப்பட்டிருந்தது. கனடாவைப் போலவே இங்கு மீன் உணவுக்குத் தட்டுப்பாடு ஏற்பட்டது. நீர்நிலை, பூச்சிகள், தாவரங்கள் பத்தில் ஒரு பங்காகக் குறைந்துவிட்டன. ஒரு முறை இவை அழிந்துவிட்டால் திரும்பிப் பழைய நிலைக்கு வருவதற்குப் பல ஆண்டுகள் ஆகும். மீன்கள் உடனடியாகச் சாவதில்லை. எனவே அவற்றைப் பற்றி யாரும் அதிகம் முறையீடு செய்ய மாட்டார்கள்.

DDT-ஐ ஒரு ஏக்கருக்கு ஒரு பவுண்டு வீதம் தெளிப்பது மீன்களைப் பாதிக்கிறது என்பது தெளிவாகிறது. மேலும் மொட்டுப் புழுக்களும் கட்டுப்படுத்தப்படவில்லை. எனவே மோன்டானா மீன்வளத் துறை இரசாயனப் பூச்சிக் கொல்லிகளைக் கடுமையாக எதிர்த்தது. எனினும் எதிர்விளைவுகள் ஏற்படுவதைக் குறைக்க வனத் துறையுடன் ஒத்துழைப்புத் தருவதாக உறுதியளித்தது.

அந்த ஒத்துழைப்பு உதவாது என்பதை பிரிட்டிஷ் கொலம்பியா நிகழ்ச்சி உறுதி செய்தது. அங்கே கறுப்புத் தலை மொட்டு வண்டு பல ஆண்டுகளாக அதிகமாகி வந்திருந்தது. 1957இல் வனத்துறை இதனைக் கட்டுப்படுத்த நடவடிக்கை எடுக்க முன்வந்தது. வேட்டையாடுபவர்களுக்காகத் துறையுடன் ஆலோசனை நடத்தியது. கடைசியில் தெளிக்கும் திட்டத்தில் மீன்கள் பாதிக்கப்படாத வகையில் பல மாறுதல்களைச் செய்தது. ஆனால் இந்த முன்னெச்சரிக்கை நடவடிக்கைகள் எடுத்தும், உண்மையான முயற்சிகள் மேற்கொண்டும் நான்கு பெரிய ஓடைகளில் சேமன் முழுவதுமாகக் கொல்லப்பட்டுவிட்டது.

இந்தச் சிக்கலைத் தீர்க்க வழிகள் இல்லாமல் இல்லை. காடுகளையும் காப்பாற்றி, மீன்களும் அழியாமல் காக்க வழிகள் உள்ளன. நமது நீர் ஆதாரங்களை சாவின் ஆறுகளாக மாற்றுவதைத் தவிர வேறு வழியில்லை என்பது விரக்தியையும் தோல்வி மனப்பான்மையையுமே காட்டும். மாற்று வழிகள் இருக்கும்போது அவற்றைப் பயன்படுத்த வேண்டும்; அல்லது புது வழிகளைத் தேடிக் கண்டுபிடிக்க வேண்டும். மருந்து தெளிப்பதை விட இயற்கையாக ஒட்டுண்ணிகளைப் பயன்படுத்திக் கட்டுப்படுத்த முடியும் என்பதற்கு ஆதாரங்கள் இருக்கின்றன. இதனை முழுமையாகப் பயன்படுத்த வேண்டும். மேலும் வீரியமும் நச்சுத் தன்மையும் குறைந்த வேதிப் பொருட்களையும் பயன்படுத்தலாம். அல்லது மொட்டுப் புழுக்களைக் கொல்லக்கூடிய நுண்ணியிர்களைச் செலுத்தலாம். இதனால் இயற்கையின் பின்னல் அறுபட்டுப் போகாது.

மீன்களைப் பூச்சிக் கொல்லிகள் எப்படிப் பாதிக்கின்றன? இந்தப் பாதிப்பு மூன்று பகுதிகளைக் கொண்டது. முதலாவதாக நாம் ஏற்கனவே பார்த்தது போல, அமெரிக்காவின் வடக்குக் காடுகளில், நீரோடைகளில் இருக்கும் மீன்கள் மற்றும் காடுகளில் மருந்து தெளிப்பது பற்றியது. இதில் DDT-யே முக்கிய பங்குவகிக்கிறது. அடுத்தது பரவலானது. பலவகை நீர்நிலைகளில் வாழும் பல மீன் வகைகளைப் பற்றியது. இங்கு விவசாயப் பயன்பாட்டிற்கான பூச்சிக் கொல்லி வகைகள் தொடர்பானது. என்டிரின், டியல்டிரின், ஹெப்டாகுளோர் போன்ற வேதிப் பொருட்களும் இதில் அடங்கும். மூன்றாவதாக இனி வரப்போகிற பிரச்சினை பற்றியது. உப்பு நீருள்ள சதுப்பு நிலங்களில் வாழும் மீன்கள் பாதிப்படைவது. இது இனிமேற்தான் ஏற்படப்போகிறது.

புது கரிமப் பூச்சிக் கொல்லிகளை அதிகம் பயன்படுத்தினால் மீன்கள் அழியப் போவது உறுதி. ஏனென்றால் குளோரினேற்றப்பட்ட ஹைடிரோ கார்பன்கள் மீன்களை எளிதில் பாதிக்கின்றன. இந்த நச்சு வேதிப் பொருட்களை லட்சம் டன்களாக நிலத்தில் தெளிக்கும்போது நிலத்திற்கும் கடலுக்கும் இடைப்பட்ட நீர் நிலைகளை அவை கண்டிப்பாகக் கெடுத்துவிடும்.

மீன்கள் பாதிக்கப்படுவது மிகப் பெரிய இடர். ஏனென்றால் அமெரிக்காவில் இரண்டரை லட்சம் பேர் மீன் பிடிப்பதைப் பொழுது போக்காகக் கொண்டிருக்கிறார்கள். இன்னொரு ஒன்றரை லட்சம் அமெரிக்கர்கள் எப்போதாவது மீன்பிடிக்கப் போவார்கள். இவர்கள் ஒவ்வொரு ஆண்டும் உரிமம் பெறவும், தூண்டில்,

படகுகள், பெட்ரோல் வாங்கவும், தங்குவதற்கும் என்று 30 லட்சம் டாலர்கள் செலவழிக்கிறார்கள். இந்தக் கேளிக்கை இல்லை என்றால் பொருளாதாரப் பாதிப்பை ஏற்படுத்தும். இதனோடு உணவுக்காக மீன்பிடித் தொழிலும் பாதிக்கப்படும். மீன் முக்கிய உணவுப் பொருள். ஆண்டுக்கு 300கோடி டாலர்கள் வருவாய் கிடைக்கும். நீரோடைகள், குளங்கள், ஆறுகள், வளைகுடாக்களில் பூச்சிக் கொல்லிகளின் ஆதிக்கத்தால் பொழுதுபோக்கிற்கும், வணிகத்திற்கும் பயன்படும் மீன்பிடித்தலுக்கு ஆபத்து ஏற்படும்.

வேளாண்மைக்கு மருந்து தெளித்தலும், தூவுவதும் மீன்களை அழித்ததற்குப் பல எடுத்துக் காட்டுகள் உள்ளன. கலிஃபோர்னியாவில் பொழுதுபோக்கிற்காகப் பயன்படும் 60,000 மீன்கள் அழிந்துவிட்டன. லூசியானாவில் 1960இல் என்டரினைக் கரும்புத் தோட்டங்களில் தெளித்ததால் மீன்கள் இறந்துவிட்டன. பென்சில்வேனியாவில் என்டரின் பயன்பாட்டால் மீன்கள் கொல்லப்பட்டன. அமெரிக்காவின் தெற்குப் பகுதியில் பல லட்சம் ஏக்கர்களில் நெருப்பு எறும்பைக் கட்டுப்படுத்தப் பெரும் அளவில் ஹெப்டாகுளோரைப் பயன்படுத்தினார்கள். இது DDTயை விட ஓரளவு குறைந்த ஆபத்தையே மீன்களுக்கு ஏற்படுத்தும். டியல்டிரின் நீர்வாழ் உயிரினங்களை அழித்துவிடும். மீன்களுக்குப் பெரும் பகை என்டிரினும், டாக்சாமினும் ஆகும். நெருப்பு எறும்பைக் கட்டுப்படுத்த ஹெப்டாகுளோரையோ டியல்டிரினையோ பயன்படுத்திய இடங்களில் எல்லாம் நீர்வாழ் உயிரினங்கள் அழிந்து விட்டன. மீன்கள் செத்து மிதந்தன. லூசியானாவில் பண்ணைக் குளங்களில் மீன்கள் இறந்துவிட்டன. கால் மைல் தூரக் கரையில் 500 மீன்கள் செத்துக் கிடந்தன. ஃப்ளோரிடாவில் மீன் குட்டைகளில் ஹெப்டாகுளோர் கசடுகள் இருந்தன. அங்கே இருந்த மீன்களில் இந்த நச்சு காணப்பட்டது. இதனை மனிதர் உண்டால் பேராபத்து.

மீன்கள், தவளைகள் மற்றும் நீர் உயிரினங்கள் மிக அதிக அளவில் பாதிக்கப்பட்டதால் உயிரினங்களின் பாதுகாப்பிற்கான அமெரிக்கக் கழகம் வானிலிருந்து ஹெப்டாகுளோர், டியல்டரின் ஆகிய நச்சுக்களைத் தெளிப்பதைத் தடைசெய்ய வேண்டும் என்று கேட்டுக் கொண்டது. பல நீர்வாழ் உயிரினங்கள் மிக அபூர்வமானவை. அவை சிறு பகுதிகளில் தான் இருக்கும். அவை முழுவதும் அழியும் அபாயம் இருப்பதாக எச்சரித்தது.

தெற்கு மாநிலங்களிலும், பருத்திப் பயிர்களைக் காப்பதற்காகப் பூச்சிக் கொல்லிகள் பயன்படுத்தப்பட்டன. அங்கும் மீன்கள் அழிந்து

விட்டன. 1950இல் அலபாமாவில் பூச்சிகள் அதிக அளவில் படை எடுத்ததால் பூச்சிக் கொல்லிகளைப் பயன்படுத்தினார்கள். அதிகமாக, மீன்களுக்கு எதிரியான டாக்சா பீன் பயன்படுத்தப்பட்டது. அந்தக் கோடையில் மழை பெய்தததால், வேதி நஞ்சுகள் ஓடைகளுக்கு அடித்துச் செல்லப்பட்டன. எனவே விவசாயிகள் மேலும் தெளித்தார்கள். அந்த ஆண்டு ஒரு ஏக்கருக்கு 63 பவுண்டுக்கும் மேல் டாக்சாபீன் தெளிக்கப்பட்டது. ஆகஸ்டில் பெருமழை பெய்தது. சிற்றோடைகள் பெரிய ஓடைகளாகிச் சிற்றாறுகளில் நீர் பெருக்கெடுத்தது. ஃபிளிட்கிரீக்கில் ஆறு அங்குலம் தண்ணீர் மட்டம் உயர்ந்தது. மீன்கள் மேல்மட்டத்தில் நீந்திக் கரைக்குத் துள்ளின. விவசாயிகள் எளிதில் பிடித்து தங்கள் குளங்களுக்குக் கொண்டு சென்றார்கள். அங்கு தண்ணீர் மாசின்றி இருப்பதால் அவை பிழைத்துக் கொண்டன. ஆனால் ஓடைகளில் மீன்கள் எல்லாம் செத்து மிதந்தன. மழை பெய்யப் பெய்ய ஆற்றுக்குள் மிக அதிகமாய் பூச்சிக் கொல்லிகள் கலந்து அதிக எண்ணிக்கையில் மீன்களைக் கொன்றுவிட்டன. ஆகஸ்ட் 10, மீண்டும் ஆகஸ்ட் 15இல் அடுத்தடுத்து மழை பெய்து ஓடைகள் நிறைந்து தண்ணீர் ஓடியது. தண்ணீரைத் தங்க மீனில் சோதித்த போது அவை ஒரு நாளில் இறந்துவிட்டன.

இதுபோலவே, பண்ணைகளிலுள்ள குளங்களுக்கும் நச்சுநீர் வந்தது. அதோடு சில குளங்களில் நேரடியாகவே வேதிப் பொருள் தெளிக்கப்படுவதால் அவற்றில் அதிகமாக மாசு ஏற்படுகிறது. ஒரு குறிப்பிட்ட குளத்தில் தேவையற்ற மீனை அழிக்க DDT-யைத் தெளித்தார்கள். பிறகு எவ்வளவு தான் நீரை வடித்துச் சுத்தப்படுத்தினாலும் இரசாயனப் பொருள் போகாமல் சேற்றிலேயே தங்கிவிட்டிருந்தது. 94 சதவீத 'சன்பிஷ்' மீன்கள் அழிந்துவிட்டன.

உலகின் பல பாகங்களில் குளத்தில் வளர்க்கப்படும் மீன் உணவாகப் பயன்படுகிறது. அப்படிப்பட்ட இடங்களில் பூச்சிக் கொல்லிகளைப் பயன்படுத்துவது உடனடியாக மீன்களைப் பாதிக்கிறது. எடுத்துக்காட்டாக ரொடீசியாவில் உணவாகப் பயன்படுகிற கஃபூபிரீம் என்ற மீனின் குஞ்சுகள் DDT பயன்படுத்தப்பட்டதால் இறந்துவிட்டன. வேறு பூச்சிக் கொல்லிகளைக் குறைந்த அளவில் பயன்படுத்தினாலும் அழிவு நிச்சயம். மத்திய ஆப்பிரிக்க நாடுகளில் கொசுக்களைக் கட்டுப்படுத்தும் அதே வேளையில் முக்கிய உணவான மீனையும் பாதுகாக்க வேண்டும்.

ஃபிலிப்பின்ஸ், சீனா, வியட்நாம், இந்தியா, இந்தோனேசியா, தாய்லாந்து நாடுகளில் மில்க்ஃபிஷ் என்ற மீன் வகையைக் கடற்கரை ஓரமுள்ள குளங்களில் வளர்ப்பார்கள். தென்கிழக்கு ஆசியா, இந்தியா போன்ற அரிசி உணவு சாப்பிடும் நாடுகளில் மீன் புரதச்சத்தைத் தரக்கூடியது. எனவே பசிஃபிக் அறிவியல் கழகம் பல இடங்களிலும் இம்மீனைப் பெருமளவில் வளர்க்க வேண்டும் என்று பரிந்துரைத்தது. ஆனால் அதே சமயம் இரசாயனப் பொருளைத் தெளிப்பது அனுமதிக்கப்பட்டிருந்தது. அதனால் ஏற்கனவே இருந்த மீன் பண்ணைகளிலும் இழப்பு ஏற்பட்டது. ஃபிலிப்பைன்சில் கொசு ஒழிப்பிற்காக வானத்திலிருந்து தெளித்தார்கள். 120,000 மீன்கள் இருந்த குளத்தில் பாதி மீன்கள் இறந்துவிட்டன.

1961இல் டெக்சாசிற்குக் கீழ் கொலராடோ ஆற்றில் ஒரு ஞாயிறு காலை டவுன் லேக்கில் செத்த மீன்கள் மிதந்தன. ஆனால் ஐந்து மைல்கள் தள்ளி இருந்த ஆற்றில் மீன்கள் இறக்கவில்லை. ஆனால் திங்கள் கிழமை 50 மைல் தொலைவில் ஆற்றில் மீன்கள் இறந்த செய்தி வந்தது. ஏதோ நஞ்சு தண்ணீரில் கலந்து ஓடுகிறது என்பது தெளிவாயிற்று. அந்த மாத இறுதியில் பல மைல் தூரம் பரவி விட்டது. அதனால் நீர் வழிகள் அடைக்கப்பட்டு மெக்சிகோ வளைகுடாவிற்குத் திருப்பிவிடப்பட்டன. இதற்கு என்ன காரணம் என்று ஆராய்ந்ததில் ஒரு இரசாயனத் தொழிற்சாலையில் DDT, பென்சின் ஹெப்டாகுளோரைடு, குளோரின், டாக்சாபீன் ஆகிய பூச்சிக் கொல்லிகள் தயாரிக்கப்பட்டன. பூச்சிக் கொல்லிகளின் தூள்கள் புயல் நீர் வடிகால்களில் கழுவிவிடப்பட்டன. அவற்றிலிருந்து ஆறுகளுக்குப் போய்விட்டன. வேறு பல இரசாயனத் தொழிற்சாலைகளிலும் இதுபோலவே சாக்கடையில் கழுவப்பட்ட நீரும் மழை நீரும் கலந்து விடுகிறதைக் கண்டுபிடித்தார்கள். ஏரியிலும், கொலராடோ ஆற்றிலும் மீன்கள் இறந்ததற்குச் சில நாட்களுக்கு முன்னர் பல லட்சம் காலன் தண்ணீரை மிகுந்த அழுத்தத்தில் செலுத்தி கழிவுகளை அகற்றினார்கள். அது முழுவதும் புயல் நீர் வடிகால்களில் சேர்ந்துவிட்டது. மண், சரளைகளின் அடியில் படிந்திருந்த பூச்சிக் கொல்லிகள் முழுவதும் ஏரிக்கும் பிறகு ஆற்றுக்கும் அடித்துச் செல்லப்பட்டிருக்கின்றன.

நச்சுப் பொருள் கொலராடோ ஆற்றில் சாவைச் சுமந்து சென்றது. 27 வகையான மீன்கள் செத்து மடிந்தன. சிறிய மீன்கள் முதல், வயதான 25 பவுண்டு எடையுள்ள மீன்கள் வரை இறந்து கிடந்தன. ஆறு மாசுபட்டது நீங்கப் பல ஆண்டுகள் ஆகும் என்று சொன்னார்கள். சிலவகை மீன்கள் திரும்பியே வர முடியாது.

இதோடு நிற்கவில்லை. 200 மைல்கள் போன பிறகும் அதன் வீரியம் குறையவில்லை. முத்துச் சிப்பிகள், ஷிரிம்ப் பண்ணைகளுக்குத் தண்ணீர் போனால் ஆபத்து என்றதால் வேறு வழியாக் திருப்பி விடப்பட்டது.

இந்த மாசு உப்பளங்கள், வளைகுடாக்களுக்குப் பரவியது. ஆறுகளிலிருந்து வரும் மாசு மட்டுமின்றி இங்கு கொசு மற்றும் பிற பூச்சிகளைக் கட்டுப்படுத்த மருந்து அடித்ததும் பாதிப்பை ஏற்படுத்திற்று. ஃப்ளோரிடா கடற்கரையில் மிகவும் பாதிப்பு ஏற்பட்டது. 1955இல் 2000 ஏக்கர் உப்பளங்களில் மண் ஈயை ஒழிக்க டியல்டிரின் தெளிக்கப்பட்டது. மீன் முழுவதும் இறந்துவிட்டது. கரைகளில் செத்த மீன்கள் ஒதுங்கின. எந்தவகை மீனும் தப்பிக்க முடியவில்லை.

ஃப்ளோரிடாவின் எதிர்க்கரையில் டம்பா வளைகுடாவில் டாக்டர் ஹெர்பர்ட் மில்ஸ் ஆராய்ச்சி செய்து அறிக்கை அளித்தார். உப்பு சதுப்பு நிலத்தில் கொசுவை ஒழிக்க மருந்து தெளித்தார்கள். மீன்களும், நண்டுகளும் மாய்ந்தன. குறிப்பாக, ஃபிட்லர் நண்டு என்ற அபூர்வ வகை நண்டுகள் பரிதாபமாக இறந்தன. அவை பல விலங்குகளுக்கு முக்கிய உணவாகும். பல சதுப்புநிலப் பறவைகள், கடற் பறவைகள் அவற்றைத் தின்னும். அதேபோல அட்லாண்டிக் கரையில் நீல நண்டுகளும் இறந்தன.

ஷ்ரிம்ப்கள், முத்துச் சிப்பிகள் ஆகியவையும் பாதிக்கப்பட்டன. ஷ்ரிம்ப் பண்ணைகளுக்கு ஆபத்து ஏற்படுமா என்று சோதித்தார்கள். டியல்ட்ரின் மிகக் குறைந்த அளவுக் கரைசலிலும் ஷ்ரிம்புகளைக் கொன்றது. இதைவிட என்டிரின் இன்னும் ஆபத்தானது. வளைகுடாக்களின் அடியில் காணப்படும் சிப்பிகள் வயது வந்தவுடன் சோம்பிக் கிடக்கும். அவற்றின் முட்டைகள் கடலுக்குள் விடப்படும். கோடையில் பிளாங்க்டனுடன் முத்துச் சிப்பிகளும் இருக்கும். பிளாங்க்டனின் நுண்ணிய உயிர்களைச் சிப்பிகள் உண்ணும். இந்த பிளாங்க்டன்கள் இல்லையென்றால் சிப்பிகள் இருக்க முடியாது. பூச்சிக் கொல்லிகள் பிளாங்டனை அழித்து விடுகின்றன. தாவர பிளாங்டன்களும் களைக் கொல்லிகளால் பாதிக்கப்படுகின்றன. லார்வாக்களும் சாதாரண பூச்சிக் கொல்லிகளால் கொல்லப்படுகின்றன. வளர்ந்த சிப்பிகள் பாதிப்படையாது. எனினும் அவை நச்சுக்களை சீரண மண்டலத்திலும் திசுக்களிலும் சேர்த்து வைத்துக் கொள்ளும். இவற்றை அப்படியே முழுவதுமாக

உண்பார்கள். பச்சையாகக் கூட உண்பார்கள். அப்போது ராபின்களின் கதிதான் மனிதருக்கும் என்று டாக்டர் பிலிப் பட்லர் கூறுகிறார்.

நீரோடைகளிலும், குளங்களிலும் நேரடியாகக் காணப்படுகிற ஆபத்து கடலுக்கும் வரும். எல்லாப் பெரிய ஆறுகளிலிருந்தும் கிளை நதிகளிலிருந்தும் நச்சுப் பொருட்கள் கடல்நீரில் கலக்கின்றன. அவை யாவை என்றோ மொத்த அளவு எவ்வளவு என்றோ நமக்குத் தெரியாது. அதிகத் தண்ணீரில் கலந்திருப்பதால் இரசாயனப் பொருட்களை அடையாளம் காண முடியாது. நச்சுத் தன்மையுள்ள இரசாயனப் பொருட்கள் கடலிலுள்ள வேதிப் பொருட்களோடு கலந்து இரசாயன மாறுதல்கள் அடையும்போது என்ன விளைவுகள் ஏற்படும் என்பது மிகப் பெரிய கேள்வி.

ஆற்றில் வசிக்கும் கடல் மீன்கள் மனிதருக்கு மிக முக்கியமான உணவு. நீர்நிலைகளில் வேதிப் பொருட்கள் நுழைவதால் அவை மிக ஆபத்துக்கு உள்ளாயிருக்கின்றன என்பதை மறுக்க முடியாது. நச்சுப் பொருட்களைத் தயாரிப்பதற்கு ஆகும் செலவில் ஒரு பகுதியை ஆராய்ச்சிக்குச் செலவிட்டால் நீர் நிலைகளில் நச்சுப் பொருட்களைப் பயன்படுத்துவதைக் குறைக்க வழி காண முடியும்.

10. வானிலிருந்து பொழியும் சாவு மழை

வேளாண் நிலங்களிலும், காடுகளிலும் வானிலிருந்து தெளிப்பது சிறிது சிறிதாகத் தான் தொடங்கியது. (நல்ல வேளை, நமது நாட்டில் இல்லை.) படிப்படியாக அதிகரித்து விட்டது. இதனை பிரிட்டிஷ் சுற்றுச் சூழலியல் அறிஞர் ஒருவர் 'வானிலிருந்து பொழியும் சாவு மழை' என்று அழைத்தார். நச்சுப் பொருட்கள் பற்றிய நமது மனப்போக்கும் மாறிவிட்டது. நஞ்சுப் பொருட்களை பெட்டிகளுக்குள் அடைத்து வெளியே மண்டை ஓடு - எலும்புகள் உள்ள படத்தை ஒட்டியிருப்பார்கள். அவற்றைப் பயன்படுத்தும்போது கவனமுடன் கையாள்வார்கள். ஆனால் புதிய புதிய கரிமப் பூச்சிக் கொல்லிகள் வந்துவிட்ட பிறகு, இரண்டாம் உலகப் போருக்குப் பிறகு, அதிகமான விமானங்கள் கிடைத்ததால் இந்த எச்சரிக்கையை

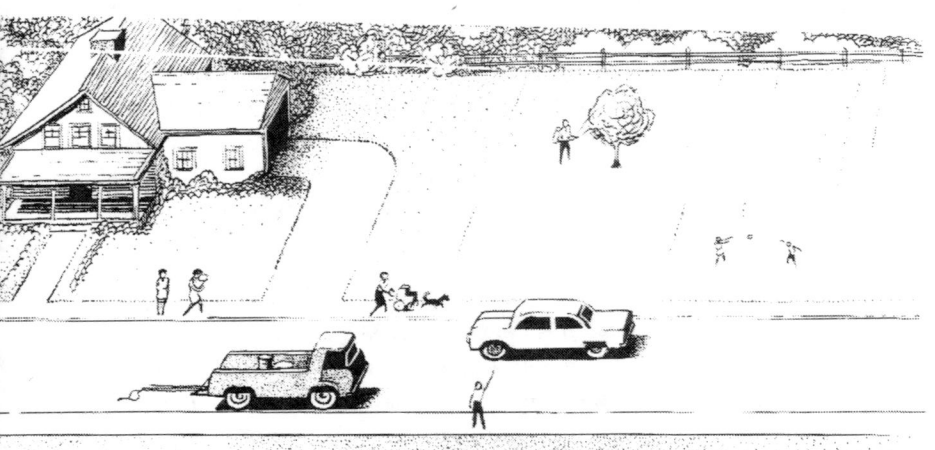

மறந்துவிட்டார்கள். கிடைத்த இரசாயனப் பொருட்களை எல்லாம் வானத்திலிருந்து எந்த எச்சரிக்கையும் இல்லாமல் அவற்றின் நச்சுத் தன்மையைக் கருத்தில் கொள்ளாமல் தெளிக்கத் தொடங்கி விட்டார்கள். அவர்கள் குறி வைத்துத் தாக்கும் பூச்சிகள் அல்லது களைகள் மேல் மட்டுமில்லாமல் மனிதர்கள் உட்பட அனைத்தின் மேலும் எந்த வேறுபாடும் இன்றி நச்சுப் பொருட்கள் விழுகின்றன. காடுகள், கழனிகள் மட்டுமின்றி நகரங்களும் கூட விடுபடுவதில்லை.

இங்ஙனம் வானத்திலிருந்து தெளிப்பதைப் பற்றிப் பலர் ஐயப்பாடு கொண்டிருக்கிறார்கள். 1950களில் வானிலிருந்து தெளிக்கும் இரண்டு நிகழ்வுகள் நடந்தன. அவை பலருடைய சந்தேகத்தை அதிகரித்துவிட்டன. ஒன்று அமெரிக்காவின் வட கிழக்கு மாநிலங்களில் ஜிப்சி அந்துப் பூச்சிகளைக் கொல்லச் செய்த முயற்சி. இன்னொன்று தெற்கில் நெருப்பு எறும்புகளை அழிக்க எடுக்கப்பட்ட நடவடிக்கை. இரண்டுமே அமெரிக்காவில் இயற்கையிலேயே இருந்ததில்லை. எனினும் பல ஆண்டுகளாக

இருந்து வந்திருக்கின்றன. அவற்றை இங்ஙனம் கடுமையான முறைகளில் அழிக்க வேண்டிய அவசியம் இருந்ததில்லை. ஆனால் திடீரென்று இந்த நடவடிக்கை மேற்கொள்ளப்பட்டது.

அந்துப் பூச்சியைக் கட்டுப்படுத்த மிதமான நடவடிக்கையே போதுமானதாக இருந்திருக்கும். ஆனால் இந்தக் கடுமையான நடவடிக்கையால் எவ்வளவு பாதிப்பு ஏற்பட்டது என்பதை அதிகாரிகள் கவனத்தில் கொள்ளவில்லை. அதுபோல தேவையில்லாமல் மிகைப்படுத்தப்பட்ட காரணங்களினால் நெருப்பு எறும்பை எதிர்த்து செய்யப்பட்ட தெளிப்பு நடவடிக்கை, எவ்வளவு இரசாயனப் பொருள் தெளிக்கப்பட வேண்டும், அதனால் பிற உயிரினங்களுக்கு என்ன பாதிப்பு ஏற்படும் என்பது பற்றி எந்த அறிவியல் ஆய்வும் மேற்கொள்ளாமல் செய்யப்பட்ட தவறான நடவடிக்கை. இரண்டுமே எதிர்பார்த்த பலனைத் தரவில்லை என்பது குறிப்பிடத்தக்கது.

ஜிப்சி அந்து ஐரோப்பாவில் இருந்து நூறு ஆண்டுகளுக்கு முன்னர் அமெரிக்காவிற்கு வந்தது. 1869இல் ஒரு ஃபிரெஞ்சு நாட்டு விஞ்ஞானி மாசசூசெட்சிலுள்ள தனது ஆய்வகத்திலிருந்து சில அந்துகள் தப்பித்துப்போக விட்டுவிட்டார். அவர் ஜிப்சி அந்துப் பூச்சியை பட்டுப் பூச்சியுடன் ஒட்டவைக்க முயன்று கொண்டிருந்தார். தப்பித்துப்போன அந்துப் பூச்சி சிறிது சிறிதாகப் புது இங்கிலாந்து முழுவதும் பரவிவிட்டது. அவற்றின் முட்டைகள் அல்லது கூட்டுப்புழு மிக எடைக் குறைவாக இருந்தது. அவை காற்றில் பறந்து எளிதில் நெடுந்தூரத்திற்குப் பரவிவிட்டன. பரவிய இன்னொரு முறை முட்டைகள் நிறைந்த தாவரங்களை அனுப்புவதால் ஏற்பட்டது. ஜிப்சி அந்துப்பூச்சி தனது கூட்டுப் புழுப் பருவத்தில் ஓக் மரங்களின் இலைகளைத் தாக்கும். நியூ இங்கிலாந்திலுள்ள எல்லா மாநிலங்களிலும் பரவிற்று. நியூ ஜெர்சியில் 1911இல் ஹாலந்திலிருந்து இறக்குமதி செய்யப்பட்ட மரங்களின் வழியாகப் பரவிற்று. 1938இல் அடித்த புயலில் அது பென்சில்வேனியா, நியூயார்க் முதலிய மாநிலங்களுக்கும் பரவிற்று.

அமெரிக்காவின் வடகிழக்குப் பகுதியிலேயே அந்துப் பூச்சியை ஒதுக்கிவிடுவது என்ற முயற்சி வெற்றி பெற்றது. 13 வகை ஒட்டுண்ணிகள் மற்றும் இறை தின்னிகளை வேளாண்துறை இறக்குமதி செய்தது. இயற்கையான இந்த முயற்சியுடன் குறிப்பிட்ட பகுதிகளில் தெளித்தலையும், பிற நடவடிக்கைகளும் சேர்ந்து அந்து பரவுவதைக் கட்டுப்படுத்தினார்கள். ஆனால் அடுத்த ஆண்டே

அந்துப் பூச்சியை முழுவதுமாக அழித்துவிடும் நோக்குடன் பல லட்சம் ஏக்கர் நிலத்தில் ஒட்டு மொத்தமாக மருந்தடித்தார்கள். 1956இல் பென்சில்வேனியா உட்பட்ட நான்கு மாநிலங்களில் இரசாயனப் பொருளை வானிலிருந்து தெளித்தார்கள். ஆனால் மருந்து தெளிக்கப்பட்ட இடங்களிலிருந்து புகார்கள் வந்தன. இயற்கைப் பாதுகாப்பு அமைப்பினர் எதிர்ப்புத் தெரிவித்தனர். 1957இல் 30 லட்சம் ஏக்கர்களில் தெளிக்கப்படும் என்றவுடன் எதிர்ப்பு வலுத்தது. ஆனால் அதிகாரிகள் அதனைக் கண்டுகொள்ளவில்லை.

லாங் ஐலண்ட் பகுதியிலும் தெளிக்கப்பட்டது. அங்கு பல நகரங்கள், புறநகர்ப் பகுதிகள் இருந்தன. மேலும் கடற்கரைச் சதுப்பு நிலம் வேறு. நியூயார்க் நகரமும் அடக்கம். ஜிப்சி அந்துப் பூச்சி காடுகளில் தான் இருக்கும். பிறகு ஏன் நகர்ப் பகுதிகளில் மருந்து தெளிக்க வேண்டும்? மேலும் புல்வெளிகள், பயிர் நிலங்கள், தோட்டங்கள், சதுப்பு நிலங்களில் இருக்காது. ஆனால் 1957இல் அரசுத் துறைகளால் வாடகைக்கு எடுக்கப்பட்ட விமானங்களிலிருந்து எண்ணெயில் கலந்த DDT-ஐ எல்லா இடங்களிலும் தெளித்தார்கள். தோட்டங்கள், மாட்டுப் பண்ணைகள், மீன் குளங்கள், உப்பு சதுப்பு நிலங்கள் என்று விமானத்திலிருந்து மருந்து கொட்டியது. புற நகர்ப் பகுதிகளில் வீட்டுத் தோட்டங்களையும் விடவில்லை. வானில் விமானம் நெருங்கி வருவதற்குள் தனது பயிர்களைக் காப்பாற்ற முயன்ற பெண் ஒருவர் முழுவதும் நனைந்து விட்டார். விளையாடிய குழந்தைகள், தொடர் வண்டி நிலையங்களிலிருந்து வந்த பயணிகள் என்று அனைவர் மேலும் பொழிந்தது. மருந்து பட்ட தொட்டியிலிருந்து ஒரு குதிரை தண்ணீரைக் குடித்தது; பத்து மணி நேரத்தில் இறந்துவிட்டது. மலர்கள், புதர்கள் அழிந்து போயின. பறவைகள், மீன், நண்டுகள், பயனுள்ள பூச்சிகள் அனைத்தும் கொல்லப்பட்டுவிட்டன.

உலகப் புகழ் பெற்ற பறவை ஆர்வலர் ராபர்ட் மர்பியின் தலைமையில் ஒரு கூட்டம் வானிலிருந்து மருந்து தெளிப்பதைத் தடுக்க வழக்கு மன்றம் சென்றது. தற்காலிகத் தடைவிதிக்க மறுத்து விட்டதால், எதிர்ப்புத் தெரிவித்த குடிமக்கள் DDT-ஆல் நனைய வேண்டியதாயிற்று. அதன் பிறகு நிரந்தரத் தடை விதிக்கக் கோரிய போது, தெளிக்கும் வேலை முடிவுற்றிருந்தது. உச்சநீதிமன்றமும் இந்த வழக்கை விசாரிக்க மறுத்துவிட்டது. ஆனால் நீதியரசர் டக்ளஸ் இந்த முடிவிற்கு எதிர்த்துத் தீர்ப்பளித்தார். எனினும் லாங் ஐலண்ட் மக்களின் வழக்கு மக்களுடைய கவனத்தைத் திருப்ப உதவிற்று. பாலிலும், பண்ணைப் பொருட்களிலும் நச்சுக்

கலந்திருப்பதைக் கண்டுபிடித்தார்கள். இது பலருக்கு வியப்பளித்தது. திருமதி வாலர் என்பவர் தனது பண்ணையில் மருந்தடிக்கக் கூடாது என்று வேளாண் துறையைக் கேட்டுக் கொண்டார். ஏனென்றால் காடுகளில் அடிக்கும் மருந்து அவருடைய மேய்ச்சல் நிலத்தையும் பாதிக்கும். அப்படியே அவர்களும் மருந்து தெளிக்கவில்லை என்று உறுதியளித்தார்கள். ஆனால் அவருடைய நிலத்தில் இரண்டு முறை நேரடியாக மருந்து தெளித்தார்கள். 48 மணி நேரத்திற்குப் பிறகு அந்த அம்மையாருடைய பசுக்களிலிருந்து எடுக்கப்பட்ட பாலில் அதிக அளவு DDT இருந்தது கண்டுபிடிக்கப்பட்டது. இது பற்றி நலத்துறைக்குத் தெரிவிக்கப்பட்டாலும் பாலை விற்பதற்கு எந்தத் தடையும் விதிக்கப்படவில்லை. உணவு மற்றும் மருந்துத் துறை பாலில் எந்த பூச்சிக் கொல்லியின் சுவடையும் அனுமதிப்பதில்லை. ஆனால் இந்தக் கட்டுப்பாடுகள் மாநிலங்களுக்கு இடையில் நடக்கும் வர்த்தகத்திலேயே அதிகம் பின்பற்றப்பட்டன. இதேபோலவே, கீரைகள், பட்டாணி ஆகியவற்றிலும் DDT 10 லட்சத்துக்கு 14 முதல் 20 பகுதிகள் இருந்தது. 7 பகுதிகள் தான் அனுமதிக்கப்பட்ட உச்ச அளவு. எனவே விவசாயிகள் பெரும் இழப்பிற்கு உள்ளானார்கள்.

வானிலிருந்து DDT-யைத் தெளிப்பது அதிகமாக அதிகமாக வழக்கு மன்றங்களிலும் அதை எதிர்க்கும் வழக்குகளும் அதிகமாயின. நியூயார்க் மாநிலத்தில் தேனீ வளர்ப்பவர்கள் வழக்குத் தொடர்ந்தார்கள். முன்னர் பழத் தோட்டங்களில் DDT தெளித்ததால் அவர்களுக்கு ஏற்கனவே இழப்பு. தேனீ வளர்க்கும் ஒருவர் 800 அடைகளை இழந்துவிட்டார். அவருடன் சேர்ந்து வேறு 14 தேனீ வளர்ப்பவர்களுக்கும் அரசாங்கம் ஐந்து லட்சம் டாலர்கள் இழப்பீடு தர வேண்டுமென்று வழக்குத் தொடர்ந்தார்கள்.

அந்து பூச்சி ஒழிப்புப் போர் பொறுப்பில்லாமல் நடத்தப்பட்டது. தெளிப்பதற்காக அமர்த்தப்பட்ட விமானங்கள் அவை எத்தனை ஏக்கர்களில் தெளித்தார்கள் என்பதை வைத்து ஊதியம் தரப்படவில்லை. மாறாக எத்தனை கேன்கள் மருந்து தெளித்தார்கள் என்பதன் அடிப்படையில்தான் பணம் தரப்பட்டது. எனவே சில பகுதிகளில் பலமுறை மருந்து தெளித்தார்கள். அப்படி ஒப்பந்தம் செய்யப்பட்ட விமானங்களுக்குச் சரியான முகவரிகள் தரப்படாததால் வழக்குத் தொடர முடியவில்லை.

1957இல் ஏற்பட்ட பாதிப்பிற்குப் பிறகு உடனே அந்தத் திட்டம் குறைக்கப்பட்டது. 1957இல் 35 லட்சம் ஏக்கர்களில் தெளித்தார்கள். 1958இல் 5 லட்சம் ஏக்கர்களாகவும் 1959, 60, 61இல் 1 லட்சம்

ஏக்கர்களாகவும் குறைந்து போயிற்று. இதற்குள் லாங் ஐலண்டில் தெளித்ததின் பின்விளைவு பற்றிய செய்தி வந்திருக்கும். திரும்பவும் அங்கே ஜிப்சி அந்துகள் வரத் தொடங்கிவிட்டன. பண விரயமும், மக்களின் எதிர்ப்பும் தான் மிச்சம்.

இதற்கிடையில் தாவரப் பூச்சிக் கட்டுப்பாட்டுத் துறை ஜிப்சி அந்துப் பூச்சியை மறந்துவிட்டது. ஏனென்றால் தெற்கில் நெருப்பு எறும்புகளை ஒழிக்கும் திட்டம் தொடங்கிவிட்டது. கொட்டினால் கடுமையாக நெருப்புப் போலக் கடுப்பதால் அதற்கு நெருப்பு எறும்பு (fireant) என்று பெயர். இது தென் அமெரிக்காவிலிருந்து அலபாமாவிற்கு முதல் உலகப் போருக்குப் பிறகு வந்தது. 1928க்குள் அது தென் பகுதிகளுக்கெல்லாம் பரவிவிட்டது. நாற்பது ஆண்டுகள் வரையில் நெருப்பு எறும்பைப் பற்றி யாரும் கவலைப்படவே இல்லை. அது பெரிய புற்றுக்களை அல்லது மண் கூடுகளைக் கட்டித் தொல்லைப்படுத்தும். பண்ணை எந்திரங்களைப் பயன்படுத்துவதில் சிரமம் இருக்கிறது. ஆனால் இரண்டு மாநிலங்களில் மட்டும் தான் 20 முக்கிய கெடுதல் தரும் பூச்சிகள் இருந்தன. எறும்புகள் அவற்றில் கடைசி இடத்தைப் பிடித்திருந்தன. ஆனால் பயிர்களுக்கும், கால்நடைக்கும் எந்தத் தொல்லையும் இருப்பதாகக் கருதவில்லை.

இரசாயன நச்சுப் பொருட்கள் அதிகமாக வந்தவுடன் நெருப்பு எறும்பு பற்றிய அமெரிக்க வேளாண் துறையின் போக்கு மாறி விட்டது. 1957இல் எறும்புகளை அழிப்பது முக்கிய நோக்கமாக ஆயிற்று. அறிக்கைகள், திரைப்படங்கள் முதலியவற்றின் மூலமாக வேளாண்மையின் முக்கிய எதிரியாக - பறவைகள், கால்நடை, மனிதன் ஆகியவற்றின் கொலையாளியாகச் சித்தரித்தது.ஒன்பது தெற்கு மாநிலங்களில் இரண்டு கோடி ஏக்கர்களில் எறும்பு ஒழிக்கும் திட்டம் தொடங்கப்பட்டது. அமெரிக்கப் பூச்சிக் கொல்லித் தயாரிப்பு நிறுவனங்களுக்கு நல்ல வேட்டை தான்.

இந்த நிறுவனங்களைத் தவிர வேறு யாரும் இத்திட்டத்தை ஆதரிக்கவில்லை. இதுபோன்று சரியாகத் திட்டமிடப்படாத, மோசமாக நிறைவேற்றப்பட்ட பூச்சிக் கொல்லித் திட்டம் எதுவும் இருக்க முடியாது. இறுதியில் மிகுந்த பணச் செலவு, விலங்கினங்களின் அழிவு, வேளாண் துறையின் மேல் மக்களுக்கு அவநம்பிக்கை இவைதான் மிஞ்சின.

நெருப்பு எறும்பு தெற்கே, பயிர்களையும் வன உயிர்களையும் தரையில் கூடுகட்டும் பறவைகளையும் தாக்குதல் மூலம்

அழித்துவிடுகிறது என்று குற்றம் சாட்டினார்கள். எனவே அது வேளாண்மைக்குப் பெரிய ஆபத்து. அது கொட்டினால், மனிதருக்கு நோய்வரும் என்றும் அச்சுறுத்தப்பட்டது. ஆனால் இந்தக் குற்றச்சாட்டு எந்த அளவிற்குச் சரியானது என்பது தெரியவில்லை. வேளாண் துறையின் முக்கிய வெளியீடுகளில் நெருப்பு எறும்பை பற்றி எந்தக் குறிப்பும் இல்லை. 1952இல் பூச்சிகள் பற்றிய கலைக் களஞ்சியத்தில் எறும்பு பற்றி ஒரு பத்தி தான் இருந்தது. மேலும் வேளாண்மை ஆய்வு நிலையம் நெருப்பு எறும்புகளால் தாவரங்களுக்குப் பாதிப்பு ஏற்படுவது அரிது என்று கூறியது. பூச்சியியல் அறிஞர் டாக்டர் ஆரன்ட் "எறும்புகளால் கடந்த ஐந்து ஆண்டுகளில் பயிருக்கு எந்தப் பாதிப்பும் ஏற்பட்டதாகத் தகவல் இல்லை. கால்நடைக்கும் பாதிப்பில்லை," என்று கூறினார். மேலும் கள ஆய்வுகளில் ஈடுபட்ட அவரும் அவரது துறையினரும் சோதனைச் சாலையிலும் களத்திலும் ஆய்வுசெய்து எறும்பு பிற பூச்சிகளைத் தான் உணவாகக் கொள்ளும் என்று கண்டுபிடித்தார்கள். பருத்தியைப் பாதிக்கும் பூச்சியின் முட்டையை உண்கின்றன. எறும்பு புற்றுகளைக் கட்டுவதால் மண்ணில் காற்றோட்டமும் ஏற்படும். மிசிசிப்பிப் பல்கலைக் கழக ஆய்வும் இந்த முடிவை ஆதரித்தது.

மேலும் எறும்பு மனித நலனுக்கும் உயிருக்கும் ஆபத்து விளைவிக்கிறது என்பதும் தவறான செய்தியாகும். வேளாண் துறையின் ஆவணப் படம் காட்டுவது போல எறும்பு கடித்தால் அதிக வலி எடுக்கும் என்பது உண்மை தான். ஆனால் குழவியோ, தேனீயோ கடிக்காமல் ஒதுங்கிப் போவது போல இதற்கும் தப்பித்துப் போக வேண்டியது தான். ஒரு சிலரை நெருப்பு எறும்பு கடித்தால் பாதிப்பு ஏற்படலாம். ஒரே ஒருவர் தான் இறந்திருக்கிறார். ஆனால் எறும்பு கடித்ததால் மட்டுமே அந்த இறப்பு நிகழ்ந்தது என்று கூற முடியாது. இதற்கு மாறாக, 1959இல் மட்டும் தேனீயும், குழவியும் கொட்டி 33 பேர் இறந்திருக்கிறார்கள். ஆனால் அதற்காக இவற்றையும் ஒழித்துவிட வேண்டுமென்று யாரும் சொல்லவில்லை. மேலும் அலாபாமாவில் தான் நெருப்பு எறும்பு அதிகம். மாநில சுகாதார அலுவலர் அவற்றால் மனிதர் யாரும் இறந்ததாக எந்த ஆவணமும் இல்லை என்று கூறுகிறார். சில சமயங்களில் எறும்புப் புற்றுகளருகே குழந்தைகள் விளையாடினால் அவர்களை எறும்புகள் கடிக்க வாய்ப்புண்டு. அதற்காக லட்சக்கணக்கான ஏக்கர்களில் மருந்து தெளிப்பது எந்த வகையில் நியாயம்? புற்றுகளை மட்டும் அழித்தால் போதுமானது தானே!

இன்னும் சிலர் நெருப்பு எறும்புகளால் வேட்டைப் பறவைகள் பாதிக்கப்படுகின்றன என்று குற்றம் சாட்டுகிறார்கள். இது பற்றிக் கருத்துக்கூறத் தகுதியானவர் அலபாமா வனவியல் ஆய்வு மையத்தின் தலைவர் டாக்டர் மாரிஸ் பேக்கர். "தெற்கு அலாபாமாவிலும், வடகிழக்கு ஃபிளோரிடாவிலும் இறக்குமதி செய்யப்பட்ட நெருப்பு எறும்புகள் வேட்டைப் பறவைகளுடன் இணைந்தே வாழ்கின்றன. எறும்புகள் வந்த நாற்பதாண்டுகளில் வேட்டைப் பறவைகளின் எண்ணிக்கை கூடித்தான் இருக்கிறது. எறும்புகளால் வன உயிர்களுக்கு ஆபத்து என்றால் இப்படி நடந்திருக்க முடியாதே?" என்று கூறுகிறார்.

ஆனால் எறும்புகளை ஒழிக்கப் பயன்படுத்தும் இரசாயனப் பொருட்களால் தான் வன உயிர்களுக்குப் பாதிப்பு ஏற்படும். டியல்டிரின் மற்றும் ஹெப்டாகுளோர் ஆகிய புதிய வேதிப் பொருட்களால் என்ன பாதிப்பு ஏற்படும் என்று ஆராய்ச்சி செய்யப்படவில்லை. காட்டுப் பறவைகள், மீன்கள், பாலூட்டிகள் ஆகியவற்றிற்கு என்ன ஆபத்து ஏற்படும் என்பது யாருக்கும் தெரியாது. ஆனால் DDT-யை விட அவை அதிகம் வீரியம் உடையவை. ஒரு ஏக்கருக்கு 1 பவுண்டு DDT பறவைகளையும், மீன்களையும் கொன்றிருக்கிறது. ஆனால் டியல்டிரினையும், ஹெப்டாகுளோரையும் அதிக வீரியத்தில் பயன்படுத்தினார்கள். அவற்றின் அளவு டியல்டிரின், DDT-ஐக் காட்டிலும் 120 பவுண்டு, ஹெப்டாகுளோர் 20 பவுண்டுகளுக்குச் சமம்.

உடனே அவசரமாக எதிர்ப்புகள் கிளம்பின. தேசியப் பாதுகாப்பு முகவர்கள், சுற்றுச்சூழல் ஆர்வலர்கள், பூச்சிகள் பற்றிய ஆய்வாளர்கள் கூட மாநில வேளாண் துறைச் செயலருக்கு கடிதம் எழுதினார்கள். போதுமான ஆய்வுகள் நடத்திய பிறகு இத்திட்டத்தைச் செயல்படுத்தலாம் என்று கூறினார்கள். ஆனால் எதிர்ப்புகளைக் கண்டுகொள்ளவில்லை. முதலாண்டு பத்து லட்சம் ஏக்கர்களில் தெளிக்கப்பட்டது. திட்டம் செயல்படும்போது அதனை தேசிய அரசு வனஉயிர் முகமைகள், பல்கலைக் கழகங்கள், உயிரியல் அறிஞர்கள் அதன் தாக்கத்தை ஆராய்ந்தார்கள். முடிவு வனஉயிர் முழுவதுமாக அழிந்துவிட்டது என்று காட்டியது. கோழிப் பண்ணை, கால்நடை, செல்லப் பிராணிகள் எல்லாம் கொல்லப்பட்டன. பல இடங்களிலிருந்து மீன்கள் இறந்து கிடப்பது பற்றித் தகவல் வந்தது. எறும்புகளை அழிக்கத் தெளிக்கப்பட்ட மருந்துகளை விழுங்கிப் பறவைகள் இறந்துவிட்டன. அவற்றின் திசுக்களை ஆராய்ந்தபோது இது உறுதி செய்யப்பட்டது. வீட்டுக் குருவிகள் மட்டும் தப்பித்தன.

அலபாமா பகுதிகளில் 1959இல் பாதிப் பறவைகள் அழிந்தன. தரையில் உணவு உண்ணும் பறவைகள் முழுவதுமாக இல்லாமல் போய் விட்டன. ஓராண்டிற்குப் பிறகும் பறவைகள் இறந்தன. டெக்சாஸ், லூசியானா, அலபாமா, ஜியார்ஜியா முதலான இடங்களில் எல்லாம் பறவைகள் மருந்தால் இறந்து போனது சோதனைச் சாலையில் உறுதி செய்யப்பட்டது.

பறவைகளை வேட்டையாடுபவர்களுக்கு காடைகள் ஒழிக்கப்பட்டுவிட்டது பெரிய இழப்பு. இந்தப் பறவை தரையில் கூடு கட்டும். அங்கு தான் இரை தேடும். அலபாமாவில் உயிரியலறிஞர்கள் காடைகள் எண்ணிக்கையை 3600 ஏக்கரில் 121 என்று கணக்கெடுத்தார்கள். மருந்து தெளித்த இரண்டு வாரங்களுக்குப் பிறகு ஒன்றுகூட மிஞ்சவில்லை. இறந்த காடைகளில் பூச்சிக் கொல்லிகள் இருந்தது நிரூபிக்கப்பட்டது. டெக்சாசிலும் இதே கதை தான்.

காடைகளைப் போலவே காட்டு வான்கோழிகளும் பாதிக்கப்பட்டன. ஹெப்டாகுளோர் தெளிக்கப்படுவதற்கு முன்னர் அலபாமாவின் ஒரு மாவட்டத்தில் 80 வான்கோழிகள் இருந்தன. ஆனால் மருந்து தெளித்த பிறகு ஒன்றுகூட இல்லை. மேலும் முட்டைகள் பொரிக்கவில்லை. வீட்டில் வளர்க்கும் வான் கோழிகளும் குஞ்சு பொரிப்பதில்லை. மேலும் மரங்களில் வசிக்கும் பறவைகளும் மறைந்துபோயின என்று வனஉயிரியல் அறிஞர் டாக்டர் கிளாரன்ஸ் கூறுகிறார். மேலும் அப்பகுதியில் கால்நடை, கோழி, செல்லப் பிராணிகளும் இறந்துவிட்டன என்கிறார் அவர். ஒரு பண்ணையில் 19 பசுக்களின் உடல்களை எடுக்க வேண்டியிருந்தது என்று அதன் சொந்தக்காரர் கூறினார். அவற்றின் பாலைக் குடித்த கன்றுகளும் இறந்துவிட்டன.

டாக்டர் கிளாரென்ஸ் நேர்முகம் கண்ட பலர் என்ன காரணத்தால் இப்படி நடக்கிறது என்று தெரியாமல் குழம்பிப் போயிருந்தார்கள். இந்தச் சுற்றுப்புறத்தில் நச்சைத் தெளித்த பிறகு முட்டைகள் பொரிப்பதில்லை என்று ஒரு பெண் வருத்தப்பட்டார். பன்றிகள் வளர்க்கும் இன்னொரு பண்ணைக்காரர் பன்றிக் குட்டிகள் இறந்தே பிறந்தன என்றார். இன்னொருவர் 250 குட்டிகளில் 31 குட்டிகள் பிழைத்தன என்றும் கோழிகளை வளர்க்க முடியவில்லை என்றும் குறைபட்டுக் கொண்டார்.

ஆனால் வேளாண்துறை எறும்பை ஒழிக்கும் திட்டத்தால் கால்நடைகளுக்கு எந்தப் பாதிப்பும் ஏற்படவில்லை என்று சாதித்தது. ஆனால் ஜியார்ஜியாவில் கால்நடை மருத்துவர் ஒருவரிடம் பாதிக்கப்பட்ட விலங்குகளைக் கொண்டு வந்தார்கள். அவர் இந்தக் கால்நடைகள் இறந்ததற்கு பூச்சிக் கொல்லிகள் தான் என்பதற்குப் பல காரணங்களை முன்வைத்தார். அதன்படி பூச்சிமருந்து தெளிக்கப்பட்ட இரண்டு வாரங்களில் ஆடு மாடுகள், குதிரைகள், கோழிகள், பறவைகள் மற்றும் வன உயிர்கள் நரம்பு நோயினால் தாக்கப்பட்டன. அவை அசுத்தப்பட்ட உணவை உண்பதால், நீரை அருந்துவதால் பாதிக்கப்பட்டன. கொட்டகைகளில் அடைக்கப்பட்ட விலங்குகள் பாதிக்கப்படவில்லை. வேறு நோய்கள் காரணமாக இருக்கலாமா என்று ஆராய்ந்தாலும், அந்தக் காரணம் எதுவும் இல்லை. காணப்பட்ட நோய் அறிகுறிகள் எல்லாம் டியல்டிரின் அல்லது ஹெப்டாகுளோர் நச்சு என்பதை நிரூபித்தன.

அந்தக் கால்நடை மருத்துவர் நோய்வாய்ப்பட்ட இரண்டு மாதக் கன்றைப் பற்றிக் குறிப்பிடுகிறார். ஹெப்டாகுளோர் நச்சினால் ஏற்படும் அறிகுறிகள் தென்பட்ட அந்தக் கன்றைச் சோதித்துப் பார்த்ததில் அதன் கொழுப்பில் பத்து லட்சத்தில் 75 பகுதிகள் ஹெப்டாகுளோர் இருந்தது தெரியவந்தது. மருந்து தெளித்து 5 மாதங்களுக்குப் பிறகு இது நடந்தது. அப்படியானால் புல் மேய்ந்ததால் நேரடியாக நச்சைப் பெற்றதா, தாய்ப் பசுவின் பாலிலிருந்து கிடைத்ததா? பிறக்கும் முன்னரே இருந்ததா? பாலிலிருந்து வந்ததென்றால் குழந்தைகளைப் பாதுகாக்க ஏன் நடவடிக்கை எடுக்கவில்லை என்று அவர் கேட்கிறார். டாக்டர் போப் டவின்ட் என்ற அந்தக் கால்நடை மருத்துவரின் அறிக்கை தரும் பால் மாசுபடுவது பற்றிய மிகக் கடுமையான எச்சரிக்கையைக் கவனத்தில் கொள்ள வேண்டும். ஏனென்றால் நெருப்பு எறும்பை ஒழிக்க நடவடிக்கை எடுக்கப்பட்ட பகுதிகள் பெரும்பாலும் தோட்டங்களும், விளைநிலங்களும் தாம். இந்த இடங்களில் மேயும் கால்நடையை நச்சுப் பொருளின் கசடுகள் பாதிக்குமல்லவா? ஹெப்டாகுளோர் ஏதாவது ஒரு வடிவில் புல்வெளிகளில் இருந்து தானே ஆகவேண்டும். அதை மேயும் பசுக்களின் பாலில் அதன் சுவடு இருந்துதானே ஆகும்.

அமெரிக்க வேளாண் துறையின் ஆண்டு அறிக்கைகள் ஹெப்டாகுளோர் மற்றும் டியல்டிரின் தெளிக்கப்பட்ட புல், இலை தழைகள் பசுக்களுக்குத் தகுந்ததல்ல, அவற்றை உண்ட விலங்குகள் உண்பதற்கும் ஏற்றதல்ல என்று இப்போது தெரிவிக்கின்றன.

எனினும் வேளாண்துறை அவற்றைப் பெரும்பான்மையான தென் மாநிலங்களில் பயன்படுத்துகிறது. பாலில் இந்த நச்சுப் பொருள்களின் கசடுகள் இருக்கின்றனவா என்று யார் சோதித்துப் பார்க்கிறார்கள்? 'நாங்கள் மேய்ச்சல் மாடுகளைத் மருந்து தெளித்த பகுதிகளுக்கு இரண்டு மூன்று மாதங்கள் வரை விடக்கூடாது என்று எச்சரித்திருக்கிறோம்' என்று வேளாண்துறை சொல்லும். ஆனால் வானிலிருந்து பொழியப்படும் இந்த வேதிப் பொருட்கள் பெரும் அளவில் படும்போது கால்நடைகள் அங்கு போகவிடாமல் தடுப்பது சாத்தியமில்லை.

ஆனால் உணவு மற்றும் மருந்து கட்டுப்பாட்டுத்துறை பாலில் பூச்சிக் கொல்லிகளின் சுவடுகள் இருப்பதைக் கண்டித்தாலும் அதற்குப் போதிய அதிகாரம் இல்லை. மேலும் நெருப்பு எறும்புகளை ஒழிக்கும் திட்டம் செயல்படுத்தப்பட்ட மாநிலங்களில் பால் பண்ணைகள் குறைவாகத் தான் இருந்தன. இம் மாநிலங்களில் பாலில் சோதனைகளே நடத்தப்படவில்லை என்பது தெரிய வந்திருக்கிறது.

இதற்கிடையில், ஹெப்டாகுளோரினுடைய தனித் தன்மை பற்றி ஆராய்ச்சிகள் மேற்கொள்ளப்பட்டன. அல்லது ஏற்கனவே செய்யப்பட்ட ஆய்வு முடிவுகளை யாரோ திரும்பிப் பார்த்திருக்கிறார்கள். அதன்படி, ஹெப்டாகுளோர் விலங்குகள், தாவரங்களின் திசுக்களிலோ மண்ணிலோ சிறிதுகாலம் இருந்து விட்டால், அது மிகக் கடுமையான ஹெப்டாகுளோர் எப்பாக்சைடாக மாறுகிறது. இப்படி ஆகுமென்று 1952லிருந்தே தெரியும். ஏனென்றால் அமெரிக்க உணவு மற்றும் மருந்து பாதுகாப்புத் துறை பெண் எலிகளில் ஹெப்டாகுளோரை பத்து லட்சத்திற்கு 30 பகுதிகளாகக் கலந்து கொடுத்தால் இரண்டு வாரங்கள் கழித்து பத்து லட்சத்தில்165 பகுதி எப்பாக்சைடாக மாறிவிடுகிறது என்று கண்டுபிடித்தது.

இந்த அறிக்கையை 1959இல் தூசிதட்டி எடுத்த பாதுகாப்புத் துறை உணவில் ஹெப்டாகுளோர் அல்லது எப்பாக்சைடு இருப்பதைத் தடைசெய்தது. இதனால் மருந்து தெளிப்பது நிறுத்தப்பட்டது. வேளாண் துறைத் திட்டத்தை தொடர்ந்து நடத்த விரும்பினாலும் உள்ளூர் வேளாண் முகவர்கள், விவசாயிகள் அதைப் பயன்படுத்துவதை ஊக்குவிக்கவில்லை.

சுருக்கமாகச் சொன்னால், அமெரிக்க வேளாண்துறை சரியான ஆய்வுகள் மேற்கொள்ளாமல், இந்த வேதிப் பொருளைப் பயன்படுத்தினால் என்ன விளைவுகள் ஏற்படும் என்று ஏற்கனவே தரப்பட்டிருக்கிற முடிவுகளைப் பின்தள்ளிவிட்டு நெருப்பு எறும்புகளை ஒழிக்கும் திட்டத்தில் இறங்கிவிட்டது. மேலும் மிகக் குறைந்த அளவாக எவ்வளவு வேதிப் பொருள் தேவை என்பதையும் கண்டுபிடித்துச் செயல்படத் தொடங்கினார்கள். மூன்று ஆண்டுகள் மிகஅதிக அளவில் ஹெப்டாகுளோரைப் பயன்படுத்தி இருக்கிறார்கள். 1959இல் ஒரு ஏக்கருக்கு 1¼ பவுண்டுகளாகக் குறைத்து விட்டார்கள். அடுத்து இன்னும் குறைத்து விட்டார்கள். அதிக அளவில் பயன்படுத்தும்போது அதனுடைய பயன் குறைவாக இருந்தது. இந்தத் தகவல் முதலிலேயே தெரிந்திருந்தால் அழிவைத் தடுத்திருக்கலாம். பணச் செலவும் குறைந்திருக்கும்.

1959இல் இத்திட்டம் பற்றிய ஏமாற்றத்தை ஈடு செய்யும் வகையில் வேளாண்துறை டெக்சாஸ் நிலச் சொந்தக்காரர்களுக்கு வேதிப் பொருட்களை விலையில்லாமல் கொடுக்க முன்வந்தது. அவர்கள் எந்த அழிவிற்கும் அரசுத் துறைகள் பொறுப்பில்லை என்று ஒப்பந்தம் செய்யவேண்டும். அலபாமா மாநிலம் இத்திட்டத்திற்குப் பணம் தர மறுத்துவிட்டது. "இத்திட்டம் தவறான ஆலோசனைகளின்படி அவசர அவசரமாக முடிவு செய்யப்பட்டு, சரியாகத் திட்டமிடப்படாமல் நிறைவேற்றப்பட்டது" என்று அம்மாநில அரசு அலுவலர் கூறினார். அலபாமா மாநில அரசு பணம் தராவிட்டாலும், தேசிய அரசு பணம் ஒதுக்கி வந்தது. இதற்கிடையில் லூசியானா விவசாயிகள் இந்தத் திட்டத்திற்கு ஒப்புதல் தர மறுத்து விட்டார்கள். ஏனென்றால் நெருப்பு எறும்பை ஒழிக்கப் பயன்பட்ட வேதிப் பொருட்களால் கரும்புப் பயிரைப் பாழ்படுத்தும் பூச்சிகள் பெருகிவிட்டன. மேலும் இத்திட்டமே தோல்வியுற்றது என்று முடிவுகள் வெளியாயின. லூசியானா பல்கலைக்கழக வேளாண் ஆய்வு மைய இயக்குநர் டாக்டர் நியூசம், "எறும்பு ஒழிப்புத் திட்டம் இது வரையில் தோல்வியே அடைந்திருக்கிறது. செயல்படுத்தப்பட்ட பிறகு பல இடங்களில் பரவிவிட்டது" என்று தெரிவித்தார்.

இந்நிலையில் பூச்சிக் கொல்லிகளைப் பயன்படுத்தாமல் பழைய முறைகளையே பின்பற்றும் முயற்சிகளும் தொடங்கப்பட்டன. ஃபுளோரிடா மாநிலத்தில் ஒட்டு மொத்தமாக எறும்புகளை ஒழிக்கும் திட்டத்தால் பயனில்லை என்று கண்டு சிறுசிறு பகுதிகளில் அவற்றைக் கட்டுப்படுத்தும் நடவடிக்கைகளை அரசு மேற்கொண்டது. நெருப்பு எறும்பு கட்டிய புற்றுகளை

மட்டுமே அழிப்பது எளிதானது, சிக்கனமானதும் கூட. ஒரு ஏக்கருக்கு ஒரு டாலர் தான் ஆகும். நிறையக் கூடுகள் இருந்தால் அவற்றைச் சமனப்படுத்திவிட்டு அப்பகுதிகளில் மட்டும் வேதிப் பொருட்களைப் பயன்படுத்தும் முறையை மிசிசிப்பி வேளாண் ஆய்வு நிலையம் மேற்கொண்டது. இம் முறையின் மூலம் 90 முதல் 95 சதவீதம் எறும்புகளைக் கட்டுப்படுத்த முடிந்தது. ஒரு ஏக்கருக்கு 0.23 டாலர் தான் செலவாயிற்று. ஆனால் வேளாண் துறையின் செலவு ஒரு ஏக்கருக்கு 3½ டாலர் ஆயிற்று. அதுவும் அழிவைத் தரும் பயனற்ற திட்டம்.

11. கனவுகளுக்கு அப்பால்

ஒட்டு மொத்தமாக வேதிப் பொருட்களைத் தெளிப்பதால் மட்டுமே நமது உலகம் மாசுபடவில்லை. ஒவ்வொரு நாளும், ஆண்டுதோறும் சின்னச் சின்ன வழிகளில் நாம் எண்ணிலடங்காமல் இரசாயன மாசுக்கு உள்ளாகிறோம். எறும்பூரக் கல்லும் தேயும் என்பது போல, பிறப்பு முதல் இறப்பு வரையில் ஆபத்தான இரசாயனப் பொருட்களோடு நாம் ஒட்டி உறவாடுவது அழிவையே தரும். சின்னச் சின்ன அளவில் இரசாயனப் பொருட்களுக்கு நாம் உட்பட்டாலும் நமது உடலில் அவை கொஞ்சம் கொஞ் சமாகச் சேர்ந்து விடுகின்றன. சிறிது சிறிதாகச் சேர்ந்து நஞ் சாக மாறி விடுகிறது. கற்பனைக் கெட்டாத அளவு தனிமையில் ஒருவர் இருந்தால் ஒழிய அவற்றோடு உறவாடுவதிலிருந்து தப்ப

முடியாது. விளம்பர உத்திகள், மறைமுக ஆசை காட்டல்களில் மயங்கிச் சாதாரண குடிமகன் தான் எத்தகைய நச்சுப் பொருட்களைத் தன்னைச் சுற்றி வைத்துக் கொண்டிருக்கிறான் என்பதைக் கூட அறியாது போகிறான். அவற்றைத் தான் தினமும் பயன்படுத்திக் கொண்டிருப்பதைக் கூட உணர முடிவதில்லை.

நச்சுப் பொருட்களின் காலம் இது. அமெரிக்காவில் நோய் தீர்க்கும் மருந்து வாங்க வேண்டியதிருந்தால் கூட மருந்துக் கடையில் நச்சுக்கள் புத்தகத்தில் கையொப்பம் இட வேண்டியதிருக்கும். ஆனால் எந்தக் கேள்வியும் கேட்கப்படாமல் கடைக்குள் நுழைந்து அவற்றைவிட வீரியமுள்ள நஞ்சுகளை ஒருவர் வாங்க முடியும். பெரிய கடைகளில் சூப்பர் மார்க்கெட்டுகளில் ஒரு சிறிய ஆய்வு செய்தால் போதும். மிகுந்த மனஉறுதி கொண்டவர்கூடப் பயந்து போய்விடுவார். என்ன வேதிப் பொருட்கள் அவற்றில் கலந்திருக்கின்றன என்பது அவருக்குத் தெரிந்தால் போதும்; அலறி விடுவார்.

பூச்சிக் கொல்லிகள் விற்கும் பகுதியில் ஆபத்தைக் குறிப்பதற்கான மண்டை ஓடும் எலும்பும் கொண்ட பெருக்கல் அடையாளம் தொங்க விட்டிருந்தாலாவது, வாடிக்கையாளர் கொஞ்சம் கவனத்தோடு அப்பகுதிக்குள் செல்வார். ஆனால் அவை மிக இனிமையான சூழல்களில் அடுக்கப்பட்டிருக்கும். ஒரு பக்கத்தில் ஊறுகாய்களும், ஆலிவ்களும் இருக்கும். இன்னொரு பக்கம் குளியல், சலவைச் சோப்புகள் வரிசையாக அமர்ந்திருக்கும். அவற்றினூடே வரிசை வரிசையாகப் பூச்சிக் கொல்லிகள் இடம்பெற்றிருக்கும். சில இரசாயனப் பொருட்கள் கண்ணாடிக் குடுவைகளில் குழந்தைகளுக்கு எட்டுமாறு வைக்கப்பட்டிருக்கும். யாராவது கைதவறி அந்தக் குடுவைகளைக் கீழே போட்டுவிட்டால் கூட அத்திரவம் பட்டவர்களுக்கெல்லாம் ஜன்னி வந்துவிடும். வாடிக்கையாளர் அவற்றை வாங்கி வீட்டிற்குக் கொண்டு போனால் அங்கும் இது தொடரும். அந்து பூச்சி வராமல் தடுக்கும் *DDT* கலந்த ஒரு மருந்தின் வெளிப்புறத்தில் அந்தத் தகர டப்பாவினுள் அதிக அழுத்தம் இருக்கும் என்றும் நெருப்புக்கு அருகில் கொண்டு சென்றால் வெடிக்கும் அபாயம் உள்ளது என்றும் எச்சரிக்கை வாசகங்கள் மிகச் சிறிய எழுத்துக்களில் அச்சடிக்கப்பட்டிருக்கும். வீட்டிலே அதிகமாகப் பயன்படுத்தப்படுகிற இன்னொரு இரசாயனப் பொருள் குளோர்டேன். குளோர்டேன் தெளிக்கப்பட்ட வீட்டில் வசிப்பது ஆபத்தானது என்று உணவு மற்றும் மருந்து கட்டுப்பாட்டுத் துறையின் தலைமை மருந்தாளுநர் அறிவித்திருக்கிறார். வீட்டில்

வழக்கமாகப் பயன்படும் வேறு பூச்சிக் கொல்லிகளும் கொடிய நச்சுப் பொருட்கள் தான்.

வீட்டில் நச்சுப் பொருட்களைப் பயன்படுத்துவதை எளிதாகவும் ஆக்கிவிட்டார்கள். சமையலறையில் ஒட்டும் தாளில் - வெள்ளையோ, வண்ணம் பூசியதோ - பூச்சிக் கொல்லிகளை இரு பக்கமும் பூசியிருப்பார்கள். மூட்டைப் பூச்சிகளை நாமே கொன்றுவிட வசதியாக நச்சுப் பொருளை அடைத்த டப்பாக்களை தயாரிப்பாளர்கள் விளம்பரபடுத்துகிறார்கள். மூலை முடுக்குகள், அலமாரிகள் என்று எல்லா இடங்களிலும் எளிதாக மருந்தை நாமே அடித்துவிடலாம்.

கொசுக்கள் அல்லது வேறு பூச்சிகளிலிருந்து நம்மைக் காப்பாற்றிக் கொள்ள எண்ணற்ற திரவங்கள், கிரீம்கள் கிடைக்கின்றன. சில தெளிப்பான்களைத் துணிகளில் கூடத் தெளித்துக் கொள்ளலாம். இவை வார்னிஷ், வண்ணப்பூச்சு, பருத்தியல்லாத் துணிகளைக் கரைத்துவிடும் என்று எச்சரிக்கிறார்கள். நமது தோல் பாதிக்கப்படாது என்று நாமே முடிவு கட்டிக் கொள்கிறோம். மனிதர்கள் பூச்சிகளை விரட்டியடிக்க எதற்கும் தயாராக இருப்பார்கள் என்று எண்ணி ஒரு நியூயார்க் கடை பணப்பையில் வைக்கக்கூடிய கைக்கு அடக்கமான மருந்து தெளிப்பான்களை அறிமுகப்படுத்திற்று.

தரையில் ஊர்ந்து செல்லும் எந்தப் பூச்சியையும் கொல்லக்கூடிய தரையைப் பளபளப்பாக்கும் மெழுகு கிடைக்கிறது. நம்முடைய துணிப் பெட்டிகளிலும், உடை அலமாரிகளிலும் ஆறு மாதத்திற்கு அந்துத் தொல்லையே இருக்காது என்ற உறுதிமொழியோடு லின்டேன் என்ற இரசாயனப் பொருள் தடவிய அட்டைகளைத் தொங்க விடலாம். ஆனால் லின்டேன் மிகுந்த ஆபத்தானது என்ற எச்சரிக்கை அந்த விளம்பரங்களில் இடம் பெறாது. பாதுகாப்பானது, மணமில்லாதது என்று சொல்லி மின் கருவிகள் மூலம் லின்டேன் வாயுக்கள் வெளியிடப்படுகின்றன. இதனை விளம்பரங்கள் கூறுவதில்லை. ஆனால் உண்மை என்னவென்றால் அமெரிக்க மருத்துவக் கழகம் லின்டேன் ஆவியாக்கும் கருவிகள் ஆபத்தானவை என்று கருதுகிறது. அதனுடைய செய்தித்தாளில் இதற்கு எதிராகப் பிரச்சாரம் செய்தது.

அமெரிக்க வேளாண்துறை தனது செய்தி இதழில் DDT, டியல்டிரின், குளோர்டேன் அல்லது எந்த அந்துபூச்சி கொல்லியினையும் எண்ணெயில் கலந்து ஆடைகளில் தெளிக்கலாம் என்று யோசனை

கூறுகிறது. ஆனால் உடையில் வெள்ளைப் படிவு காணப்பட்டால் அதனை பிரஷ் கொண்டு எடுத்துவிடலாம் என்று கூறுகிறது. ஆனால் எங்கு எப்படி அதை நீக்கவேண்டும் என்று எச்சரிக்கை எதுவும் தரவில்லை. நாம் தூங்கப் போகும்போது நம்முடைய போர்வை அந்துபூச்சி இல்லாததாக இருக்கலாம். ஆனால் அது முழுவதும் டியல்டிரின் நிறைந்திருக்கும்.

தோட்டக்கலை இப்போதெல்லாம் உயர்ரக நச்சுப் பொருளோடு தொடர்புடையதாகிவிட்டது. தோட்டங்களில் ஏற்படும் எந்தப் பிரச்சினைக்கும் தீர்வாகத் தோட்டத்துக்குத் தேவையான பொருட்களை விற்கும் கடைகளிலும், பெருங்கடைகளிலும் பூச்சிக் கொல்லிகள் நிறைந்து கிடக்கின்றன. இந்த அபாயகரமான தெளிப்புகளைப் பயன்படுத்தாதவர்களே இல்லை. கரிம பாஸ்பரஸ் பூச்சிக் கொல்லிகள் பெருமளவில் புல்வெளிகளிலும் அழகுத் தாவரங்களிலும் பயன்படுத்தப்பட்டு வந்தன. இதனால் 1960இல் ஃப்ளோரிடா சுகாதாரத்துறை குடியிருப்புப் பகுதிகளில் அவற்றை அனுமதி உரிமம் பெறாமல் விற்கக்கூடாது என்று அறிவித்தது. அதற்கு முன்னால் பராத்தியானால் பல சாவுகள் ஏற்பட்டிருந்தன.

ஆனால் வீட்டுத் தோட்டத்தில் வேலை செய்கின்றவர் மிகுந்த ஆபத்தான இரசாயனப் பொருட்களைக் கையாண்டு கொண்டிருக்கிறார் என்று எந்த எச்சரிக்கையும் தரப்படுவதில்லை. மாறாக, இந்த நச்சுக்களை எளிதில் வீட்டுத் தோட்டங்களிலும், புல்வெளிகளிலும் பயன்படுத்தப் புதிய புதிய கருவிகள் வந்து கொண்டிருக்கின்றன. இதனால் தோட்டக்காரர் மிக அதிகமாக இந்த நச்சுக்கு உட்படுகிறார். ஒரு குறிப்பிட்ட கருவியில் தண்ணீர் குழாயில் மருந்தைக் கலப்பதற்கான சிறு பெட்டியும் சேர்க்கப்பட்டிருக்கும். இதனால் அதனைப் பயன்படுத்துபவருக்கும் பொது மக்களுக்குமே ஆபத்து. எனவே 'நியூயார்க் டைம்ஸ்' சிறப்பு அமைப்புகள் இல்லாவிட்டால் நச்சு, குழாயில் திரும்பச் சென்று மொத்த நீர் வினியோகத்தையும் பாதிக்கும் என்று எச்சரித்தது.

தோட்டக்காரருக்கு எத்தகைய பாதிப்பு ஏற்படும் என்பதைக் காட்ட ஒரு மேற்கோள். ஒரு மருத்துவர் நேரம் கிடைக்கும்போது தனது தோட்டத்தில் வேலை செய்வார். வாரம் ஒருமுறை DDT-யையும் மலாத்தியானையும் புல்வெளிகளிலும் செடிகளிலும் பயன்படுத்தினார். சில வேளைகளில் கையால் இயக்கும் தெளிப்பான்களையும் பயன்படுத்தினார். சில சமயங்களில் குழாயில் அதை இணைத்துக் கொள்வார். அப்போது அவருடைய தோலிலும்,

ஆடையிலும் மருந்துபடும். ஓராண்டு இப்படி நடந்து வந்தது. ஒரு நாள் அவர் மயங்கி விழுந்து மருத்துவமனையில் சேர்க்கப்பட்டார். கொழுப்பைச் சோதித்துப் பார்த்ததில் அங்கு அதிகமாக DDT சேர்ந்திருப்பது கண்டுபிடிக்கப்பட்டது. இதனால் அவருடைய நரம்பு பாதிக்கப்பட்டது. மருத்துவர்கள் இது நிரந்தரமானது என்றார்கள். நாளாக நாளாக அவருடைய எடை குறைந்தது. அசதி அதிகமானது. திசுக்கள் வலுவிழந்துவிட்டன. இதுவெல்லாம் மலாத்தியான் ஏற்படுத்திய பாதிப்பு. நோய் மிகத் தீவிரமாக இருந்ததால் அவர் தனது மருத்துவத் தொழிலை விட்டுவிட்டார்.

தோட்டத்துத் தண்ணீர்க் குழாயில் மருந்துள்ள கருவியை இணைத்தார்கள். பிறகு புல் வெட்டும் கருவிகளிலும் அதுபோல கருவியை இணைத்துவிட்டார்கள். இதன் மூலம் புல்லை வெட்டும்போது பூச்சிக் கொல்லி மருந்தும் தூளாகத் தெளிக்கப்படும். ஏற்கனவே இருந்த பெட்ரோலுடைய வாயுக்களோடு தூசியாக்கப்பட்ட பூச்சிக் கொல்லிகளும் சேர்ந்து கொள்ளும். இதனால் பெரிய நகரங்களில் இருப்பது போன்று காற்று மண்டலம் மாசுபடுகிறது.

தோட்டக் கலையில் நஞ்சு நுழைந்துவிடுகிறது. வீடுகளில் பூச்சிக் கொல்லிகள் வந்துவிட்டன. அவற்றின் அட்டையின் மேல் அவற்றைப் பயன்படுத்துவதால் ஏற்படும் ஆபத்துக்களை மிகச் சிறிய எழுத்துக்களில் அச்சடித்திருப்பார்கள். யாரும் அதை வாசிக்க முடியாது. இது பற்றி ஒரு தொழில் நிலையம் கருத்தாய்வு நடத்திற்று. அதன்படி 100-க்கு 15 பேர் கூட அந்த எச்சரிக்கைகளைப் படிப்பதில்லை என்பது தெரியவந்தது.

புறநகர்ப் பகுதிகளில் கிராப் கிராஸ் எனப்படும் களையை அகற்ற வேண்டும் என்று கங்கணம் கட்டிக் கொண்டு மூட்டை மூட்டையாக இரசாயனப் பொருள்களைத் தெளித்தார்கள். அவற்றை விற்பவர்கள் உண்மையான பெயரைக் குறிப்பிடாமல் வெவ்வேறு பெயர்களில் விற்றார்கள். அவற்றில் டியல்டிரின் அல்லது குளோர்டேன் இருக்கிறது என்பதைத் தெரிந்து கொள்ள வேண்டுமென்றால் எங்கோ ஒரு மூலையில் மிகச் சிறிய எழுத்துக்களில் எழுதப்பட்டிருப்பதைப் படிக்க வேண்டும். அவை பற்றிய விளக்கக் கையேடுகளிலும் அவற்றின் ஆபத்தைப் பற்றிக் குறிப்பிட்டிருக்க மாட்டார்கள். ஆனால் அவற்றின் விளக்கப் படத்தில் ஒரு தந்தையும் மகனும் சிரித்துக் கொண்டே அந்த நச்சுப் பொருளைத் தெளித்துக் கொண்டிருப்பார்கள். சிறு குழந்தைகள் நாயுடன் புல்வெளியில் ஓடி விளையாடிக் கொண்டிருப்பார்கள்.

நாம் உண்ணும் உணவில் இரசாயனக் கசடுகள் இருக்குமா? இது அதிகமாக விவாதிக்கப்பட்ட கேள்வி. தொழிற்சாலைகள் அது ஒன்றும் முக்கியமானதில்லை என்று கூறி அதனைப் பெரிதுபடுத்துவதில்லை. அல்லது அப்படி ஒன்றுமே இல்லை என்று சாதிப்பார்கள். தாங்கள் உண்ணுகின்ற உணவில் நச்சுக் கசடுகள் இருக்கக்கூடாது என்று சொல்பவர்களை வக்கிர புத்திக்காரர்கள், வெறி பிடித்தவர்கள் என்று அழைப்பார்கள். உண்மை என்ன?

1942க்கு முன்னர், அதாவது DDT வருவதற்கு முன்னர் இறந்தவர்களின் உடல் திசுக்களில் DDT-யோ, வேறு இரசாயனப் பொருளோ இல்லை. ஆனால் 3ஆம் அதிகாரத்தில் கூறப்பட்டது போல, 1954 - 1956க்கு இடையில் மக்களின் கொழுப்பை சோதித்ததில் பத்து லட்சத்தில் 5.3 முதல் 7.4 பகுதிகள் DDT இருந்தது கண்டுபிடிக்கப்பட்டது. அதற்குப்பின் இந்த அளவு மிக அதிகமாகி விட்டது என்று காட்டப்பட்டிருக்கிறது. நேரடியாக DDT-க்கு உட்பட்டவர்கள் இன்னும் அதிகமாக்கப்பட்டிருக்கிறார்கள்.

அப்படியானால் நேரடியாக DDT-யோடு தொடர்பில்லாதவர்கள் உடலில் அது இருந்தால் அவர்களுடைய உணவின் வழியாகவே அது உடலுக்குள் போயிருக்கும். இதனை ஆராய அமெரிக்க சுகாதாரத் துறை உணவகங்கள் மற்றும் நிறுவனங்களில் வழங்கப்படும் உணவைச் சோதித்தது. சோதித்த ஒவ்வொரு உணவுப் பண்டத்திலும் DDT இருந்தது. இதன் மூலம் DDT இல்லாத உணவே இருக்க முடியாது என்று முடிவு கட்டினார்கள். இந்த உணவுப் பண்டங்களில் இருக்கும் DDT-யின் அளவு மிகஅதிகமாக இருக்க வேண்டும். சிறைச்சாலையில் தரப்படும் உணவைச் சோதித்ததில் உலர்ந்த பழங்களில் பத்து லட்சத்திற்க்கு 696 பகுதிகளும், ரொட்டியில் 100.9 பகுதிகளும் DDT இருந்தது.

வீட்டில் உண்ணும் உணவில் இறைச்சியிலும், விலங்கு கொழுப்பிலிருந்து பெறப்படும் உணவுப் பொருட்களிலும் குளோரினேற்றப்பட்ட ஹைடிரோ கார்பன்களின் கசடுகள் அதிகம் இருக்கும். ஏனென்றால் இந்த இரசாயனப் பொருட்கள் கொழுப்பில் கரையக் கூடியவை. பழங்களிலும், காய்கறிகளிலும் குறைவாகவே காணப்படும். எவ்வளவு தான் கழுவினாலும் போகாது. ஒரே வழி முட்டைக்கோஸ் போன்ற காய்களில் வெளி இலைகளை எடுத்து விடுவது தான். பழங்களின் தோலைச் சீவிவிட வேண்டும். சமைப்பதால் இந்த வேதிப் பொருட்கள் போகாது.

பாலில் பூச்சிக் கொல்லிகளின் கசடுகள் இருப்பதை அமெரிக்காவின் உணவு மற்றும் மருந்துத் துறை அனுமதிப்பதில்லை. ஆனால் பாலைச் சோதித்துப் பார்த்ததில், கசடுகள் இருப்பது கண்டுபிடிக்கப்பட்டது. வெண்ணெய் மற்றும் பால் பொருட்களில் மிக அதிகம் இருந்தது. 1960இல் 461 பால் மாதிரிகளைச் சோதித்ததில் மூன்றில் ஒரு பங்கில் கசடு இருந்தது தெரியவந்தது.

DDT மற்றும் பிற வேதிப் பொருட்கள் இல்லாத உணவுப் பொருளைப் பார்க்க வேண்டுமென்றால் நாகரிக உலகை விட்டுச் செல்ல வேண்டும் போலும். அப்படிப்பட்ட இடம் கூட இருக்கிறது. அலாஸ்காவின் ஆர்க்டிக் கரைகளில் தூய்மையான உணவைக் காண முடியும். எஸ்கிமோக்களின் உணவில் பூச்சிக் கொல்லிகள் இல்லை என்று அறிவியலாளர்களின் ஆய்வு முடிவு காட்டிற்று. மீன், பீவர், போலார் கரடி, வால்ரஸ் ஆகியவற்றின் எண்ணெய், கொழுப்பு ஆகியவை அசுத்தப்படவில்லை. ஒரேஒரு விதிவிலக்கு. பாய்ண்ட் ஹோப்பிலிருந்து வந்த இரண்டு வெள்ளை ஆந்தைகளில் மட்டும் சிறிது DDT இருந்தது. ஒருவேளை இடம்விட்டு இடம்பெயர்ந்த பயணத்தினால் ஏற்பட்டிருக்கக்கூடும்.

எஸ்கிமோக்கள் சிலரைச் சோதித்துப் பார்த்ததில் DDT-யின் சுவடுகள் இருந்தன. (பத்து லட்சத்துக்கு 0 - 1.9 பகுதி) இதற்குக் காரணம் தங்கள் கிராமங்களைவிட்டு ஆங்கரேஜிலுள்ள அமெரிக்க மருத்துவமனையில் அறுவைச் சிகிச்சைக்காகப் போனார்கள். அவர்களின் உடலில் கொழுப்பில் DDT இருந்தது. அங்கே நாகரிக உலகம் தந்த உணவை உண்டார்கள். சிறிதுகாலம் அங்கே தங்கியதற்கு அவர்களுக்குக் கிடைத்த பரிசு.

நாம் உண்ணும் ஒவ்வொரு கவள உணவிலும் குளோரினேற்றப்பட்ட ஹைடிரோ கார்பன் இருப்பது எதனால்? வேளாண் பயிர்களில் இந்த நச்சுக்களை எங்கும் திரவமாகத் தெளிக்கிறார்கள்; பொடிகளாகத் தூவுகிறார்கள். விவசாயி அந்தப் பொட்டலங்களின் மேல் எழுதப்பட்டிருக்கும் விபரங்களைப் படித்திருந்தால் அளவுக்கு அதிகமான கசடு இருந்திருக்காது. விவசாயிகள் பெரும்பாலும் வரையறுக்கப்பட்ட அளவுக்கு மீறிப் பயன்படுத்துகிறார்கள். அறுவடை நெருங்கும் சமயத்திலும் மருந்து தெளிப்பார்கள். ஒரேஒரு வேதிப்பொருள் போதுமென்றாலும் பலவற்றைப் பயன்படுத்துவார்கள். இதற்குக் காரணம் பொதுவாக அவர்கள் மிகச் சிறிய எழுத்துக்களில் அச்சிடப்பட்டிருக்கும் விபரங்களைப் படிப்பதில்லை. இரசாயனத் தொழிற்சாலைகள்

கூடப் பூச்சிக் கொல்லிகளைத் தவறாகப் பயன்படுத்துவதை அறிந்தே வைத்திருக்கின்றன. ஒரு தொழில் நிறுவனத்தின் அறிக்கையில் இதைப் பற்றிக் குறிப்பிட்டிருக்கிறார்கள். அங்கீகரிக்கப்பட்ட அளவிற்கு மேல் பல விவசாயிகள் பூச்சிக் கொல்லிகளைப் பயன்படுத்துகிறார்கள். விவசாயிகள் அவர்களுடைய மனம்போன போக்கில் அவற்றைப் பயன்படுத்துகிறார்கள்.

இந்தக் கட்டுப்பாட்டை மீறுவது அதிகம் என்று உணவு மற்றும் மருந்துத்துறை தெரிவிக்கிறது. சில எடுத்துக்காட்டுக்கள். ஒரு விவசாயி லெட்டூசுக்கு அறுவடைக்கு முன்னர் ஒன்றுக்குப் பதிலாக எட்டு வெவ்வேறு வகைப் பூச்சிக் கொல்லிகளைப் பயன்படுத்தியிருக்கிறார். இன்னொருவர் செலரியில் பரிந்துரைக்கப்பட்ட அளவிற்கு மேல் ஐந்து மடங்கு பராத்தியானைத் தெளித்திருக்கிறார். லெட்டூஸ், பசலைக் கீரையில் அறுவடைக்கு ஒரு வாரத்திற்கு முன்னர் என்டரினைத் தெளித்திருக்கிறார்கள்.

சில வேளைகளில் நச்சுப் பொருட்களை எதிர்பாராமலேயே பயன்படுத்தியும் இருக்கிறார்கள். பூச்சிக் கொல்லிகளை அனுப்பிய கப்பல்களில் காபிப் பைகளையும் சேர்த்து அனுப்பியதால் காபியும் மாசடைந்துவிட்டது. உணவுக் கிட்டங்கிகளில் DDT, லின்டேன் முதலான பூச்சிக் கொல்லிகளைத் தெளிப்பதால் உணவுப் பொருட்களை மூடியிருக்கும் உரைகளினுள் புகுந்து உணவைக் கெடுத்துவிடும். உணவை எவ்வளவு அதிக நாட்கள் கிட்டங்கியில் பாதுகாக்கிறார்களோ அத்தனை அதிகமாக உணவு பாதிக்கப்படும்.

'இத்தகைய ஆபத்துக்களிலிருந்து அமெரிக்க அரசாங்கம் நம்மை பாதுகாப்பதில்லையா?' என்ற கேள்விக்கு "ஒரு குறிப்பிட்ட அளவுதான்" என்று விடை கிடைக்கும். உணவு மற்றும் மருந்து பாதுகாப்புத்துறை நுகர்வோர் பாதுகாப்பில் சரிவரச் செயல்படுவதில்லை. அதற்கு இரண்டு காரணங்கள். முதலாவதாக அத்துறையின் விதிமுறைகள் மாநிலம் விட்டு மாநிலம் கொண்டு செல்லப்படும் உணவுப் பொருளுக்குத் தான் பொருந்தும். ஒரு மாநிலத்தில் விளைந்த உணவுப் பொருட்களை அம்மாநிலத்திலேயே வியாபாரம் செய்வது பற்றி அதன் அதிகாரம் செல்லாது. இரண்டாவதாக அத்துறையில் தேவையான அலுவலர்கள் இல்லை. அத்துறையிலுள்ள அலுவலர்கள் 1 சதவீத உணவுப் பொருட்களைக் கூடச் சோதிக்க முடியாது.

இந்தத் துறை மாசுபடுதலில் அனுமதிக்கப்படக் கூடிய அளவை 'தாங்கிக் கொள்ளக் கூடியது' *(tolerance)* என்று அழைப்பார்கள். அந்த மதிப்பிடும் முறையிலேயே பல குறைகள் உள்ளன. இப்போதுள்ள நிபந்தனைகளின்படி மேம்போக்கான முறைகளே மேற்கொள்ளப்படுகின்றன. அவற்றைப் பார்த்தால் நாம் பாதுகாப்பான உணவை உண்கிறோம் என்ற தவறான நம்பிக்கை ஏற்படும். நமது உணவை இந்த நஞ்சில் கொஞ்சம் அந்த நஞ் சில் கொஞ்சம் என்று எடுத்துக் கொண்டால் ஒரு பாதகமும் இல்லை என்று சொல்வார்கள். ஆனால் எந்த நஞ்சும் சிறிதளவு கூட நமது உணவுப் பொருட்களில் படக்கூடாது. உணவு மற்றும் மருந்துத்துறைச் சோதனைச் சாலைகளில் விலங்குகளின் மேல் சோதனை நடத்தித் தாங்கிக் கொள்ளக்கூடிய அளவை நிர்ணயிக்கிறார்கள். அப்போது அவ்விலங்குகளில் பாதகமான அறிகுறிகள் தோன்றுகின்றனவா என்று பார்க்கிறார்கள். இந்த முறை பாதுகாப்பினை உறுதி செய்கிறது என்று நம்புகிறார்கள். ஆனால் பல விபரங்களை அவர்கள் கண்டுகொள்வதில்லை. சோதனைச் சாலையிலுள்ள உள்ள விலங்கு கட்டுப்பாடுகளுக்குள், செயற்கைச் சூழல்களில் ஒரு குறிப்பிட்ட வேதிப் பொருளைக் குறிப்பிட்ட அளவு உண்கிறது. ஆனால் அன்றாட வாழ்க்கையில் மனிதரைப் பொறுத்த வரையில் இது பெரிதும் மாறுபடுகிறது. ஏனென்றால் மனிதர் ஒரே நேரத்தில் பலவகைப் பூச்சிக் கொல்லிகளுக்கு உட்படுத்தப்படுகிறார். அதோடு அவை இனந்தெரியாதவை, அளவிட முடியாதவை, கட்டுப்பாட்டுக்குள் இல்லாதவை. மதிய உணவில் லெட்டூஸ் கீரை சாலடில் பத்து லட்சத்தில் 7 பகுதி *DDT* இருந்தால் அது பாதுகாப்பானது என்று சொல்வார்கள். ஆனால் உணவில் பிற உணவுப் பொருட்களும் இருக்குமல்லவா? அவற்றிலும் அனுமதிக்கப்பட்ட அளவு நச்சுப் பொருளின் கசடுகள் இருக்கும். அப்போது ஒருவருடைய உடலில் சேரும் மொத்த வேதிப் பொருளின் அளவைக் கணக்கிட முடியாது. எனவே, 'பாதுகாப்பான' நச்சு அளவு என்று சொல்வது பொருளற்றது.

வேறுபல குறைபாடுகளும் உள்ளன. தாங்கிக் கொள்ளக் கூடிய அளவு என்பதனை உணவு மற்றும் மருந்துப் பாதுகாப்புத் துறையின் கருத்தையும் மீறி வரையறுத்திருக்கிறார்கள். இதனை அத்தியாயம் 14இல் பார்க்கலாம். சில வேளைகளில் இந்த அளவு வேதிப் பொருளின் உண்மையான தன்மையைத் தெரிந்து கொள்ளாமலேயே நிறுவப்படுகிறது. அதிகமான செய்தி கிடைத்த பிறகு தாங்கிக் கொள்ளக் கூடிய அளவு குறைக்கப்பட்டிருக்கிறது

அல்லது முழுவதுமாகத் திரும்பப் பெற்றுக் கொள்ளப்படுகிறது. ஆனால் அதற்குள் பல மாதங்கள், ஏன் ஆண்டுகள் கூட மக்கள் நஞ்சுக்கு உள்ளாகியிருப்பார்கள். இப்படித் தான் ஹெப்டாகுளோர் தாங்கிக் கொள்ளக் கூடிய அளவு கொடுக்கப்பட்டு, பின்னர் திரும்பப் பெறப்பட்டது. பல வேதிப் பொருட்கள் அவை பதிவு செய்யப்படுவதற்கு முன்னர் சரியான கள ஆய்விற்கு உட்படுத்தப்படுவதில்லை. அதேபோல சில பூஞ்சக் காளான்களைக் கொல்லும் மருந்துகளை விதைகளில் பயன்படுத்துவார்கள். நட்ட பிறகு மீத விதைகள் உணவுக்குப் பயன்படுகின்றன.

இதற்குத் என்னதான் தீர்வு? முதல் நடவடிக்கையாக குளோரினேற்றப்பட்ட ஹைடிரோ கார்பன்கள், கரிம பாஸ்பேட்டுகள் மற்றும் அதிக நஞ்சுள்ள வேதிப் பொருட்களின் 'தாங்கக் கூடிய அளவு' என்பதை நீக்கி விட வேண்டும். இதற்கு எதிர்ப்பு வரலாம். விவசாயிகளுக்கு இது வரமாக இருக்கும் என்று கூறலாம். ஆனால் இப்போதே DDT, பராத்தியான், டியல்டிரின் ஆகியவற்றை பழம் காய்கறிகளின் பயன்பாட்டில் எந்த அளவு கசடு இருக்கலாம் என்று வரையறுக்கப்பட்டிருக்கிறது. அப்படியானால் சிறிதளவு கூட கசடே இருக்கக் கூடாது என்று தடை செய்யலாமல்லவா? ஹெப்டாகுளோர், என்டரின், டியல்டிரின் ஆகியவற்றை சில பயிர்களில் அவ்வாறு பயன்படுத்தும்போது எல்லாவற்றிற்குமே இதனை ஏன் கொண்டு வரக்கூடாது?

ஆனால் இதுவே கூட முழுமையான, இறுதியான தீர்வாகாது. ஏனென்றால் ஏற்ற அளவில் தாங்கிக் கொள்ளக் கூடியது ஒன்றுமில்லை என்று இருப்பது பயனற்றது. ஏனென்றால் நாம் ஏற்கனவே பார்த்தது போல, மாநிலத்துக்குள் உணவுப் பொருட்களில் 99 விழுக்காடு சோதனைக்கு உட்படுத்தப்படுவதே இல்லை. ஆகவே உணவு மற்றும் மருந்துக் கட்டுப்பாட்டுத் துறை இன்னும் கவனமாக இருக்க வேண்டும். அதற்கு ஆய்வாளர்களையும் அதிகப்படுத்த வேண்டும்.

வேண்டுமென்றே உணவில் நஞ்சைக் கலப்பது, பிறகு அதனை மேற்பார்வை பார்ப்பது எனும் இந்த முறை தும்பைவிட்டு வாலைப் பிடிக்கும் கதைதான். லீவிஸ் காரல் எழுதிய நாவலில் வெள்ளை வீரன் கிருதாவைப் பச்சையாகச் சாயம் பூசி விட்டுப் பின்னர் அதை விசிறி கொண்டு மறைக்கும் திட்டம் தந்தானாம். அதுபோலத் தான் இதுவும் இருக்கிறது. குறைந்த நச்சுத் தன்மையுள்ள வேதிப் பொருட்களைப் பயன்படுத்துவது தான் சரியான வழி. ஏற்கனவே

அத்தகைய வேதிப் பொருட்கள் கிடைக்கின்றன. தாவரங்களிலிருந்து தயாரிக்கப்பட்ட பைரத்ரீன்ஸ், ரோற்றினோன், ரைபானியா முதலியவற்றைக் குறிப்பிடலாம். பைரத்ரின்சைச் செயற்கையாகவும் தயாரிக்க முடியும். பொதுவாக மக்களுக்கு இவை பற்றிய சரியான விழிப்புணர்வு ஏற்பட வேண்டும். இவற்றை எல்லாம் வாங்கும் மக்கள் பூச்சிக் கொல்லிகள், பூஞ்சக் காளான் கொல்லிகள், களைக் கொல்லிகள் என்று விதவிதமான மருந்துகளைப் பார்த்துக் குழம்பிப் போகிறார்கள். அவற்றில் எவை ஆபத்தானவை, எவை ஆபத்துக் குறைவானவை என்று தெரிவதில்லை.

மேலும், இரசாயனப் பொருட்களைப் பயன்படுத்தாத வேறு முறைகள் இருக்கின்றனவா என்பதையும் ஆராய வேண்டும். பாக்டீரியாவைப் பயன்படுத்தி, பூச்சிகளுக்கு நோய் உண்டாக்கும் முறையை வேளாண்மைக்குப் பயன்படுத்த கலிஃபோர்னியாவில் முயன்றிருக்கிறார்கள். இதுபோன்ற சோதனைகளை அதிகம் மேற்கொள்ள வேண்டும். உணவுப் பொருட்களில் கசடு சேராத வழிகளில் பூச்சிகளைக் கட்டுப்படுத்தும் முறைகளும் இருக்கின்றன. பெரிய அளவில் மாற்றம் வேண்டும். அது ஏற்படாத வரையில் ஏற்றுக் கொள்ள முடியாத, தாங்கிக் கொள்ள முடியாத நிலையிலிருந்து நமக்கு விடுதலை கிடைக்காது.

12. மனிதர் தரும் விலை

தொழிற்புரட்சியில் பிறந்த வேதிப் பொருட்களின் பேரலை சுற்றுச் சூழலை விழுங்கும் அளவிற்கு எழுந்தபோது, மனிதரின் சுகாதார நிலையில் பல சிக்கல்கள் உண்டாகி இருக்கின்றன. நேற்று வரையில் பெரியம்மை, காலரா, பிளேக் முதலிய நோய்களின் கொடூரத்திற்கு மனிதன் அஞ்சி வந்தான். அவை நாடுகளையே பேரழிவிற்கு உள்ளாக்கி வந்திருந்தன. எங்கும் நிறைந்திருந்த நோய் நுண்ணுயிர்களைப் பற்றிய கவலை இப்போது இல்லை. சுகாதாரம், நல்ல வாழ்க்கைச் சூழல்கள், புதிய மருந்துகள் தொற்று நோய்களைப் பெருமளவிற்குக் கட்டுக்குள் கொண்டு வந்து விட்டன. இன்று நாம் வேறு வகையான ஆபத்தை எதிர்கொள்ள வேண்டியதிருக்கிறது. நம்முடைய வாழ்க்கை மாற மாற நாம் இவ்வுலகில் புதிய ஆபத்தை நுழைத்து விட்டோம்.

இப்போது சுற்றுச்சூழல் சுகாதாரச் சிக்கல்கள் பல. பல வடிவங்களில் வெளிப்படும் கதிர்வீச்சு மற்றும் உலகை ஆக்கிரமித்து வரும் பூச்சிக் கொல்லிகள் உட்பட்ட வேதிப் பொருட்களைக் குறிப்பிட வேண்டும். நமக்கு நேரடியாகவோ, மறைமுகமாகவோ,

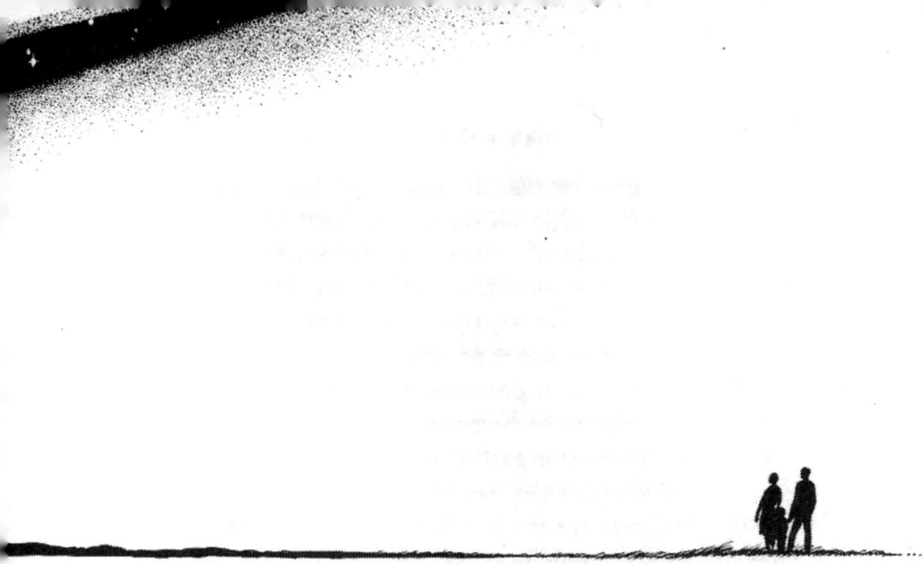

தனியாகவோ மொத்தமாகவோ பாதிப்பை ஏற்படுத்துகின்றன. அவை பூதாகரமாக நம் முன் தோன்றுகின்றன. அவற்றிற்கு உருவமில்லை, வடிவமில்லை. அவற்றின் விளைவுகளை முன்னுரைக்க முடியாது. மனிதனுடைய அனுபவத்திற்கு அப்பாற்பட்டவை. எனவே மிகுந்த அச்சத்தைத் தருகின்றன. "ஏதாவது ஒன்று நமது சுற்றுச்சூழலை எந்த அளவிற்குக் கெடுத்து விடுமென்றால் மனித இனமும் டைனோசர்களைப் போல அழிந்துவிடுமோ என்ற அச்சத்திலேயே வாழ்ந்து வருகிறோம். இதில் என்ன நம்மைப் பெரிதும் அதிர்ந்து போக வைக்கிறதென்றால், நாம் அறிகுறிகளைக் கண்டுபிடிக்கும் 20, 30 ஆண்டுகளுக்கு முன்னரே நமது விதி முடிந்து விட்டிருக்கும்," என்று அமெரிக்க நலத்துறை சார்ந்த டாக்டர் டேவிட் பிரைஸ் கூறுகிறார்.

இந்தச் சூழ்நிலையில் பூச்சிக் கொல்லிகளின் இடம் எது? மண், நீர், உணவு ஆகிய அத்தனையையும் அவை மாசுபடுத்துகின்றன என்றும் நமது நீரோடைகளில் மீன்கள் இல்லாது போகுமென்றும், தோட்டங்களும் காடுகளும் பறவைகள் இல்லாமல் அமைதியாகப் போய் விடும் என்றும் பார்த்தோம். மனிதன் எவ்வளவு தான் மறுப்புச் சொன்னாலும் அவனும் இயற்கையின் ஒரு பகுதி தான்.

உலகம் முழுவதிலும் பரவிக் கிடக்கும் மாசிலிருந்து அவன் தப்பிக்க முடியுமா?

இந்த வேதிப் பொருட்களுக்கு, அவை அதிக அளவில் இருந்தால், ஒரு முறை ஆட்பட்டாலும் நச்சுத் தன்மை மிக அதிகமாக இருக்கும் என்பது நமக்குத் தெரியும். அதிக அளவிலான பூச்சிக் கொல்லிகளைக் கையாண்ட விவசாயிகள், தெளிப்பவர்கள், விமானிகள் முதலானவர்கள் திடீரென்று நோய் வாய்ப்படுவதும் இறப்பதும் துயர நிகழ்ச்சிகள். அவை மீண்டும் நடக்கக் கூடாது. ஆனால் மிகக் குறைந்த அளவு பூச்சிக் கொல்லிகளிலிருந்து சிறிது உறிஞ்சப்பட்டு அவை தாமதமாக ஏற்படுத்தும் விளைவுகளைப் பற்றித்தான் நாம் மிகுந்த கவலை கொள்ள வேண்டியதிருக்கும்.

சுகாதார அலுவலர்கள் இரசாயனப் பொருட்கள் படிப்படியாக ஏற்படுத்தும் பாதகங்கள் பற்றி எச்சரிக்கிறார்கள். ஒருவருடைய வாழ்நாளில் அவர் பெறும் மாசுகளின் மொத்தமும் அவரைப் பாதிக்கும். ஆனால் எப்போதும் வரவிருக்கும் நோயைப் பற்றியோ, துன்பத்தைப் பற்றியோ கவலைப்படாமல் அலட்சியப்படுத்துவது மனித இயல்பு. உடனடியாக பாதிப்புகள் ஏற்படுத்தும் நோய்கள் பற்றித் தான் மனிதன் கவலைப்படுகிறான். ஆனால் நம்மை அறியாமலேயே துன்பம் தரக் கூடிய எதிரிகள் அதிகம். மிச்சிகனிலுள்ள ராபின் அல்லது மிராமிச்சியின் நன்னீர் மீன்களை போல, இது சுற்றுச்சூழல் பற்றிய சிக்கல்; ஒன்றுக்கொன்று தொடர்புள்ள சிக்கல். கேடிஸ் ஈக்களைக் கொல்ல நஞ்சை ஆற்றில் கலக்கிறோம், நன்னீர் மீன்கள் சாகின்றன. ஏரியில் குழவிகளைக் கொல்ல மருந்தடிக்கிறோம். நஞ்சு உணவுச் சங்கிலியின் ஒவ்வொரு கண்ணியாகக் கடந்து கரைகளிலுள்ள பறவைகள் பலியாகின்றன. எல்ம் மரங்களின் மேல் நஞ்சைத் தெளிக்கிறோம். அடுத்த வசந்தத்தில் ராபின்களின் பாட்டு மௌனமாகிப் போனது. ராபின்களின் மேல் நாம் நஞ்சை நேரடியாகத் தெளிக்கவில்லை. படிப்படியாக அது எல்ம் இலை - மண்புழு - ராபின் என்று சுழற்சியில் ராபினை அடைகிறது. இவற்றை எல்லாம் நாம் பதிவு செய்ய முடியும்; பார்க்கமுடியும்; வெளிப்படையாக நடைபெறும் நிகழ்வுகள் வாழ்வு - சாவு எனும் வலை என்று வெளிப்படும், இதனை விஞ்ஞானிகள் சுற்றுச்சூழல் இயல் என்பார்கள்.

இதுபோன்ற இயற்கைக் காப்பு இந்தப் பூமிக்கு மட்டுமில்லை. நமது உடலுக்கும் தேவைப்படுகிறது. இது நமது கண்ணுக்குப் புலப்படாத உலகம். இதில் மிகச் சிறிய காரணங்கள், மிகப்

பெரிய பாதிப்புகளை ஏற்படுத்துகின்றன. பெரும்பாலும் அவை தொடர்பில்லாதது போலத் தோன்றும். முதலில் காயம்பட்ட இடத்திலிருந்து உடலின் வேறொரு இடத்தில் அந்தப் பாதிப்பு ஏற்படும். "ஒரு இடத்தில் ஒரு மூலக் கூற்றில் ஏற்படும் மாற்றம் உடலின் மொத்த மண்டலங்களிலும் வெளியில் தொடர்பில்லாத உறுப்புகளிலும், திசுக்களிலும் எதிரொலிக்கும்," என்று ஒரு மருத்துவ ஆராய்ச்சி கூறுகிறது. உடலின் வியப்பூட்டும் மர்மச் செயல்பாடுகளில் காரணமும் விளைவும் எளிதானதாக, வெளியில் தொடர்புகள் உள்ளனவாக இருக்காது. காலத்திலும், நேரத்திலும் அவை தனித்தனியானவையாக இருக்கும். ஒரு நோயின் அல்லது சாவின் மூல காரணத்தைக் கண்டுபிடிக்க அந்த நோயாளி தொடர்பில்லாதது போலத் தோன்றும் உண்மைகளை ஒருங்கிணைத்துப் பார்க்க வேண்டியதிருக்கும்.

பெரிய அளவிலான, அண்மையில் ஏற்பட்ட விளைவையே பார்த்துக் கொண்டு பிறவற்றை அலட்சியப்படுத்தப் பழகிக் கொண்டோம். ஒரு விளைவு உடனேயும் வெளியில் தெரியாமலும் இருந்தால் அதன் காரணத்தின் ஆபத்தையே மறுத்து விடுகிறோம். ஒரு நோய் ஏற்பட்டவுடன் அதைக் கண்டுபிடிக்கத் தேவையான ஆய்வு முறைகள் இல்லை. நோயின் அறிகுறிகள் தோன்றுவதற்கு முன்னரே கண்டுபிடிக்கத் தேவையான ஆய்வு முறைகள் இல்லாதது மருத்துவத் துறையில் தீர்க்கப்படாத சிக்கல்.

"நான் என்னுடைய வீட்டுப் புல்வெளியில் டியல்டிரின் என்னும் ரசாயனத் தெளிப்பை பல முறை பயன்படுத்தியுள்ளேன். உலக சுகாதார அமைப்பின் தெளிப்பாளர்களைப் போல எனக்கு வலிப்பெல்லாம் ஏற்படவில்லையே," என்று எதிர்ப்புச் சொல்லலாம். விஷயம் அவ்வளவு எளிதானது இல்லை. உடனடியாக எந்த அறிகுறியும் ஏற்படாமல் இருக்கலாம். ஆனால் இந்த வேதிப் பொருட்களைக் கையாள்பவர்கள் தங்களுடைய உடலில் அவற்றைச் சேகரித்து வைக்கிறார்கள். குளோரினேற்றப்பட்ட ஹைடிரோ கார்பன்களை உடலில் சேகரிப்பது, நாம் முன்னர் சொன்னது போல, அடுக்கடுக்காக அதிகரித்து விடும். இந்த நச்சுப் பொருட்கள் உடலின் எல்லாக் கொழுப்புத் திசுக்களிலும் சேமிக்கப்படுகின்றன. நியூசிலாந்து மருத்துவ ஏடு ஒன்றின் அறிக்கை ஒரு எடுத்துக்காட்டுத் தருகிறது. உடல் எடை கூடிய ஒருவர் உடலிளைக்கச் சிகிச்சை பெற்று வந்தார். திடீரென்று நஞ்சு ஊட்டப்பட்டதற்கான அறிகுறிகள் அவருக்கு ஏற்பட்டன. அவருடைய கொழுப்பைச் சோதித்தால் அதில் டியல்டிரின் இருந்தது கண்டுபிடிக்கப்பட்டது.

உடல் இளைத்தவுடன் அது வேலை செய்தது. உடல் நிலைக் கோளாறினால் உடல் இளைத்தாலும் இதே ஆபத்துத் தான்.

உடலில் நச்சு சேகரிக்கப்பட்டிருப்பதன் விளைவுகள் வெளியில் எளிதில் தெரியாமலிருக்கலாம். அமெரிக்க மருத்துவக் கழகத்தின் இதழ் ஒன்று 'ஆடிப் போஸ்' திசுக்களில் பூச்சிக் கொல்லிகள் சேகரிக்கப்படுவதன் ஆபத்து பற்றி எச்சரிக்கை விடுத்தது. கொஞ்சம் கொஞ்சமாகச் சேகரமாகக் கூடிய மருந்துகள் அல்லது வேதிப் பொருட்கள் பற்றி மிகுந்த கவனம் தேவை என்று எடுத்துக் காட்டிற்று. 'ஆடிப் போஸ்' திசு கொழுப்பு சேகரமாகும் இடம் மட்டுமில்லை. அதற்கு வேறு வேலைகளும் உள்ளன. எனவே அங்கு சேகரிக்கப்படும் நஞ்சு அதன் பிற வேலைகளிலும் குறுக்கிடும். மேலும் கொழுப்புக்கள் நம்முடைய உடலின் உறுப்புக்களிலும் திசுக்களிலும் பரவலாக இருக்கும். செல் திசுக்களிலும் காணப்படும். கொழுப்பில் கரையக்கூடிய பூச்சிக் கொல்லிகள் தனி செல்களிலும் சேகரிக்கப்படும். அப்போது ஆக்சிஜன் ஏற்றல் மற்றும் சக்தி உண்டாக்கல் ஆகிய மிக முக்கிய வேலைகளிலும் குறுக்கிடும். இது பற்றி அடுத்த அதிகாரத்தில் விரிவாகப் பார்க்கலாம்.

குளோரினேற்றப்பட்ட ஹைடிரோ கார்பன்கள் கல்லீரலைப் பாதிக்கின்றன. கல்லீரல் உடலிலுள்ள உறுப்புகளிலேயே மிகவும் வித்தியாசமானது. அதைப் போலப் பல வேலைகளைச் செய்கிற உறுப்பு வேறில்லை. அது வேலை செய்யாவிட்டால் உடலில் ஒன்றும் நடக்காது. உடலின் மிக முக்கிய வேலைகளை அது முன்னின்று நடத்துகிறது. எனவே அதற்கு மிகச் சிறிதளவு சேதம் ஏற்பட்டாலும் பெரிய ஆபத்து. அதிலிருந்து சுரக்கும் பித்த நீர் கொழுப்பைச் செரிக்கிறது. கல்லீரல் மிக முக்கியமான இடத்தில் இருப்பதால், அது நேரடியாக செரிப்பு மண்டலத்திலிருந்து இரத்தத்தைப் பெற்றுக் கொள்கிறது. முக்கிய உணவுப் பொருட்களின் வளர்சிதை மாற்றத்தில் முக்கிய பங்கு கொள்கிறது. சர்க்கரையை கிளைக்கோசாக சேகரித்து வைத்து மிகத் துல்லியமான அளவில் கவனமாகக் குளுக்கோசாக வெளியிடுகிறது. இதனால் சர்க்கரையின் அளவு சீராக இருக்கிறது. புரதத்தை உடலில் உண்டாக்குகிறது. இரத்தம் உறைதலுக்குத் தேவையான பிளாஸ்மாவின் சில பகுதிகளையும் உண்டாக்குகிறது. இரத்தப் பிளாஸ்மாவில் கொலஸ்ட்ராலின் அளவைச் சீராக வைத்திருக்கிறது. ஆண், பெண் ஹார்மோன்கள் அளவுக்கு அதிகமாகும்போது அவற்றைச் செயலிழக்கச் செய்கிறது. அங்கு பல வைட்டமின்கள் சேகரிக்கப்படும். அவற்றில் பல கல்லீரல் சரியாக வேலை செய்யவே உதவுகின்றன.

கல்லீரல் சரியாக வேலை செய்யாவிட்டால் உடல் செயலிழந்து போகும்; பாதுகாப்பில்லாது போகும். உடலுக்குள் எப்போதும் நுழைந்து கொண்டிருக்கிற நச்சுப் பொருட்களுக்கு எதிராக ஒன்றும் செய்ய முடியாது. அவற்றில் சில உடலில் இயற்கையாகவே வளர்சிதை மாற்றத்தால் உண்டாகின்ற நச்சுப் பொருட்கள். அவற்றிலுள்ள நைட்ரஜனை வெளியில் எடுத்து உடனுக்குடன் அவற்றைச் செயலிழக்கச் செய்து விடுகிறது. உடலில் இடம் பெறாத நச்சுக்களையும் கூட கல்லீரல் அவற்றின் நச்சுத் தன்மையை நீக்கிவிடும். 'அதிகம் தீமை செய்யாத' பூச்சிக் கொல்லிகளான மலாத்தியானும், மெத்தாக்சிகுளோசும் ஏன் அப்படிக் கருதப்படுகின்றன என்றால் ஒரு குறிப்பிட்ட கல்லீரல் என்சைம் அவற்றைச் செயலிழக்கச் செய்து விடுகிறது. அவற்றின் மூலக் கூறுகளை மாற்றி விடுகிறது. இதுபோலவே பெரும்பாலான நச்சுப் பொருட்களை அது செயலிழக்கச் செய்கின்றது.

கல்லீரல் பாதிக்கப்பட்டால் நமது உடலினுள் நுழையும் நச்சுப் பொருட்களுக்கு எதிராகப் போராடும் சக்தியும் போய் விடுகிறது. பூச்சிக் கொல்லிகளால் சேதப்படும் கல்லீரல் நச்சுப் பொருட்களை எதிர்க்கும் ஆற்றலை இழந்து விடுவது மட்டுமில்லை. அதனுடைய பிற வேலைகளும் பாதிக்கப்படுகின்றன. ஆனால் அந்த விளைவுகள் உடனே தெரிய வராது. நாட்பட்டனவாக இருக்கும்.

1950களில் மஞ்சள் காமாலை அதிகமாயிற்று. கல்லீரல் நோயும் பரவலாயிற்று. ஆனால் பூச்சிக் கொல்லிகளால் இது ஏற்பட்டது என்று நிரூபிப்பது கடினம். எனினும் கல்லீரல் நோய்கள் அதிகப்படுவதற்கும் சுற்றுச்சூழலில் கல்லீரலைப் பாதிக்கும் நச்சுப் பொருட்களின் பயன்பாட்டுக்கும் தொடர்பு இருப்பதை மறுக்க முடியாது. குளோரினேற்றப்பட்ட ஹைடிரோ கார்பன்கள் முதற் காரணமோ - என்னவோ, கல்லீரலைப் பாதிக்கக்கூடிய நச்சுப் பொருட்களுக்கு நம்மை உட்படுத்துவது நல்லதில்லை, அறிவுடைமை ஆகாது.

அடுத்து, குளோரினேற்றப்பட்ட ஹைடிரோ கார்பன்களும், கரிம பாஸ்பேட்டுகளும் வெவ்வேறு வழிகளில் நமது நரம்பு மண்டலத்தைப் பாதிக்கின்றன. விலங்குகளிலும், மனிதரிடமும் செய்யப்பட்ட பல சோதனைகளால் இது தெளிவாகிறது. புதிய கரிமப் பூச்சிக் கொல்லியாக அதிகமாகப் பயன்படுகிற DDT மத்திய நரம்பு மண்டலத்தைப் பாதிக்கிறது. சிறுமூளை, இயக்க புறணி(மோட்டார் கார்ட்டேகஸ்) ஆகிய பகுதிகள் அதிகமாகச்

சேதமடைகின்றன. ஓரளவு அதிகமாக அதற்கு உட்பட்டால், எரிச்சல், அரிப்பு முதலியன ஏற்படும்; ஜன்னியும் உண்டாகும் என்று நச்சுப் பொருளியல் நூல் கூறுகிறது.

பல பிரிட்டிஷ் ஆராய்ச்சியாளர்கள் வேண்டுமென்றே DDTக்குத் தங்களை உட்படுத்திக் கொண்டார்கள். 2 சதவீத DDT உள்ள தண்ணீரில் கரையும் வண்ணப்பூச்சு அடித்த சுவர்களில் நேரடியாகத் தங்கள் தோல் படும்படியாக இரண்டு விஞ்ஞானிகள் வைத்துக் கொண்டார்கள். அப்போது ஏற்பட்ட அறிகுறிகளை அவர்கள் இவ்வாறு விவரிக்கிறார்கள்: "களைப்பு, கை கால் வலி ஏற்பட்டது. மனச் சோர்வும் உண்டாயிற்று. எதை எடுத்தாலும் எரிச்சலும், வேலையில் ஒரு வித வெறுப்பு, சிந்திக்க முடியாமையும் ஏற்பட்டன. மூட்டு வலி சில சமயங்களில் தாங்க முடியாமல் இருந்தது."

இன்னொரு பிரிட்டிஷ் ஆராய்ச்சியாளர் DDT-யை அசிட்டோன் கரைசலில் கரைத்துத் தன் தோல் மேல் பூசிக் கொண்டார். உடனே உடல் வலி, தசைகளில் வலுவின்மை, அடிக்கடி நரம்புத் தளர்ச்சி ஏற்பட்டது. விடுமுறை எடுத்த பிறகு கொஞ்சம் முன்னேற்றம் ஏற்பட்டது. ஆனால் வேலைக்குத் திரும்பியபோது நிலைமை மோசமானது. மூன்று வாரங்கள் படுக்கையில் இருக்க வேண்டியதாயிற்று. கை கால் வலி, தூக்கமின்மை, நரம்பு அழுத்தம் ஆகியவையும் இருந்தன. அதோடு அடிக்கடி சன்னி கண்டது. DDT-ஆல் நஞ்சூட்டப்பட்ட பறவைகள் இழுத்துக் கொள்வது போல இவருக்கும் இழுத்துக் கொள்ளும். பத்து வாரங்கள் வேலைக்கும் போக முடியவில்லை. கடைசி வரை முழு உடல் நலம் பெறவில்லை.

(இவ்வளவு ஆதாரங்கள் இருந்தாலும் அமெரிக்க ஆராய்ச்சியாளர்கள் தலைவலி, உடல்வலியை உளவியல் சம்பந்தமானது என்று தள்ளிவிட்டார்கள்).

ஆனால் பலரிடம் அறிகுறிகளும், நோயும் பூச்சிக் கொல்லிகளால் ஏற்பட்டிருப்பது உறுதி செய்யப்பட்டிருக்கிறது. அவர்கள் ஏதாவது ஒரு பூச்சிக் கொல்லிக்கு உட்பட்டிருந்தார்கள். மருத்துவத்திற்குப் பிறகு அறிகுறிகள் மறைந்தன. குறிப்பாக, அந்த வேதிப் பொருட்களோடு புழங்காமல் இருக்க வேண்டும். அவற்றைத் திரும்பக் கையாண்டால் மீண்டும் நோய் அறிகுறிகள் தோன்றின. இந்த ஆதாரங்களை வைத்து பல உடல் கோளாறுகளுக்கு பல மருத்துவச் சிகிச்சைகள் வந்தன. நமது சுற்றுச்சூழலை பூச்சிக்

கொல்லிகளால் முழுவதுமாக மாசுபடுத்துவது எந்த வகையிலும் அறிவுடைமை ஆகாது.

இன்னொரு வினா எழுகிறது. பூச்சிக் கொல்லிகளைக் கையாளும் அல்லது பயன்படுத்தும் எல்லோருமே ஏன் ஒரே மாதிரியான அறிகுறிகளைப் பெறுவதில்லை? இங்குதான் தனி மனிதரின் உணர்வு நிலை வருகிறது. பெண்கள் ஆண்களை விட அதிகம் பாதிக்கப்படுகிறார்கள். பெரியவர்களை விடச் சிறுவர்கள் அதிகம் பாதிக்கப்படுகிறார்கள். கடுமையாக வெளியில் உழைப்பவர்கள், உடற்பயிற்சி செய்பவர்களை விட வீட்டிற்குள்ளேயே வேலை செய்யாமல் இருப்பவர்கள் அதிகம் பாதிக்கப்படுகிறார்கள். இந்த வேறுபாடுகளை விட வேறு காரணிகளும் இருக்கின்றன. ஒருவருக்கு தூசி, மகரந்தம் ஒவ்வாமை இருக்கிறது. ஒரு விதத்தால் எளிதில் ஒருவர் பாதிக்கப்படலாம்; ஒரு நோய் இன்னொருவரை எளிதில் தொற்றிக் கொள்ளலாம். இவையெல்லாம் மருத்துவத் துறையில் புதிர்கள். அவற்றிற்கு இப்போது விளக்கங்கள் இல்லை. தங்கள் நோயாளிகளில் மூன்றில் ஒரு பங்கினர் இப்படி இருக்கிறார்கள் என்று சில மருத்துவர்கள் கூறுகிறார்கள். இங்ஙனம் ஒவ்வாமை அல்லது ஏதாவது ஒரு நோய்க் கிருமிக்கு எதிர்ப்பு சக்தி இல்லாமை திடீரென்று உண்டாகலாம். முன்னர் இல்லாத அந்த உணர்வு நிலை புதிதாக உண்டாகலாம். அதுபோல அடிக்கடி வேதிப் பொருட்களுக்கு உட்படுதல் இந்த நிலையைத் தோற்றுவிக்கலாம். ஒரு வேளை தொடர்ச்சியாக ஒரு வேதிப்பொருளைக் கையாள்பவர்கள் எதிர்ப்பு சக்தியைத் தங்களுக்குள் ஏற்படுத்திக் கொண்டிருக்கக் கூடும்.

மேலும், பூச்சிக் கொல்லியால் நஞ்சூட்டப்படுவது ஒரு குழப்பம் மிகுந்த சிக்கல். சோதனைச் சாலையில் ஒரு விலங்கு குறிப்பிட்ட கட்டுப்பாடுகளுக்குள் அடைக்கப்பட்டிருக்கும். ஆனால் மனிதர்கள் ஒரு குறிப்பிட்ட வேதிப்பொருளை மட்டும் கையாளுவதில்லை. வேதிப் பொருட்கள் ஒன்றோடு ஒன்று சேரும்போது அவற்றின் வீரியங்களும் மாறுபடுகின்றன. மண்ணில் கலந்தாலோ, தண்ணீரில் சேர்ந்தாலோ, மனிதனின் இரத்தத்திற்குள் நுழைந்தாலோ ஒன்றுக்கொன்று தொடர்பு இல்லாத இந்த வேதிப் பொருட்கள் தனித்தனியாக இயங்குவதில்லை. நம்முடைய கண்ணுக்குத் தெரியாத பல மாற்றங்கள் ஏற்பட்டு ஒன்று இன்னொன்றின் சக்தியை மாற்றிவிடும்.

பூச்சிக் கொல்லிகளின் இரண்டு வகைகளும் தனித் தன்மை வாய்ந்தவை என்று கருதப்பட்டது. ஆனால் அவை ஒன்றோடு

ஒன்று சேரும்பொழுது பல மாற்றங்களை ஏற்படுத்துகின்றன. ஏற்கனவே ஒருவர் குளோரினேற்றப்பட்ட ஹைடிரோ கார்பனுக்கு உட்படுத்தப்பட்டிருக்கிறார் என்று வைத்துக் கொள்வோம். அது கல்லீரலைச் சேதப்படுத்தியிருக்கும். இப்போது நரம்பைக் காக்கும் என்சைமான கோலின்ஸ்டரேசை நச்சுப்படுத்தும் கரிமப் பாஸ்பேட்டுகளை நுழைத்தால் அதன் சக்தி அதிகமாகும். ஏனென்றால் கல்லீரலின் வேலை பாதிக்கப்படும்போது கோலின்ஸ்டரேசின் அளவு குறைந்து விடும். அப்போது கரிம பாஸ்பேட்டின் வேலையால் கடுமையான அறிகுறிகள் தோன்றும். மேலும் நாம் ஏற்கனவே பார்த்தது போல இரண்டு கரிம பாஸ்பேட்டுகள் சேரும்போதே அவற்றின் நச்சுத் தன்மை நூறு மடங்கு அதிகரிக்கிறது. அல்லது கரிம பாஸ்பேட்டுகள் பல மருந்துகளோடு இரசாயன மாற்றம் ஏற்படுத்தும். அல்லது மனிதன் உண்டாக்கியிருக்கும் செயற்கைப் பொருள் அனைத்தோடும் சேர்ந்து இரசாயன மாற்றம் ஏற்படுத்தும்.

எந்த ஆபத்தும் ஏற்படுத்தாது என்று நாம் கருதும் வேதிப்பொருள்களுடன் கூட இன்னொரு வேதிப் பொருள் சேரும்போது பெரிய மாற்றத்திற்கு உள்ளாகிறது. எடுத்துக்காட்டாக DDT மெத்தாக்சிகுளோர் இரண்டும் தொடர்புடையவை. மெத்தாக்சிகுளோர் அப்படி ஒன்றும் ஆபத்துக் குறைவான இரசாயனப் பொருள் இல்லை. பிட்யூட்டரி சுரப்பிகளையும், சிறுநீரகத்தையும் பாதிக்கக் கூடியது. ஆனால் அது தனியாகப் பயன்படுத்தப்படும்போது சேமிப்பு ஆகாது. ஆகவே தான் அதைத் தீங்கற்றது என்று சொல்கிறார்கள். இது உண்மை இல்லை. வேறு ஒரு வேதிப் பொருளால் கல்லீரல் சேதமடைந்திருந்தால் உடலில் மெத்தாக்சிகுளோர் 100 மடங்கு அதிகமாகச் சேமிக்கப்படுகிறது. நரம்பு மண்டலத்தைப் பாதிக்கும். கல்லீரல் மிகச் சிறிதளவே பாதிக்கப்பட்டிருக்கலாம். வேறு ஒரு பூச்சிக்கொல்லி, கார்பன் டெட்ராகுளோரைடு கலந்த சுத்தப்படுத்தும் திரவம், அமைதி ஏற்படுத்த உதவும் மருந்துகள் ஏதாவது ஒன்றைப் பயன்படுத்துவதால் ஏற்பட்டிருக்கலாம்.

நரம்பு மண்டலத்தை உடனே பெரும் அளவில் பாதிக்காமல், காலந் தாழ்த்தி அது நிகழலாம். மெத்தாக்சிகுளோரினால் நிரந்தரமான சேதம் மூளைக்கும், நரம்பு மண்டலத்திற்கும் ஏற்பட வாய்ப்பிருக்கிறது. டியல்டிரின் உடனடியாக சேதம் ஏற்படுத்தலாம் அல்லது தாமதமாக நினைவாற்றலை இழத்தல், தூக்கமின்மை ஆகியவற்றை ஏற்படுத்தும். லின்டேன் அதிக அளவில் மூளையிலுள்ள கல்லீரல் திசுவிலும் சேமிக்கப்பட்டு மத்திய நரம்பு

மண்டலத்தைப் பாதிக்கும். பென்சீன் ஹெக்சாக்குளோரைடின் ஒரு வகை தான் இந்த வேதிப் பொருள். இதனை வீட்டில், அலுவலகங்களில், உணவு விடுதிகளில் கொசு விரட்டப் பயன்படும் வாயுவாக்கும் கருவிகளில் (vapourizers) காணப்படுகிறது.

கரிமப் பாஸ்பேட்டுகளை மிகத் தீவிரமான நஞ்சாகத் தான் பார்த்திருக்கிறோம். ஆனால் அவையும் நரம்புத் திசுக்களை நிரந்தரமாகப் பாதிக்கும். மனப் பேதலிப்பை ஏற்படுத்தும். கால தாமதமாகப் பக்கவாதம் வரும். அமெரிக்காவில் 1930களில் மது விலக்கு இருந்தபோது நிகழ்ந்தது வரவிருக்கும் ஆபத்திற்கு முன்னோடியாக இருந்தது. அது பூச்சிக் கொல்லியினால் ஏற்படவில்லை. கரிம பாஸ்பேட் பூச்சிக் கொல்லி மருந்துகளை மதுவிற்குப் பதிலாகப் பயன்படுத்தினார்கள். ஜமாய்க்கா இஞ்சி என்ற ஒரு மதுவை கள்ளச் சாராயக்காரர்கள் தயாரித்தார்கள். இது மருந்து போலவே இருக்கும். அரசு அதிகாரிகளை எளிதில் ஏமாற்றி வந்தார்கள். அதில் டிரை ஆர்த்தோ கிரசில் பாஸ்பேட்டைச் சேர்த்தார்கள். இது பாரத்தியான் போன்றது. இதனால் 15,000 பேர் நிரந்தரமாகக் கால் தசையில் முடக்கு வாத நோயால் தாக்கப்பட்டார்கள். இதற்கு இஞ்சி பக்கவாதம் என்று பெயர்.

இதற்கு 20 ஆண்டுகளுக்குப் பிறகு பிற கரிம பாஸ்பேட்டுகள் பூச்சிக் கொல்லிகளாக வந்தன. அவை இஞ்சி பக்கவாதம் போன்ற நோயை ஏற்படுத்தின. ஜெர்மனியில் ஒரு தொழிலாளி இத்தகைய பக்கவாதத்தால் பாதிக்கப்பட்டார். அவர் பாரத்தியானைப் பயன்படுத்தினவர். ஒரு இளம் மருந்தாளுநருக்கு இதுபோல இரண்டு கால்களும் பாதிக்கப்பட்டன.

ஆனால் இதுபோன்ற வேதிப் பொருட்கள் சந்தையிலிருந்து எடுத்துக் கொள்ளப்பட்டவை. இவை நரம்பு மண்டலத்தைப் பாதித்தால் மன நோயோடு இவற்றைத் தொடர்புபடுத்த முடியும். இதனை மெல்போன் பல்கலைக் கழகத்தில் கண்டுபிடித்தார்கள். 16 நோயாளிகள் இதுபோல பூச்சிக் கொல்லிகளால் பாதிக்கப்பட்டவர்கள். மூன்று பேர் தெளிப்பான்களை ஆராய்ந்த விஞ்ஞானிகள். ஐந்து பேர் பண்ணை வேலையாட்கள். எட்டுப் பேர் பசுமைக் குடிலில் பணியாற்றினார்கள்.

இவை போன்ற மனப் பாதிப்புகள் அதிகமாகவே இருக்கின்றன.

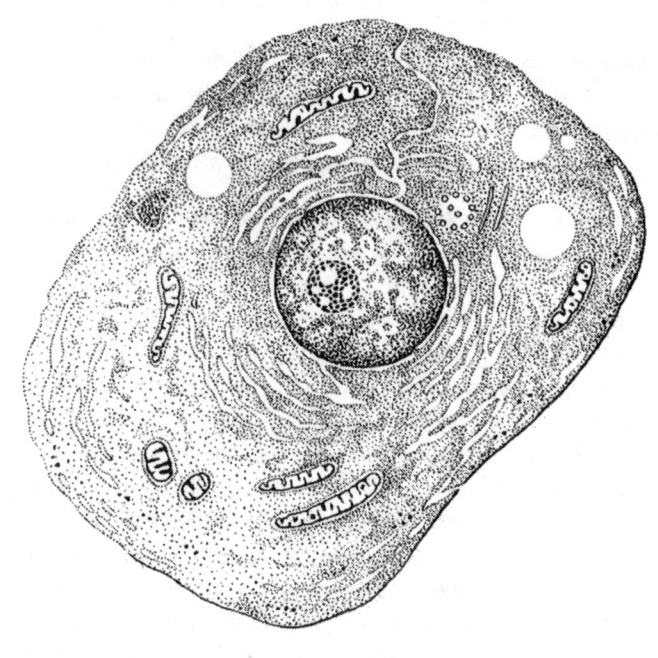

13. குறுகிய சாளரத்தின் வழியாக

உயிரியல் அறிஞர் ஜார்ஜ் வால்ட் தனது சிறப்பான வேலைக்கு ஒரு உவமை கூறினார். கண்ணில் உள்ள காட்சி வண்ணமூட்டிகளை ஒரு மிகக் குறுகிய சன்னலுக்கு ஒப்பிட்டார். தொலைவில் ஒளியின் ஒரு கற்றையைத் தான் பார்க்க முடியும். அருகில் நெருங்கி வர வர பார்க்கப்படும் பொருள் பெரிதாகி அந்தக் குறுகிய சந்தின் வழியாக அண்டவெளியையே பார்க்க முடியும்.

அதுபோல முதலில் உடலில் உள்ள தனிசெல்களைப் பார்க்க வேண்டும். அடுத்து செல்களிலுள்ள நுண்ணிய அமைப்புக்களைப் பார்க்க வேண்டும். இறுதியாக மூலக் கூறுகளுக்கு இடையே ஏற்படும் செயல்களைக் காண வேண்டும். அப்படிச் செய்தால் தான் நமது உள் சுற்றுச்சூழலில் வெளி வேதிப் பொருட்களை நுழைப்பதால் ஏற்படும் தீவிரமான, நாட்பட்ட பாதிப்புகளை நாம் புரிந்து கொள்ள முடியும். ஒவ்வொரு தனி செல்லும் ஆற்றலை

உண்டாக்கும் வேலை நமது உடல் நலத்திற்கு மட்டுமின்றி உயிருக்கே அடிப்படை என்பது அண்மை மருத்துவ ஆராயச்சிகளின் மூலம் தெரிய வந்திருக்கிறது. நமது பிரதான உறுப்புக்களைவிட அது முக்கியமானது. ஏனென்றால் சக்தி தருகின்ற ஆக்சிஜன் ஏற்றும் வேலை நடக்காவிட்டால் எந்த உறுப்பும் வேலை செய்ய முடியாது; உடலின் எந்த வேலையும் நடைபெறாது. ஆனால் நாம் பூச்சிகள், எலிகள், களைகளைக் கொல்லப் பயன்படுத்தும் வேதிப்பொருட்களில் பல இந்த அமைப்பை நேரடியாகப் பாதித்து, அதன் இயக்கத்தைத் தடுத்துவிடும்.

செல்களில் நடைபெறும் இந்த ஆக்சிஜன் ஏற்றலைப் பற்றி நாம் அறிந்து கொள்ள வழி வகுத்த ஆராய்ச்சி உயிரியல் மற்றும் உயிர் வேதியியலின் மகத்தான சாதனைகளில் ஒன்று. இதற்காக உழைத்த அறிவியலறிஞரில் பலர் நோபல் பரிசு பெற்றவர்கள். படிப்படியாக இந்த ஆராய்ச்சி கால் நூற்றாண்டு காலமாக நடைபெற்று வந்திருக்கிறது. இன்னும் நுணுக்கமான முடிவுகளைப் பெற வேண்டியுள்ளது. அண்மைக் காலமாகத் தான் பல்வேறு ஆய்வு முடிவுகள் ஒருங்கிணைக்கப்பட்டிருக்கின்றன. 1950களுக்கு முன்னர் மருத்துவத் துறையில் பயிற்சி பெற்றவர்களுக்கு இதன் முக்கியத்துவம் பற்றித் தெரிந்திருக்காது.

சக்தியை உண்டாக்குவது எந்தக் குறிப்பிட்ட உடலுறுப்பும் இல்லை. அது செல்களில் நிகழ்கிறது. உயிருள்ள ஒவ்வொரு செல்லும் நெருப்புப் போல எரிந்து சக்தியைத் தருகிறது. உயிர் அதனைச் சார்ந்தே இருக்கிறது. ஆனால் இந்த உவமை அவ்வளவாகப் பொருத்தமில்லை. ஏனெனில் உடலின் சாதாரன வெப்ப நிலையின் வெப்பத்திலேயே செல்கள் எரிகின்றன. எனினும் மென்மையாக எரிந்து கொண்டிருக்கும் பில்லியன் கணக்கான செல்கள் உயிரின் பொறியைச் சுடர் விடச் செய்கின்றன. இவை எரியா விட்டால் எந்த இதயமும் துடிக்காது, ஈர்ப்பு விசையை எதிர்த்துக் கொண்டு எந்தத் தாவரமும் வளராது, எந்த அமீபாவும் நீந்தாது, நரம்பு வழியாக எந்த உணர்வும் பயணிக்காது, மனித மூளையில் எந்த எண்ணமும் பளிச்சிடாது என்றார் ஒரு வேதியலறிஞர்.

செல்லில் பருப்பொருள் சக்தியாகும் மாற்றம் தொடர்ந்து நடக்கும் செயல் ஒரு சக்கரம் இடைவிடாது சுழல்வது போல. இயற்கையின் புதுப்பிக்கும் சுழற்சி, சிறு சிறு துளியாக, மூலக்கூறாக, கார்போ ஹைட்ரேட் என்ற சர்க்கரை குளுக்கோசாக மாறி இந்தச் சக்கரத்திற்குள் செலுத்தப்படுகிறது. சுழற்சியில் எரிபொருள்

மூலக்கூறு துண்டுகளாகி மிக நுண்ணிய இரசாயன மாறுதல் அடைகிறது. இந்த மாறுதல்கள் ஒரு ஒழுங்கோடு நடைபெறுகின்றன. படிப்படியாக நடக்கும் இந்த மாற்றத்தில், ஒவ்வொரு நிலையையும் ஒரு என்சைம் வழி நடத்தி, கட்டுக்குள் வைத்திருக்கிறது. இந்த என்சைம் இந்தச் சிறப்பு வேலையை மட்டும் தான் செய்யும்; வேறு எதையும் செய்யாது. ஒவ்வொரு நிலையிலும் சக்தி வெளிப்படுகிறது. கார்பன்டை ஆக்சைடும், நீரும் கழிவாக வெளிப்படுகின்றன. எரிபொருளின் மாற்றப்பட்ட மூலக் கூறு அடுத்த படிநிலைக்குப் போகிறது. சக்கரம் முழுவதுமாக ஒரு சுற்றுச் சுற்றி வரும்போது எரிபொருள் மூலக்கூறு புதியதொரு வடிவத்தைப் பெறுகிறது. இப்போது உள்ளே வருகின்ற புது மூலக்கூறோடு சேரத் தயாராகிறது. புது சுழற்சி ஆரம்பமாகிறது.

செல் ஒரு வேதியியல் தொழிற்சாலை போலச் செயல்படுவது ஒரு வியப்பான நிகழ்ச்சி. செயல்படுகின்ற ஒவ்வொரு பகுதியும் மிக நுண்ணியது என்பது அதனிலும் அதிசயம். சில விதி விலக்குகளைத் தவிர, பெரும்பாலான செல்களை உருப்பெருக்கியால் தான் பார்க்க முடியும் அவ்வளவு நுண்ணியவை. ஆனால் ஆக்சிஜன் ஏற்றலில் பெரும்பகுதி செல்களினுள் மிக நுண்ணிய மைட்டோ கோண்டிரியா என்று பரவல்களில் நடைபெறுகிறது. இந்த வேலை பற்றி அறுபது ஆண்டுகளாகத் தெரிந்தாலும், முன்னர் இதனை முக்கியமில்லாத ஒன்றாகக் கருதி விட்டு விட்டார்கள். 1950களுக்குப் பிறகு இது ஆராய்ச்சியிலும் முக்கிய இடத்தைப் பெற்றது. திடீரென்று அறிவியலறிஞர் இத்துறையில் ஆர்வம் கொண்டார்கள். ஆயிரக்கணக்கான ஆய்வுக் கட்டுரைகள் வெளி வந்து விட்டன.

மைட்டோ கோண்டிரியாவின் புதிரைப் பொறுமையோடும், அறிவாற்றலும் அவிழ்த்திருப்பதைக் கண்டு நாம் மலைத்துப் போகிறோம். உருப்பெருக்கியின் துணை கொண்டு ஓரளவே பார்க்கப்படக் கூடிய ஒரு துகளை 300 மடங்கு பெரிதாக்கிப் பார்ப்பதாகக் கற்பனை செய்து கொள்ளுங்கள். இதனைத் தனியாக எடுத்து, பிரித்து, அதனுடைய பகுதிப் பொருளை ஆராய்ந்து அவற்றின் செயல்பாடுகளை ஆராய முடியும் என்பதைக் கற்பனை செய்ய முடிகிறதா? அதைத் தான் எலக்ட்ரான் உருப்பெருக்கியின் உதவியுடன், உயிர் வேதியியல் தொழில் நுட்பத்தினைப் பயன்படுத்திச் செய்திருக்கிறார்கள்.

மைட்டோ கோண்டிரியா என்பது என்சைம்களுள்ள மிக நுண்ணிய பைகள் என்று இப்போது தெரிய வந்திருக்கிறது. ஆக்சைடுகளாக

மாற்றும் சுழற்சிக்குத் தேவையான எல்லா என்சைம்களும் சுவர்களிலும் திரைகளிலும் ஒழுங்காகவும், துல்லியமான முறையிலும் அடுக்கப்பட்டிருக்கின்றன. சக்தியை உண்டாக்கும் வேலை நடக்கும் சக்திக் கூடமாக மைட்டோ கோண்டிரியாக்கள் இருக்கின்றன. ஆக்சிஜன் ஏற்றலின் தொடக்க வேலைகள் சைட்டோபிளாசத்தில் நடந்தவுடன், எரிபொருள் மூலக்கூறு மைட்டோ கோண்டிரியாவிற்குள் எடுத்துக் கொள்ளப்படுகிறது. இங்கு தான் ஆக்சிஜனேற்றம் முழுமை அடைகிறது. இங்கு தான் சக்தி மிகுந்த அளவில் வெளிப்படுகிறது.

மைட்டோ கோண்டிரியாவிற்குள் முடிவின்றி நடக்கும் இந்த ஆக்சிஜன் ஏற்றலின் முதன்மை விளைவு இது தான். ஆக்சிஜனேற்றம் சுழற்சியின் ஒவ்வொரு படியையும் உயிர் வேதியலாளர் ATP என்று அழைக்கிறார்கள். அடினோசைன் டிரைஃபாஸ்பேட் (adenosine triphosphate) மூன்று பாஸ்பேட்டுகளை உள்ளடக்கிய ஒரு மூலக்கூறு. ATP எப்படி சக்தியைத் தரக் காரணமாகிறது? அதனுடைய ஒரு பாஸ்பேட்டை வேகமாக இங்கும் அங்கும் ஓடும் எலக்ட்ரான் இணைப்புகளுடனான சக்தியுடன் வேறு பொருட்களுக்கு மாற்ற முடியும். ஆகவே, ஒரு தசைச் செல்லில், சுருங்குவதற்கான சக்தி ஒரு பாஸ்பேட்டிலிருந்து சுருங்கும் தசைக்கு மாறும்போது கிடைக்கிறது. இப்போது இன்னொரு சுழற்சி ஏற்படுகிறது. சுழற்சிக்குள் சுழற்சி. ATP மூலக்கூறு அதன் பாஸ்பேட்டுகளில் ஒன்றைக் கொடுத்து விட்டு இரண்டை வைத்துக் கொள்கிறது. அப்போது டை பாஸ்பேட் மூலக்கூறாக (ADP) மாறுகிறது. சக்கரம் சுழலும்போது, இன்னொரு பாஸ்பேட் சேர்ந்து கொள்ள ATP மீண்டும் ஏற்படுகிறது. இதற்கு எடுத்துக்காட்டாக பேட்டரியை எடுத்துக் கொள்ளலாம். ATP மின்னூட்டம் பெற்ற பேட்டரி. ADP மின்னூட்டம் இழந்த பேட்டரி.

நுண்ணியிரிலிருந்து மனிதன் வரையில் எல்லா உயிரிகளிலும் காணப்படும் சக்தி ATP. அது தசைச் செல்களுக்கு இயக்கு விசையைத் தருகின்றது. நரம்பு செல்களுக்கு மின்விசையைத் தருகிறது. உயிரணு செல், தவளையாகவோ, பறவையாகவோ, மனிதச் சிசுவாகவோ மாறும் முட்டை, ஹார்மோனை உண்டாக்கும் செல் அனைத்தும் ATP-யைப் பெற்றிருக்கும். ATP-யின் கொஞ்சம் ஆற்றல் மைட்டோ கோண்டிரியாவில் பயன்படுத்தப்பட்டிருக்கும். ஆனால் பெரும்பாலான ஆற்றல் வேறு பல செயல்களுக்குத் தேவையான சக்தியைத் தர செல்லுக்குள் தரப்பட்டிருக்கும். பல செல்களில் மைட்டோ கோண்டிரியாவின் இடம் அதன் சிறப்பைக் காட்டும். ஆற்றல் துல்லியமாகத் தேவைப்படுகின்ற இடத்திற்கு

அனுப்பப்படும் வகையில் தகுந்த இடத்தில் அமைந்திருக்கும். தசை செல்களில் சுருங்கும் இழைகளுக்கு அருகில் குவிந்திருக்கும். நரம்பு செல்களில் ஒரு செல் இன்னொரு செல்லோடு சேரும் இடத்தில், தூண்டல்களை மாற்றுவதற்குத் தேவையான ஆற்றலைத் தர உதவுமாறு அமைந்திருக்கும். விந்தணுச் செல்களில் வால் தலையோடு சேருமிடத்தில் இருக்கும்.

ADP-யும் விடுபட்ட பாஸ்பேட் மூலக்கூறும் சேர்ந்து ATP-யைத் திரும்பப் பெறுவதில் ஆக்சைடாக்கும் வேதிச் செயலும் நிகழ்கிறது. இங்ஙனம் ஒன்றுக்கொன்று தொடர்புடன் இருப்பதற்கு 'பாஸ்போரைலேஷன் இணைப்பு' என்று பெயர். இந்த இணைப்பு துண்டிக்கப்பட்டால் பயன்படுத்தக் கூடிய ஆற்றல் இல்லாது போகும். மூச்சு விடுதல் நடக்கும். ஆனால் எந்த சக்தியும் வெளிப்படாது. செல் வெப்பத்தை மட்டும் உண்டாக்கும்; எந்த ஆற்றலும் வெளிப்படாது. அப்போது தசை சுருங்காது. நரம்புப் பாதைகளில் உந்துதல் எடுத்துச் செல்லப்படாது. உயிரணு அதனுடைய இடத்திற்குப் போய்ச்சேர முடியாது. உயிரணு சேர்ந்த முட்டை பிரிந்து படர்கின்ற வேலையைச் செய்ய முடியாது. அதாவது இணைப்புத் துண்டிக்கப்படுவதால் ஏற்படும் விளைவுகள் கரு முதல் வளர்ந்த மனிதர் வரையில் பேரழிவாக இருக்கும். திசுக்களின் சாவுக்கும், உயிரியின் அழிவுக்கும் காரணமாக இருக்கும்.

இங்ஙனம் இணைப்புத் துண்டிக்கப்படுவது எப்படி ஏற்படுகிறது? கதிர்வீச்சு இணைப்பைத் துண்டிக்கிறது. கதிர்வீச்சிற்கு உட்பட்ட செல்கள் இப்படித்தான் இறக்கின்றன என்று கருதப்பட்டது. ஆனால் பல இரசாயனப் பொருட்களும் ஆக்சிஜன் ஏற்றலை ஆற்றல் உண்டாக்குவதிலிருந்து பிரிக்கும் திறன் கொண்டவை. பூச்சிக் கொல்லிகளும், களைக் கொல்லிகளும் அவற்றில் அடங்கும். ஃபீனால்கள் வளர்சிதை மாற்றத்தில் மிகுந்த பாதிப்பை ஏற்படுத்தும் என்று பார்த்தோம். உயிருக்கு ஆபத்தான முறையில் வெப்பநிலை அதிகமாகும். இது இணைப்பைப் பிரிப்பதாலேயே ஏற்படுகிறது. களைக் கொல்லிகளாகப் பயன்படுகின்ற டினிட்ரோபீனால்களும், பென்டா குளோரோபீனால்களும் இவ்வகையைச் சார்ந்தவை. இன்னொன்று 2, 4-Dகுளோரின் ஏற்றப்பட்ட ஹைடிரோ கார்பன்களில் DDT இணைப்பைப் பிரிக்கக் கூடியது.

ஆனால் உடலிலுள்ள பில்லியன் செல்களின் சிறு நெருப்புகளை அணைக்க இந்த இணைத் துண்டிப்பு மட்டுமில்லை, ஒவ்வொரு படியிலும் ஒரு குறிப்பிட்ட என்சைம் ஆக்சிஜன் ஏற்றலை வழி

நடத்தித் துரிதப்படுத்துகிறது என்று பார்த்தோம். இவற்றில் ஏதாவது ஒரு என்சைம் அழிக்கப்பட்டாலும் அல்லது வலிமை குன்றச் செய்யப்பட்டாலும் ஆக்சிடேஷன் சுழற்சி செல்லுக்குள் நின்று விடும். எந்த என்சைம் பாதிக்கப்பட்டது என்பது முக்கியமில்லை. ஏனென்றால் சுற்றும் சக்கரத்தில் ஒரு கடப்பாரையை எரிந்தால் நாம் அதனை எங்கே எரிந்தாலும் சக்கரம் நின்று விடும். அதேபோல, சுழற்சியில் எந்த இடத்தில் செயல்படும் என்சைமை அழித்தாலும் ஆக்சிடேஷன் நின்று விடும். அப்போது சக்தி உண்டாக்கப்படுவது நின்று விடும். விளைவு இணைப்பைத் துண்டிப்பதால் ஏற்படுவது போலத்தான் இருக்கும்.

ஆக்சிடேஷன் என்னும் சக்கரத்தை அழிக்க ஒரு கடப்பாரை இருப்பதைப்போல, நாம் பயன்படுத்தும் வேதிப்பொருட்களான பூச்சிக் கொல்லிகள் இருக்கின்றன. DDT, மெதோக்சிகுளோர், மலாத்தியான், டினிட்ரோ கூட்டுப் பொருட்கள் அனைத்துமே இந்த வகைப் பூச்சிக் கொல்லிகள் தான். இவை ஆக்சிடேஷன் சுழற்சியோடு தொடர்புடைய என்சைம்களைச் செயல்பட விடாமல் தடுக்கின்றன. அதாவது அவை சக்தி உண்டாக்கும் செயல்முறையைத் தடுத்து, செல்களுக்கு தேவைப்படும் ஆக்சிஜன் கிடைப்பதைக் கெடுத்து விடுகின்றன. இதன் விளைவுகள் அழிவைத் தரக் கூடியவை. அவற்றில் சில இங்கு எடுத்துக் காட்டப்படுகின்றன.

ஆக்சிஜன் நல்ல செல்களுக்குக் கிடைப்பதை ஆய்வாளர்கள் சோதனைக்காகத் தடுத்தார்கள். அதனால் செல்கள் புற்றுநோய் செல்கள் ஆகி விட்டன. இதனை அடுத்த அதிகாரத்தில் பார்க்கலாம். இதுபோல வளரும் கருக்களில் பாதிப்பு ஏற்படுவதை விலங்கு செல்களில் செய்யப்பட்ட சோதனைகள் காட்டுகின்றன. ஆக்சிஜன் குறைவால் திசுக்கள் சுருங்கி விரிவதும், உறுப்புக்கள் வளருவதும் தடைப்படுகின்றன. உடல் ஊனங்களும் ஏற்படுகின்றன. பிறப்பிலேயே உண்டாகும் குறைபாடும் ஏற்படுகின்றன.

இப்போது இத்தகைய இடர்கள் ஏற்படுவது அதிகமாகி வருகிறது. பிறப்பில் குறைபாடுகள் ஏற்படுவதை ஆராய்வது அவசியம். கதிர்வீச்சால் மட்டும் அவை ஏற்படுவதில்லை. பல வேதிப் பொருட்களும் காரணமாக இருக்கின்றன. அதேபோல, மக்கள் பெருக்கத்திலும் இது தலையிடுகிறது. ATP குறைவால் இது நேர்கிறது. கரு ஏற்படுவதற்கு முன்னரே முட்டைக்கு ATP தேவைப்படும். கருவுறும்போது அதிப்படியான ஆற்றல் தேவைப்படுகிறது. கரு செல் முட்டையைத் துளைத்து நுழைவதற்கு ATP தேவைப்படுகிறது.

செல்லின் கழுத்தில் குவிந்திருக்கும் மைட்டோ கோண்டிரியாவில் அது உண்டாகும். கருவுறுதல் ஏற்பட்ட பிறகு செல் பிரிவு தோன்றுகிறது. கரு வளர்ந்து முழுமையாவது ATP -ஆல் தரப்படும் சக்தியைப் பொறுத்தே அமையும். தவளைகள் மற்றம் கடல் அர்ச்சின்களைச் சோதித்தவர்கள் ATP ஒரு குறிப்பிட்ட அளவை விடக் குறைந்து விட்டால் முட்டை பிரிவது நின்று விட்டு இறக்கிறது என்று கண்டுபிடித்தார்கள்.

சோதனைச் சாலையிலிருந்து நீலப் பச்சை முட்டைகளை இடுகின்ற ராபின் பறவையின் கூட்டிற்குச் செல்லலாம். ஆப்பிள் மரத்தில் அந்த முட்டைகளில் ஒன்றுமில்லை. சில நாட்கள் கொழுந்துவிட்ட உயிர் நெருப்பு அணைந்து விட்டது. ஃப்ளோரிடாவின் பைன் மரங்களில் கழுகின் முட்டைகள் பொரிக்கவில்லை. ஏன் இப்படி நடந்தது? சோதனைச் சாலையில் போல் இங்கும் அவற்றிற்குத் தேவையான ATP கிடைக்கவில்லை போலும். அவற்றினை இட்ட பறவைகளின் உடலிலும், முட்டையிலும் பூச்சிக் கொல்லிகள் சேகரிக்கப்பட்டிருக்கும். அவை சக்தி தரக் கூடிய ஆக்சிடேஷனைத் தடுத்து விடுகின்றனவோ?

பறவைகளின் முட்டைகளில் பூச்சிக் கொல்லிகள் சேகரம் ஆகியிருப்பதை எளிதாகத் தெரிந்து கொள்ளலாம். DDT மற்றும் பிற ஹைடிரோ கார்பன்களின் கசடுகளை பறவைகளின் முட்டைகளில் காண முடிந்தது. கலிஃபோர்னியாவின் சோதனைகளில் கௌதாரிகளின் முட்டைகளில் அதிகம் DDT இருப்பது தெரிய வந்தது. மிச்சிகனிலும் ராபின்களின் முட்டைகளில் DDT அதிகம் இருப்பது காணப்பட்டது. ஆல்டரின் என்னும் பூச்சிக் கொல்லி பக்கத்துப் பண்ணைகளில் பயன்படுத்தப்பட்டாலும் நஞ்சூட்டப்பட்ட கோழிகள் இரசாயனப் பொருளைத் தங்கள் முட்டைகளுக்குக் கடத்தி விடுகின்றன.

இந்த நஞ்சுப் பொருட்கள் குறிப்பிட்ட என்சைம்களைச் செயலிழக்கச் செய்து சக்தி உண்டாக்கும் சுழற்சியை நிறுத்தி விடுகின்றன. எனவே இவற்றின் கசடுகளுள்ள முட்டை வளர்ச்சி அடைய முடியாது. கணக்கற்ற செல்கள் பிரிவுபட்டு, திசுக்களும், உறுப்புகளும் வளர்ந்து, உயிர்ப் பொருட்கள் எல்லாம் ஒன்றிணைந்து ஒரு உயிரை உண்டாக்க வேண்டும். இதற்கு தேவைப்படும் அதிகப்படியான ஆற்றல் ATP பைகளிலிருந்து கிடைக்க வேண்டும்.

இந்த அழிவுகள் பறவைகளுக்கு மட்டும் உரியன அல்ல. பறவைகள் பாக்டீரியாக்கள், மனிதர்கள், எலிகள் அனைத்திலுமே வளர்சிதை மாற்றச் சுழற்சிக்கு ATP தேவைப்படும். எந்த உயிரினத்திலும் பூச்சிக் கொல்லிகள் சேகரிக்கப்பட்டால் நம்மையும் அது பாதிக்கும். வேதிப் பொருட்கள் திசுக்களில் சேர்ந்து விடுகின்றன. அவை செல்களில் காணப்படுகின்றன. பறவைகள் மற்றும் பாலூட்டிகளின் பாலுறுப்புகளில் பூச்சிக் கொல்லிகள் சேர்ந்து விடுகின்றன. எல்ம் நோயைக் கட்டுப்படுத்த வேதிப் பொருட்கள் தெளிக்கப்பட்ட பகுதிகளில் ராபின் பறவைகளிலும், மொட்டுப் புழுவைக் கொல்லத் தெளிக்கப்பட்ட காடுகளில் மான்களிலும் காணப்படுகின்றன.

மனித இனத்திற்கு மொத்தத்திற்கும் மிக முக்கியமானது நமது மரபணுப் பாரம்பரியம். நமது கடந்த காலத்திற்கும் வருங்காலத்திற்குமுள்ள தொடர் சங்கிலி. பரிணாம வளர்ச்சியில் நமது மரபணுக்கள் நம்மை நாமாக ஆக்குகின்றன. நமது வருங்கால சந்ததியையும் நிர்ணயிக்கின்றன. அப்படி இருக்கும்போது மனிதன் உண்டாக்கிய பொருட்களே மரபணுச் சீர்குலைவிற்குக் காரணமாக இருக்கின்றன. இன்றைய யுகத்தின் மிகப் பெரிய ஆபத்து இது தான்.

கதிர்வீச்சுக்கும், இந்த இரசாயனப் பொருட்களுக்கும் உள்ள ஒற்றுமை தவிர்க்க முடியாதது.

உயிருள்ள ஒரு செல்லை கதிர்வீச்சு தாக்கிச் சேதப்படுத்தும் போது பல பாதிப்புகள் ஏற்படுகின்றன. செல்கள் தாமாகப் பிரிவு அடைவது தடுக்கப்படுகிறது. குரோமோசோம் கட்டமைப்பில் மாற்றங்கள் ஏற்படுகின்றன. வழிவழியாக வர வேண்டிய பொருட்களை வைத்திருக்கும் மரபு அணுக்கள் திடீரென்று மாறுதல்களுக்கு உள்ளாகும். அப்போது பின்வரும் சந்ததியில் வித்தியாசமான இயல்புகள் தோன்றும். அந்த செல் கொல்லப்பட்டால் அது புற்றுநோயாக மாறும்.

கதிர்வீச்சால் ஏற்படும் இந்த விளைவுகளை எல்லாம் சோதனைச் சாலையில் செய்து பார்த்து விட்டார்கள். அதற்குப் பல வேதிப் பொருட்களைப் பயன்படுத்தினார்கள். பூச்சிக் கொல்லிகளும், களைக் கொல்லிகளும் இந்த வேதிப் பொருட்களின் வகையைச் சேர்ந்தவை. இவை குரோமோசோம்களைச் சேதப்படுத்தி, வழக்கமான செல் பிரிவைப் பாதித்து, மாற்றங்களை உண்டாக்கும் திறன் படைத்தவை.

மரபு அணுப் பொருட்களுக்கு ஏற்படும் பாதிப்பு உடனே ஒருவரைப் பாதிக்கும்; அல்லது வருங்காலச் சந்ததியைப் பாதிக்கும்.

சென்ற நூற்றாண்டின் 20களில் எல்லாம் கதிர்வீச்சு மற்றும் வேதிப் பொருட்களின் பாதிப்பு பற்றி யாருக்கும் தெரியாது. அப்போதெல்லாம் அணு பிளக்கப்படவில்லை. கதிர்வீச்சைச் சோதனைச் சாலையில் இரசாயனப் பொருட்களைக் கொண்டு உண்டாக்க முடியும் என்பது தெரியாது. 1927இல் டெக்சாஸ் பேராசிரியர் முல்லர் உயிரியை X - கதிர்வீச்சிற்கு உட்படுத்தினால் மறு பதிப்புகளை (mutation) வருங்காலச் சந்ததியிடம் உருவாக்க முடியும் என்று கண்டுபிடித்தார். அதனால் அறிவியலிலும், மருத்துவத்திலும் புதிய களம் ஒன்று உருவாயிற்று. முல்லருக்குப் பின்னர் நோபல் பரிசு வழங்கப்பட்டது. அதன் பிறகு அறிவியல் தெரியாதவர் கூட கதிர்வீச்சின் விளைவுகளைப் பற்றித் தெரிந்து கொண்டார்கள். அதேபோல 1940களில் எடின்பரா பல்கலைக் கழக விஞ்ஞானிகள் 'மஸ்டர்ட்' வாயு குரோமோசோம்களில் நிரந்தரமான விகாரங்களை ஏற்படுத்தும் என்று கண்டுபிடித்தார்கள். கதிர்வீச்சினால் ஏற்படும் சேதத்திற்கும் இதற்கும் வேறுபாடே இருக்காது. மஸ்டர்டு வாயுவும் மறுபதிப்பு ஏற்படுத்த முடியும் என்று கண்டுபிடித்தார்கள். இங்ஙனம் முதல் இரசாயன உருமாற்றி கண்டுபிடிக்கப்பட்டது. இப்போது வேறு பல இரசாயனப் பொருட்களும் மஸ்டர்ட் வாயுவுடன் சேர்ந்து கொண்டன. எப்படி வேதிப் பொருட்கள் மரபினை மாற்றுகின்றன என்பதை அறிந்து கொள்ள உயிருள்ள செல் ஒன்றில் நிகழ்வதைப் பார்க்க வேண்டும்.

உடல் வளர வேண்டுமென்றால், பரம்பரை பரம்பரையாக உயிர் தொடர வேண்டுமென்றால், திசுக்கள் மற்றும் உடல் உறுப்புகளின் செல்கள் எண்ணிக்கையில் அதிகரிக்க வேண்டும். இது உயிரணுப் பிரிவால், உயிரணுப் பிளவால் (mitosis) நடைபெறுகிறது. பிரியப் போகிற செல்லில் முக்கியமான மாற்றங்கள் ஏற்படுகின்றன முதலில் செல் கருவிலும் (நியூக்ளியசு) பிறகு செல் முழுவதிலும் இவை நிகழ்கின்றன. நியூக்ளியசுக்குள், குரோமோசோம்கள் இயங்கிப் பிரிகின்றன. மரபினை நிர்ணயிக்கும் மரபணுக்களை பிரிந்த (மகள்) செல்களுக்குக் கிடைக்கச் செய்கின்றன. முதலில் நீளமான நூல்கள் போல ஆகின்றன. அவற்றின் மேல் மரபணுக்கள் ஒழுங்காக அமைக்கப்படுகின்றன. ஒரு மாலையில் முத்துக்கள் கோர்க்கப்படுவதைப் போல. அடுத்து குரோமோசோம் நீள வசமாகப் பிரிகிறது. மரபணுக்களும் பிரிகின்றன. ஒரு செல் இரண்டாகப் பிளக்கும் போது ஒவ்வொரு அரைப் பகுதியும் மகள்

செல்கள் ஒவ்வொன்றுக்கும் செல்கிறது. இப்படி ஒவ்வொரு புதிய செல்லும் முழுமையான குரோமோசோம்கள் தொகுதியைப் பெறும். அவற்றோடு உயிரணுச் செய்தியும் குறியீடாகச் சேர்ந்து விடும். இப்படி ஒரு இனத்தின் தன்மை காக்கப்படுகிறது. இப்படி ஒரு உயிர் அதேபோன்ற உயிரை உண்டாக்குகிறது.

கிருமி செல்கள் அமைவதில் வேறொரு விதமான செல் பிரிவு ஏற்படுகிறது. ஒரு உயிரினத்தின் குரோசோம்களின் எண்ணிக்கை மாறாது. முட்டையும், உயிர்க் கருவும் சேர்ந்து புதிய உயிர் உண்டாக வேண்டும். எனவே குறிப்பிட்ட எண்ணிக்கையில் பாதியைத் தான் கொண்டு போக வேண்டும். இங்கு குரோமோசோம்களின் நடத்தையில் ஏற்படும் துல்லியமான மாற்றம் இதைச் சாத்தியமாக்குகிறது. குரோமோசோம் பிளவு படாமல், ஒரு இணையின் ஒரு முழு குரோமோசோமும் மகன் செல்லுக்குள் போய் விடுகிறது.

இங்கே எல்லா உயிரும் ஒன்றாக இருக்காது. செல் பிரிவுபடுதல் எல்லா உயிரினங்களுக்கும் பொது. இது இல்லாமல் எந்த உயிரின் செல்லும் இருக்க முடியாது. எனவே மைடோசிசைக் குலைக்கும் எதுவும் அந்த உயிரியை மட்டுமல்ல அதன் வருங்காலச் சந்ததியையே குலைத்து விடும். மைட்டோசிஸ் உட்படச் செல் அமைப்பு 500 மில்லியன் - 1000 மில்லியன் ஆண்டுகளாக நடைபெற்று வருகிறது என்று விஞ்ஞானிகள் கூறுகிறார்கள். இந்தச் செல்களின் அமைப்பைக் கெடுக்காதிருந்தால் உயிர் வாழ்க்கை தொடரும். ஆனால் அதற்கு ஒரு தலைமுறையிலிருந்து அடுத்த தலைமுறைக்குத் துல்லியமாகச் செய்தி மாற்றப்பட வேண்டும்.

ஆனால் இதற்கும் கதிர்வீச்சாலும், வேதிப் பொருட்களாலும் ஆபத்து வந்து விட்டது.

மனித குரோமோசோம்களைப் பற்றிய ஆராய்ச்சி தொடக்க நிலையிலேயே உள்ளது. சுற்றுச்சூழலின் பாதிப்பை இப்போது தான் ஆராயத் தொடங்கி இருக்கிறார்கள். 1956இல் தான் மனித செல்லில் குரோமோசோம்களின் எண்ணிக்கை 46 என்று துல்லியமாகக் கண்டுபிடித்தார்கள். அவை இல்லாததையோ, அவற்றில் குறைபாடு இருப்பதையோ கண்டுபிடிக்க முடிகிறது. எனவே குரோமோசோம்கள் அல்லது மரபணுக்கள் ஆகியவை சுற்றுச்சூழலால் பாதிக்கப்படுவதை இப்போது தான் ஆராயத் தொடங்கி இருக்கிறார்கள். வேதிப் பொருட்கள் கதிர்வீச்சைப்

போன்ற பாதிப்பை ஏற்படுத்தும் என்பதை இன்னும் ஆராய்ந்து முடிவு செய்யவில்லை. ஆனாலும் பல விஞ்ஞானிகள் அவற்றினால் ஆபத்து என்று எச்சரிக்கிறார்கள்.

இரசாயன உருமாற்றிகளைப் பற்றி முழுவதுமாக ஆராயவில்லை. இதுவரையில் அவை அறிவியல் ஆய்வளவிலேயே நிற்கின்றன. நைட்ரஜன் மஸ்டர்டை வானிலிருந்து எல்லாவற்றின் மேலும் தெளிப்பதில்லை. அதைப் புற்றுநோய்ச் சிசிச்சைக்காகப் பயன்படுத்துகிறார்கள். ஒரு நோயாளி அத்தகைய சிகிச்சை எடுக்கும்போது குரோமோசோம்கள் சேதமடைந்தது தெரிய வந்திருக்கிறது.

இதுபற்றி அதிகக் கவனம் செலுத்தாவிட்டாலும் கூட பல பூச்சிக் கொல்லிகள் செல்களின் முக்கிய வேலைகளில் குறுக்கிடுகின்றன என்று காட்டப்பட்டிருக்கின்றது. பல தலைமுறைகள் DDT-க்கு உட்படுத்தப்பட்ட கொசுக்கள் பாதி ஆண் பாதி பெண் ஐந்துக்களாக மாறி விட்டன. பீனால்கள் தெளிக்கப்பட்ட தாவரங்களில் குரோமோசோம்கள் அழிக்கப்பட்டு, மரபு அணுக்களில் மாற்றம் ஏற்படுகின்றன. பூச்சிகளிலும் இத்தகைய மாற்றங்கள் ஏற்பட்டுள்ளன.

பென்சீன் ஹெக்சாக் குளோரைடு அல்லது லின்டேன் பயன்படுத்தப்பட்ட தாவரங்களின் வேர்களில் முண்டுகள் தோன்றி தாவரங்களே விகாரமாகி விட்டன. குரோமோசோம்கள் இரு மடங்காகி அவற்றின் செல்கள் அளவில் பெரிதாகி விட்டன. 2, 4-D என்ற களைக் கொல்லியும் தாவரங்களில் புற்றுநோய் போன்ற வீக்கங்களை உண்டாக்குகிறது. குரோசோம்கள் கட்டை குட்டையாகி ஒன்றோடு ஒன்று சேர்ந்து விடுகின்றன. இவை எல்லாம் ஒரு சில எடுத்துக்காட்டுகளே. இவை நேரடியாக பூச்சிக் கொல்லிகள் ஏற்படுத்தும் விகார விளைவுகளைப் பற்றிய ஆய்வின் முடிவுகள் இல்லை. வேறு ஆராய்ச்சிகளின் போது கிடைத்த துணைத் தகவல்களே. நேரடியான ஆய்வுகள் தேவை. சுற்றுச் சூழல் கதிர்வீச்சினால் ஏற்படும் பாதகங்களை ஒத்துக் கொள்ளும் அறிவியலறிஞர் சிலர் மெட்டாஜனிக் வேதிப் பொருட்கள் அதுபோன்ற பாதிப்பை ஏற்படுத்துமா என்று ஐயப்படுகிறார்கள். ஏனென்றால் கதிர் வீச்சு அனைத்தையும் ஊடுருவிச் செல்லும் ஆற்றலுள்ளது. வேதிப் பொருட்கள் அப்படிக் கிருமி செல்களுக்குள் போக முடியுமா என்பதே அவர்கள் கேள்வி. இது பற்றி நேரடியான ஆய்வு தேவை தான். ஆனால் பறவைகள் மற்றும் பாலூட்டிகளின் கிருமி செல்களில் DDT-யின் கசடுகள்

சேர்ந்திருப்பது காட்டப்பட்டிருக்கிறது. இது குளோரினேற்றப்பட்ட ஹைடிரோ கார்பன்கள் உடலில் எல்லாப் பாகங்களிலும் பரவி மரபுக் கருக்களையும் அடைகின்றன என்பதையே உறுதி செய்கிறது. டேவிட் டேவிஸ் என்ற பென்சில்வேனியா மாநிலப் பல்கலைக் கழகப் பேராசிரியர் செல்கள் பிரிவதைத் தடுக்கும் ஒரு வேதிப் பொருளைக் கண்டுபிடித்திருக்கிறார். இது புற்றுநோய் சிகிச்சையில் பயன்படுகிறது. பறவைகளின் இனப் பெருக்கத்தையும் தடுக்கக் கூடியது. எனவே சுற்றுச் சூழலில் உள்ள வேதிப் பொருட்கள் உயிரின் மரபுச் செல்களைப் பாதிக்காமல் செய்ய முடியும் என்று நம்ப முடியாது.

குரோமோசோம்களில் விகாரமான நிலைகளை ஆராய்ந்த மருத்துவத் துறை முடிவுகள் கவனிக்கத் தக்கவை. 1959இல் பிரிட்டிஷ், பிரெஞ்ச் விஞ்ஞானிகள் நடத்திய சோதனையில் குரோமோசோம்களின் எண்ணிக்கையைப் பாதிப்பதால் நோய் உண்டாகிறது என்று தெரிய வந்தது. மங்கோலாய்ட் என்னும் மன நோயுள்ளவர்களின் குரோமோசோம்கள் 46-ஐ விட ஒன்று கூட இருக்கிறது. தனியாக உள்ள இந்த குரோமோசோம் எண்ணிக்கையை 47-ஆக ஆக்கி விடுகிறது. இந்தக் குறைபாட்டின் காரணம் முந்தைய தலைமுறையில் தோன்றியிருக்க வேண்டும்.

லியூகேமியா என்ற இரத்தப் புற்றுநோயினால் பாதிக்கப் பட்டவர்களின் சில இரத்த செல்கள் வித்தியாசமாக இருந்தன. ஒரு வகை இரத்தப் புற்றுநோயில் குரோமோசோமின் ஒரு பகுதியில் இழப்பு ஏற்படுகிறது. ஆனால் தோல் செல்களில் சரியான எண்ணிக்கைக் குரோமோசோம்களே இருந்தன. அதாவது குரோமோசோம்களின் குறைபாடு கிருமி செல்களில் ஏற்படவில்லை. அந்த மனிதரின் வாழ்க்கையில் ஏற்பட்ட சேதம் என்று தெரிய வருகிறது.

இதுபோலவே பால் குரோமோசோம்களில் ஒன்று இரட்டிப்பாக்கி விடுகிறது. இதனால் அவர் ஆணாக இருக்கிறார். ஆனால் X குரோமோசோம்கள் இரண்டிருக்கின்றன. அதாவது ஆணுக்கு இருக்க வேண்டிய XY-க்குப் பதிலாக XXY-ஆக இருக்கிறது. இதுபோலவே ஒருவர் ஒரு பால் ஹார்மோனைப் பெறுகிறார். அவர் XX அல்லது XY-ஆக இருக்க வேண்டும். ஆனால் XO-ஆக ஆகிறது. பெண் தான், ஆனால் பெண்ணுக்குரிய பல இயல்புகள் இருக்காது. இதனால் உடல் மனக் குறைபாடுகள் ஏற்படுகின்றன.

குரோமோசோம்களில் ஏற்படும் குறைபாடுகள் பற்றி இப்போது பல ஆராய்ச்சிகள் நடைபெற்று வருகின்றன. இப்போதைய ஆய்வு முடிவுகளின்படி அதிகப்படியான குரோமோசோம் ஆபத்தானது. உயிர்க்கரு வளரத் தடைசெய்கிறது. மூன்று நிலைகள் மட்டும் காணப்படுகின்றன. ஒன்று மங்கோலிசம். அதிகப்படியான குரோமோசோம் ஒட்டிக் கொண்டிருக்கும். இதனால் சேதம் இருந்தாலும் ஆபத்தில்லை. இதுபோன்ற நிலை மனவளர்ச்சி குன்றியது உட்பட்ட பல குறைபாடுகளுடன் குழந்தை பிறப்பதற்கு காரணமாக இருக்கலாம்.

குரோமோசோம் குறைபாடுகளின் விளைவுகளைப் பற்றி - அதனால் ஏற்படும் நோய்கள் பற்றி விஞ்ஞானிகள் ஆராய்கிறார்களே தவிர அவற்றின் காரணங்களைக் கண்டுபிடிக்க முடியவில்லை. இவற்றிற்கு ஒரு காரணம் மட்டும் தான் இருக்கும் என்று கூற முடியாது. ஆனால் சுற்றுச் சூழலிலுள்ள வேதிப் பொருட்களும் காரணமாக இருக்கலாம் அல்லவா? ஏனெனில் அவை நேரடியாகக் குரோமோசோம்களைத் தாக்குகின்றன.

இது நமது மரபுப் பாரம்பரியத்தையே அழிக்க வல்லது. இரண்டு பில்லியன் ஆண்டுகளின் பரிணாம வளர்ச்சியின் பயன். இது நம்மிடம் சிறிது காலம் தான் இருக்கும். பிறகு நமது சந்ததிக்குச் செல்ல வேண்டும். இதனைப் பாதுகாக்க நாம் ஒன்றும் செய்யவில்லை. வேதிப் பொருட்கள் அவற்றின் நச்சுத் தன்மைக்குச் சோதிக்கப்படுகின்றன. ஆனால் அவற்றின் தயாரிப்பாளர்கள் அவை மரபணுக்களை எப்படிப் பாதிக்கின்றன என்று சட்டப்படி சோதித்துக் காட்ட வேண்டிய அவசியமில்லை.

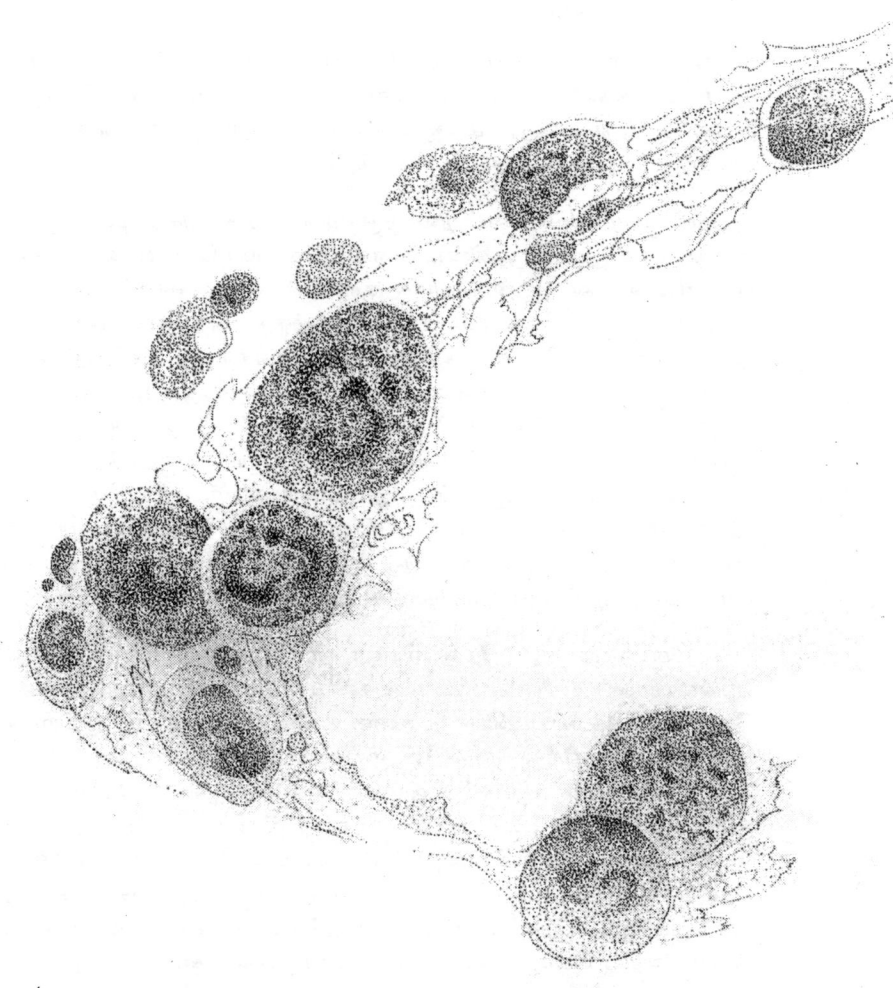

14. நான்கில் ஒன்று

புற்றுநோய்க்கு எதிரான போர் நெடுங்காலத்திற்கு முன்னரே தோன்றி விட்டது. இயற்கையான சூழலில் அது தோன்றியிருக்க வேண்டும். இந்த பூமியிலுள்ள உயிரினம், சூரியன், புயல், பூமியின் தொன்மையாக இருந்த தன்மை ஆகியவற்றினை மூலாதாரமாகக் கொண்ட தாக்கங்களுக்கு உட்பட்டிருக்க வேண்டும். சுற்றுச்சூழலின் சில கூறுகள் சில ஆபத்துக்களைத் தோற்றுவித்தன. உயிர் அவற்றிற்குத் தக்கத் தன்னை மாற்றிக் கொள்ள வேண்டும்; அல்லது அழிய வேண்டும். சூரியனுடைய புற ஊதாக் கதிர்கள்

புற்றுநோயைத் தோற்றுவிக்கும். சில பாறைகளிலிருந்து வரும் கதிர் வீச்சுக்கள் அல்லது மண்ணிலிருந்தும் பாறைகளிலிருந்தும் நீரால் அடித்து வரப்படும் ஆர்சனிக் உணவிலும் நீர் நிலைகளிலும் கலப்பதும் புற்றுநோயை உண்டாக்கும்.

உயிர் வாழ்க்கை தோன்றுவதற்கு முன்னரே சுற்றுச் சூழலில் இந்த ஆபத்துக்கள் இருந்திருக்கின்றன. எனினும் உயிர் தோன்றி வளர்ந்தது. பல மில்லியன் ஆண்டுகளாக கணக்கில்லா எண்ணிக்கையில், முடிவில்லா வகைகளில் உயிர் வாழ்ந்து கொண்டிருக்கிறது. இயற்கைக்கே உரிய காலகதியில் யுக யுகங்களாக, உயிர் அழிவுச் சக்திகளுக்குத் தக்கத் தன்னை மாற்றி அமைத்துக் கொண்டது. தகுதியானவை மட்டுமே தேர்வு செய்யப்பட்டுச் சூழலுக்கு ஏற்ப மாற்றிக் கொள்ளாத உயிர்கள் அழிந்து போயின. எதிர்த்து நிற்கக் கூடியவை மிஞ்சின. இந்தப் புற்றுநோயை உண்டாக்கும் கருவிகள் இன்னும் இருக்கத்தான் செய்கின்றன. எனினும் அவற்றின் எண்ணிக்கை குறைந்துவிட்டது. அவையும் உயிர் வாழ்வதற்குப் பழக்கப்படுத்திக் கொண்ட சக்திகளாகவே இருக்கின்றன.

ஆனால் மனிதன் தோன்றியவுடன் நிலைமை மாறிவிட்டது. ஏனென்றால் உயிரினங்களில் மனிதன் மட்டும் தான் புற்றுநோயைத் தோற்றுவிக்கக் கூடிய பொருட்களை உண்டாக்க முடியும். இவற்றை மருத்துவ மொழியில் 'கார்சினோஜன்கள்' (புற்றுத் தூண்டிகள்) என்று அழைக்கிறார்கள். மனிதன் உண்டாக்கிய சில கார்சினோஜன்கள் பல நூற்றாண்டுகளாக இயற்கையில் கலந்து விட்டிருக்கின்றன. எடுத்துக் காட்டு: புகை. புகையில் ஹைடிரோ கார்பன்கள் உள்ளன. தொழிற் புரட்சிக்குப் பிறகு உலகம் மிக வேகமான மாற்றத்தைச் சந்தித்து வந்திருக்கிறது. இயற்கையான சூழலுக்குப் பதிலாக அதனிடத்தில் புதிய வேதிப் பொருட்கள் நிறைந்த செயற்கைச் சூழலை உருவாக்கி விட்டோம். இந்த வேதிப் பொருட்களும், இயற்பியல் கருவிகளும் உயிரியல் மாற்றங்களைத் தூண்டக் கூடியவை. மனிதன் உண்டாக்கிய கார்சினோஜன்களிலிருந்து காப்பாற்றிக் கொள்ள மனிதனுக்குப் பாதுகாப்பு இல்லை. மனிதனுடைய உயிரியல் மரபு மிக மெதுவாகப் பரிணாம வளர்ச்சி பெற்றது போல, புதிய சூழலுக்குத் தம்மை மாற்றிக் கொள்வதும் மெதுவாகவே நடைபெறுகிறது. அதன் விளைவாக இந்தச் சக்தி மிக்க பொருட்கள் மனிதனுடைய பாதுகாப்பு வளையத்தை எளிதாகத் துளைத்துவிட முடியும்.

புற்றுநோயின் வரலாறு நீண்டது. ஆனால் அது எதனால் ஏற்படுகிறது என்பதைப் புரிந்து கொள்வது மெதுவாகத் தான்

நடந்தது. இரண்டு நூற்றாண்டுகளுக்கு முன்னர் லண்டன் மருத்துவரான சர் பெர்சிவல் பாட் என்பவர் தான் முதன் முதலில், வெளிக் கருவிகள் அல்லது சுற்றுச் சூழல் சக்திகள் புற்றுநோயை உண்டாக்கும் என்று கண்டுபிடித்தார். அப்போது புகைக் கூண்டைச் சுத்தம் செய்பவர்களுக்குப் புற்றுநோய் வரும். அதற்குக் காரணம் புகை தான் என்று அவர் கருதினார். அதனை அவரால் அப்போது நிரூபிக்க முடியவில்லை. ஆனால் இப்போது அவர் கூறியது சரி என்று காட்டப்பட்டுவிட்டது.

எனினும் அவர் கூறிய கருத்து சரியான முறையில் ஆராயப்படுவதற்கு ஒரு நூற்றாண்டு ஆயிற்று. சுற்றுச் சூழலில் உள்ள வேதிப் பொருட்களைத் தொடுவதாலும், முகர்வதாலும், விழுங்குவதாலும் புற்றுநோய் வரலாம் என்பது அப்போது தெரியவில்லை. தாமிரம் தயாரிக்கும் இடங்கள், தகரப் பட்டறைகளில் வேலை பார்ப்பவர்கள் ஆர்சனிக் புகையினால் பாதிக்கப்பட்டு அவர்களுக்குத் தோல் புற்றுநோய் வந்திருக்கிறது என்பது தெரிந்தது. கோபால்ட் சுரங்கங்கள், யுரேனியச் சுரங்கங்கள் ஆகியவற்றில் வேலை செய்பவர்களின் நுரையீரல் பாதிக்கப்பட்டது. பின்னர் அது புற்றுநோயென்று கண்டுபிடித்தார்கள். ஆனால் அவை எல்லாம் தொழில் புரட்சிக்கு முந்தியவை.

பத்தொன்பதாம் நூற்றாண்டின் இறுதியில் தான் புற்றுநோய் எவ்வாறு ஏற்படுகிறது என்பது புரியத் தொடங்கிற்று. லூயி பாஸ்டர் தொற்று நோய்களுக்குக் காரணம் நுண்ணியிர்கள் என்று காட்டினார். அதே சமயம் புற்றுநோய்க்கு இரசாயனப் பொருட்கள் காரணம் என்பதையும் கண்டுபிடித்தார்கள். லிக்னைட் தொழிற்சாலைகளில் வேலை செய்பவர்களுக்குத் தோல் புற்றுநோய் வந்தது. தார் முதலியவற்றோடு புழங்குபவர்களுக்கும் புற்றுநோய் ஏற்பட்டது.

நூற்றாண்டு இறுதிக்குள் தொழிற்சாலைகளினால் ஏற்படும் புற்றுநோய்க்கு ஆறு இரசாயனக் காரணிகள் தெரிய வந்தன. இருபதாம் நூற்றாண்டில் இது பல மடங்காகப் பெருகி விட்டது. அவை தொழிற்சாலைகளில் மட்டுமின்றிச் சுற்றுச் சூழல் முழுவதும் பரலவாக இருக்கின்றன. எனவே புற்றுநோயால் பாதிப்பப்படுவோரின் எண்ணிக்கை மிக அதிமாகி விட்டது.

எண்ணிக்கை அதிகமாக ஆகியிருக்கிறது என்பதற்குப் பல அறிக்கைகள் ஆதாரமாக இருக்கின்றன. 1955 சூலை புள்ளி விபரம் புற்றுநோயால் பாதிக்கப்பட்டு இறப்போர் 15

மில்லியன் என்று கூறுகிறது. அமெரிக்கன் புற்றுநோய்க் கழகம், 45,000,000 அமெரிக்கர்கள் இப்போது (1960களில்) புற்றுநோயால் பாதிக்கப்படுவார்கள் என்று கூறுகிறது. அதாவது மூன்று குடும்பங்களில் இரண்டில் புற்றுநோய் தாக்கும்.

குழந்தைகள் பாதிக்கப்படுவது நமக்கு மனக் கலக்கத்தை ஏற்படுத்துகிறது. கால் நூற்றாண்டுக்கு முன்னர் குழந்தைகளில் புற்றுநோய் என்பது அபூர்வம். ஆனால் இன்று அமெரிக்கப் பள்ளிக் குழந்தைகள் வேறு நோய்களை விடப் புற்றுநோயால் அதிகம் இறக்கின்றன. பாஸ்டன் நகரம் குழந்தைகளின் புற்றுநோய்ச் சிகிச்சைக்கென்று தனி மருத்துவமனையை முதன் முதல் அமெரிக்காவில் ஆரம்பித்திருக்கிறது. ஒன்று முதல் பதினான்கு வயதுள்ள குழந்தைகள் இறப்பில் 12 விழுக்காடு புற்றுநோயால் இறக்கிறார்கள். ஐந்து வயதுக் குழந்தைக்குக் கூடப் புற்றுநோய் இருக்கிறது. பல சிசுக்கள் பிறப்பின் போதே இந்நோயால் பாதிக்கப்பட்டிருக்கின்றன. இதற்குக் காரணம் தாய் கருத்தரிப்பின் போது புற்றுநோய் உண்டாக்கும் பொருட்களுக்கு உட்படுத்தப்பட்டது தான். அவை தண்ணீர் குடத்தைத் துளைத்துக் கொண்டு கருத்திசுக்களைப் பாதிக்கின்றன. ஃப்ளோரிடாப் பல்கலைக் கழகப் பேராசிரியர் டாக்டர் பிரான்சிஸ் ரே "சாப்பாட்டில் இரசாயனப் பொருட்களைச் சேர்ப்பதால் நாம் குழந்தைகளுக்குப் புற்றுநோயைக் கொடுக்கிறோம். இவற்றின் விளைவுகள் ஒன்றிரண்டு தலைமுறைகளுக்குப் பிறகு தான் தெரியும்," என்று எச்சரிக்கிறார்.

நமக்கு முன்னால் இருக்கும் பிரச்சினை இயற்கையைக் கட்டுப்படுத்துவதற்காக நாம் பயன்படுத்தும் வேதிப் பொருட்கள் புற்றுநோயை உண்டாக்க நேரடியாகவோ மறைமுகமாகவோ காரணமாக இருக்குமா என்பது தான். விலங்குகளின் மேல் செய்யப்பட்ட சோதனைகளிலிருந்து பூச்சிக் கொல்லிகளில் ஐந்து அல்லது ஆறு இரசாயனப் பொருட்கள் கார்சினோஜன்கள் என்று தெரிய வந்திருக்கிறது. ஆனால் மனிதர்களிடத்தில் இரத்தப் புற்றுநோயை உண்டாக்கும் வேதிப் பொருட்களையும் சேர்த்துக் கொண்டால் எண்ணிக்கை இன்னும் அதிகமாகலாம். ஆனால், இங்கு ஆதாரங்கள் சந்தர்ப்ப சூழலைப் பொறுத்திருக்கின்றன. ஏனென்றால் நாம் மனிதர் மேல் இந்த ஆராய்ச்சிகளைச் செய்ய முடியாது. எனினும் கூடக் கவனத்தில் கொள்ளக் கூடியவை.

பூச்சிக் கொல்லிகளில் முதலில் புற்றுநோயுடன் தொடர்புடைய தாகக் கண்டறியப்பட்டது ஆர்சனிக். இது சோடியம் ஆர்சனைட்டாகக்

களைக் கொல்லிகளிலும், கால்சியம் ஆர்சனேட் முதலான கூட்டுப் பொருட்களாகப் பூச்சிக் கொல்லிகளிலும் இருக்கின்றன. மனிதனிலும், விலங்குகளிலும் ஆர்சனிக் புற்றுநோயை ஏற்படுத்துகிறது என்பது வரலாற்று உண்மை. டாக்டர் ஹூப்பர் தனது கட்டுரையில் ஒரு எடுத்துக்காட்டு தருகிறார். சிலேசியாவிலுள்ள ரெய்ச்சன்ஸ்டெய்லன் என்ற நகரில் பல ஆயிரம் ஆண்டுகளாக தங்கம் மற்றும் வெள்ளி தாதுப் பொருட்கள் வெட்டி எடுக்கப்பட்டு வந்தன. பல நூற்றாண்டுகளாக ஆர்சனிக் தாதுப் பொருட்களை எடுத்து வருகிறார்கள். சுரங்கங்களை ஒட்டி ஆர்சனிக் கழிவுப் பொருட்கள் சேர்ந்தன. அவை மலைகளிலிருந்து வரும் நீரோடைகளில் அடித்துச் செல்லப்பட்டன. இதனால் நிலத்தடி நீர் மாசுபட்டது. குடி தண்ணீரில் ஆர்சனிக் கலந்து பல நூற்றாண்டுகளாக அந்தப் பகுதி மக்கள் ரெய்ச்சன்ஸ்டெய்ன் நோயினால் பாதிக்கப்பட்டார்கள். கல்லீரல், தோல், ஜீரண மண்டலம், நரம்பு மண்டலம் ஆகியவை பாதிக்கப்பட்டன. புற்றுநோயும் சாதாரணம். எனினும் இந்நோய் இப்போது அப்பகுதியில் இல்லை. ஏனென்றால் 20, 30 மாதங்களுக்கு முன்னர், ஆர்சனிக் கலக்காத குடி தண்ணீர் வழங்கப்பட்டது. ஆனால் அர்ஜன்டினாவில் ஆர்சனிக் நஞ்சு தொடர்ந்து பாதிப்பை ஏற்படுத்தி வருகிறது. இங்கு ஆர்சனிக் மலைகளிலிருந்து கரைந்து வந்து குடிநீரை மாசுபடுத்துகின்றது. இதனால் தோல் புற்றுநோய் இங்கு அதிகம் காணப்படுகிறது.

எனினும் இப்பகுதிகளில் நடந்ததைப் போலவே, ஆர்சனிக் கலந்த பூச்சிக் கொல்லிகளைப் பயன்படுத்தி ஒரு சூழலை உருவாக்க முடியும். அமெரிக்காவில் புகையிலைத் தோட்டங்களிலும், பழத் தோட்டங்களிலும் ஆர்சனிக் பயன்படுத்தப்படுகிறது. ஆர்சனிக்கினால் இந்நிலை ஏற்பட வாய்ப்புண்டு.

ஆர்சனிக் மாசு மனிதனையும், விலங்குகளையும் ஒரு சேரப் பாதிக்கிறது. சாக்சனியில் வெள்ளி மற்றும் ஈயம் எடுப்பவர்கள் ஆர்சனிக் புகைகளைக் காற்றில் கலக்க விடுவார்கள். இது சுற்றிலும் பரவிச் சென்று தாவரங்களில் படியும். இதனைத் தின்கின்ற குதிரைகள், பசுக்கள், ஆடுகள், பன்றிகள் ஆகியவற்றில் எல்லாம் முடிகள் உதிர்ந்து, தோல் தடித்து விட்டது. அருகிலுள்ள காடுகளில் வசித்த மான்களின் தோலில் நிறடுமாறிக் கட்டிகள் வந்தன. ஒரு மானுக்குப் புற்றுநோய் வந்தது. செம்மறி ஆடுகளுக்கு மூக்கில் புற்றுநோய் கண்டது. அவை இறந்த பிறகு அவற்றைச் சோதித்ததில் அவற்றின் மூளையிலும், கல்லீரலிலும் ஆர்சனிக் இருந்தது கண்டுபிடிக்கப்பட்டது. புற்றுநோயும் இருந்தது. அந்தப் பகுதியில்

வண்டுகள் முதல் பூச்சிகள் அதிக அளவில் இறந்தன. ஆர்சனிக் தூள் ஓடைகளில் அடித்துச் செல்லப்பட்டதால், குட்டைகளிலும் சேர்ந்து மீன்கள் இறந்தன.

புதிய கரிமச் பூச்சிக் கொல்லிகளிலும் கார்சினோஜன் இருக்கிறது. இது அந்துப் பூச்சிகளைக் கட்டுப்படுத்தப் பயன்படுத்தும் வேதிப் பொருள். இது போன்றவற்றைத் தடைசெய்ய இயற்றப்படும் சட்டங்கள் நடைமுறைக்கு வருவதற்கு முன்னரே கார்சினோஜன்களுக்கு மக்கள் உட்படுத்தப்பட்டு விடுகிறார்கள். மேலும் இன்று பாதுகாப்பானது என்று அறிவிக்கப்படுவது நாளையே ஆபத்தானது என்று தெரிய வரலாம்.

இந்தக் குறிப்பிட்ட வேதிப் பொருளை 1955இல் புகுத்துவதற்கு முன்னர், தயாரிப்பாளர் இதனைத் தெளிப்பதால் ஏற்படும் எச்சங்கள் பாதுகாப்பானது என்று கூறினார். விலங்குகளின் மேல் சோதனைச் சாலைகளில் நடத்திய ஆய்வின் முடிவுகளை அவர் காட்டினார். ஆனால் உணவு மற்றும் மருந்து காப்புத் துறையில், சோதனை விளைவுகளின்படி அவ் வேதிப் பொருள் புற்றுநோயை உண்டாக்கக் கூடியது என்று கூறியது. ஆனால் தயாரிப்பாளர் மேல் முறையீடு செய்து அதனை இரண்டு ஆண்டுகள் விற்பனை செய்ய அனுமதி பெற்றார். அதாவது பொது மக்கள் அந்த மருந்தினை ஆராய்வதற்கு விலங்குகளை போலப் பயன்படுத்தப்பட்டார்கள். இரண்டு ஆண்டுகள் சோதனைச் சாலையில் நாய்கள் மேலும், எலிகள் மேலும் சோதித்துப் பார்த்ததில் அந்தப் பூச்சிக் கொல்லி ஒரு கார்சினோஜன் என்று நிரூபணம் ஆயிற்று. கடைசியாக மூன்று ஆண்டுகள் கழித்து அது தடை செய்யப்பட்டது.

இவை மட்டுமில்லை. DDT-யும் கல்லீரல் புற்றுநோயை உண்டாக்குவதாகச் சந்தேகப்பட்டார்கள். உணவு மற்றும் மருந்துக் கட்டுப்பாட்டு அறிவியலறிஞர் புற்றுநோயைக் கண்டுபிடித்தவுடன் எப்படி இதனை வகைப்படுத்துவது என்று தெரியாமல் இருந்தார்கள். டாக்டர் ஹூப்பர் DDT-யை வேதிப் பொருள்களாலான கார்சினோஜன் என்று தரம் பிரிக்கிறார். கார்பனேட் வகையைச் சார்ந்த இரண்டு களைக் கொல்லிகள் எலிகளில் தோல் புற்றுநோயைத் தோற்றுவிக்கின்றன என்று கண்டுபிடித்திருக்கிறார்கள். களைக் கொல்லியான அமினோடிரையசோல் விலங்குகளில் தைராய்டுப் புற்றுநோயை உண்டாக்குகிறது. 1959இல் இதனை கிரான்பெரித் தோட்டங்களில் தவறாகப் பயன்படுத்தினார்கள். இதன் கசடுகள் அவர்கள் விற்ற கிரான்பெரிகளில் இருந்தன. இதனை அரசு

கைப்பற்றியது. எனினும் மருத்துவர்கள் கூட இவ்வேதிப் பொருள் புற்றுநோயை உண்டாக்காது என்று வாதிட்டார்கள். ஆனால் உணவு மற்றும் மருந்துக் கட்டுப்பாட்டுத் துறை ஆய்வகத்தில் எலிகளில் மேல் சோதித்து இது கார்சினோஜன் என்று நிரூபித்தது. எலிகளுக்குத் தைராய்டுப் புற்றுநோய் வந்தது. மனிதனுக்கு அமினோடிரையசோர் எந்த அளவுக்குக் கொடுத்தால் இந்நோய் வரும் என்பது உறுதியாகவில்லை. ஆனால் புற்றுநோயை உண்டாக்கும் என்பது மட்டும் நிச்சயம்.

புதிய குளோரினேற்றப்பட்ட ஹைடிரோ கார்பன்கள் மற்றும் பிற தாவரக் கொல்லிகளின் முழுப் பாதிப்பு பற்றியும் போதுமான தகவல்கள் இல்லை. ஏனென்றால் பல புற்றுநோய் அறிகுறிகள் வெளியில் தோன்ற நெடுங்காலம் எடுத்துக் கொள்கின்றன. எடுத்துக்காட்டாக, *1920*களில், கடிகாரங்களில் ஒளிரக் கூடியப் பூச்சுக்களைப் பூசுகின்ற பெண்கள் தங்களை அறியாமல் தூரிகைகளை உதட்டில் வைத்து விடுவார்கள். அவர்களுக்குப் பதினைந்து ஆண்டுகள் கழித்து எலும்புப் புற்றுநோய் வந்தது. இதுபோல வேதிப் பொருளாலான கார்சனோஜன்களுக்குத் தொழிலால் உட்படுத்தப்பட்டவர்களுக்கு *15* முதல் *30* ஆண்டுகள் கழிந்த பிறகே புற்றுநோய் தெரிய வந்தது. ஆனால் பூச்சிக் கொல்லிகள் பயன்படுத்தத் தொடங்கி (இந்த நூலை எழுதும்போது) சிறிது காலமே ஆகிறது. இவற்றினால் ஏற்படும் பாதிப்புகள் குறிப்பாகப் புற்றுநோய் ஏற்படுதல் இப்போது தெரியாது.

எனினும் ஒரு விதிவிலக்கு உண்டு. அது தான் இரத்தப் புற்றுநோய். ஹிரோஷிமாவில் உயிர் பிழைத்தவர்களுக்கு அணுகுண்டு வெடித்து மூன்று ஆண்டுகளுக்குப் பிறகு இரத்தப் புற்றுநோய் வந்தது. எனவே உள்ளுக்குள்ளேயே நோய் இருப்பது வெளியில் தெரியச் சிறிது காலம் போதும். இதுபோலவே வேறு வகையான புற்றுநோய்களும் விரைவில் வெளியில் தெரிந்து விடும்.

புதிய இரசாயனப் பூச்சிக் கொல்லிகளைப் பயன்படுத்தத் தொடங்கிய காலத்திலிருந்து, இரத்தப் புற்றுநோயும் அதிகரித்து விட்டது. அமெரிக்கத் தேசியப் புள்ளி விபர அலுவலகம் இரத்தத்தை உண்டாக்கும் திசுக்களில் புற்றுநோய் அதிகரித்திருப்பதைச் சுட்டிக் காட்டுகிறது.

1950 - 12,290 இறப்புகள் - இரத்தம், கணநீர் புற்றுநோய்.

1960 - 16,690 இறப்புகள் - இரத்தம், கணநீர் புற்றுநோய்.

1970 - 25,400 இறப்புகள் - இரத்தப் புற்றுநோயால் மட்டும்.

இப்படிப் புற்றுநோயால் பாதிக்கப்படுபவர்களின் எண்ணிக்கை அமெரிக்காவில் மட்டும் கூடவில்லை. உலகம் முழுவதுமே காணப்படுகிறது. இரத்தப் புற்றுநோயால் இறப்பவர்களின் எண்ணிக்கை ஆண்டுக்கு 4 முதல் 5 சதவீதம் அதிகரிக்கிறது. இதற்கு என்ன பொருள்? இப்படி அதிகரிக்க எந்த நச்சுப் பொருள் காரணமாக இருக்கிறது?

உலகப் புகழ் பெற்ற மேயோ மருத்துவமனையில் நூற்றுக்கணக்கான இரத்தப் புற்றுநோயாளிகள் சிகிச்சைக்கு வருகிறார்கள். அவர்களெல்லாம் ஏதாவது இரசாயனப் பொருளுக்கு உட்படுத்தப்பட்டிருக்கிறார்கள். அவற்றில் DDT, குளோர்டேன், பென்சீன் முதலான தெளிப்புகள் அடங்கும். அந்த மருத்துவமனையின் நிபுணர் டாக்டர் ஹார்கிரேவ்ஸ், “சுற்றுச் சூழல் சம்பந்தப்பட்ட நோய்கள் பத்தாண்டுகளில் அதிகரித்திருக்கின்றன,” என்று கூறுகிறார். இரத்தப் புற்றுநோயாளிகளில் பெரும்பாலோர் பல ஹைடிரோ கார்பன்கள், குறிப்பாகப் பூச்சிக் கொல்லிகளால் பாதிக்கப்பட்டிருக்கிறார்கள் என்று கருதுகிறார். இரத்தப் புற்றுநோய்கள், இரத்த சோகை, ஹாட்சின் நோய் ஆகிய இரத்தம் சம்பந்தமான நோய்களால் பாதிக்கப்பட்ட எல்லா நோயாளிகளும் சுற்றுச் சூழலில் காணப்படும் வேதிப் பொருட்களால் பாதிக்கப்பட்டிருக்கிறார்கள் என்று கூறுகிறது அவரது அறிக்கை.

அவருடைய நோயாளிகளின் நிகழ்வு ஆய்வு என்ன கூறுகிறது? ஒரு பெண்ணுக்குச் சிலந்திகள் மேல் வெறுப்பு. எனவே DDT-யும் பெட்ரோலியமும் கலந்து ஏரிசால் தெளிப்பை எடுத்துக் கொண்டு நிலவறைக்குச் சென்றார். ஒரு இடம் விடாமல் எல்லா இடங்களிலும் தெளித்தார். தெளித்து முடித்தவுடன் மயக்கமும் நரம்புத் தளர்ச்சியும் ஏற்பட்டன. சில நாட்களில் இது சரியாகி விட்டது. எதனால் அப்படி ஏற்பட்டது என்பது பற்றிக் கவலைப்படாமல் மீண்டும் செப்டம்பரில் இரண்டு முறை தெளித்தார். ஒவ்வொரு முறையும் நோய் ஏற்பட்டு, சரியாகி விட்டது. மூன்றாவது முறை தெளித்தவுடன் புதிய அறிகுறிகள் தோன்றின. காய்ச்சல், மூட்டு வலி, சோர்வு, கால் வலி முதலியன ஏற்பட்டன. அவரைத் சோதித்த டாக்டர் ஹார்சிடாவஸ் அவருக்கு இரத்தப் புற்றுநோய் இருப்பதைக் கண்டுபிடித்தார். அடுத்த மாதம் அந்தப் பெண் இறந்து விட்டார்.

ஹார்கிவேக்சினுடைய இன்னொரு நோயாளியின் அலுவலகத்தில் மூட்டைப்பூச்சி அதிகம். எனவே ஒரு ஞாயிற்றுக் கிழமை மெதிலேற்றப்பட்ட நாப்தலீனில் கரைத்த DDT-யைத் தெளித்தார். சிறிது நேரத்தில் பல இடங்களில் இருந்து இரத்தம் வரத் தொடங்கியது. எலும்பு மச்சை பாதிக்கப்பட்டு அவினாஸ்டிக் இரத்த சோகை ஏற்பட்டு விட்டது. அடுத்த பல மாதங்கள் அவருக்கு 59 முறை இரத்த சோகை ஏற்பட்டது. ஓரளவு குணம் அடைந்த அவர் ஒன்பது ஆண்டுகளுக்குப் பிறகு இரத்தப் புற்றுநோய் கண்டு இறந்து விட்டார்.

வேதிப் பொருட்களுக்கும் இரத்தப் புற்றுநோய்க்கும் தொடர்பு இருப்பதை அமெரிக்காவிலும் பிற நாடுகளிலும் ஆய்வாளர்கள் எடுத்துக் காட்டியிருக்கிறார்கள். விவசாயிகள் தங்கள் நிலத்தில் மருந்து தெளிக்கப்படுவதால் நோய் வாய்ப்பட்டிருக்கிறார்கள். செக்கோஸ்லேவியாவில் இரண்டு இளைஞர்கள் பூச்சிக் கொல்லி மூட்டைகளை (பென்சீன் ஹெக்சாக் குளோரைடு) ஏற்றி இறக்கி வேலை செய்தார்கள். எட்டு மாதங்களுக்குப் பிறகு ஒருவனுக்கு இரத்தப் புற்றுநோய் வந்தது. ஒன்பது நாட்களில் இறந்து விட்டான். அவனுடைய நண்பனுக்கும் காய்ச்சல் வந்தது. எளிதில் களைப்படைந்தான். மருத்துவமனையில் சேர்த்தார்கள். அவனுக்கும் இரத்தப் புற்றுநோய். அவனும் இறந்து விட்டான்.

இதேபோல ஸ்வீடன் நாட்டு விவசாயி ஒருவர் அறுபது ஏக்கர் நிலத்தில் DDT-யையும் பென்சீன் ஹெக்சாக் குளோரைடையும் தெளித்தார். காற்றில் தூசி மண்டலம் அவரைச் சுற்றி வந்தது. மாலையில் மிகுந்த களைப்படைந்தார். முதுகு வலி, கால் வலி. மருத்துவமனையில் ஒரு வாரம் கழித்துச் சேர்ந்தார். அவருடைய இரத்தத்தில் அணுக்கள் வித்தியாசமாக இருந்தன. இரண்டரை மாதங்களில் இறந்து விட்டார். அவருடைய எலும்பு மச்சை கெட்டு விட்டது.

இத்தகைய புற்றுநோய்களுக்கு அடிப்படையில் செல்களும் அவை பிரிதலும் இருக்கின்றன. இந் நோய்களுக்கான காரணங்கள் பலவாக இருக்கலாம். அவற்றின் காரணங்கள செல்லிலும், குரோமோசம்களிலும் காணலாம். புற்றுநோயின் மூல காரணங்களை பற்றி ஜெர்மன் நாட்டு உயிர் வேதியியல் அறிஞர் ஆட்டோ வார்பர்க் ஒரு கோட்பாட்டை முன் வைத்தார். அதாவது கதிர் வீச்சோ, இரசாயன கார்சினோஜனோ சாதாரண எலிகளில் அவற்றின் சக்தியை அழித்து அவை மூச்சு விடுவதைக் கெடுத்து விடுகின்றன.

இப்படி ஏற்படும் மாற்றத்தைத் திரும்பக் கொண்டு வர முடியாது. சக்தி இழப்பை ஈடு செய்யும் போராட்டத்தில் நச்சுப் பொருள் உண்டாகிச் செல்லை அழித்து விடுகிறது. முன்னால் சொன்ன ATP-யை உண்டாக்க அவற்றால் சுழற்சியாகக் கொண்டு வர முடியாது. இப்போது நொதித்தல் நடக்கிறது. உயிர் வாழும் முயற்சியில் நொதித்தல் தொடர்கிறது. செல் பிரிவுகள் மூலம் இது தொடர்கிறது. இது பல தலைமுறைகளுக்கும் நிகழ்கிறது. ஆனால் சாதாரண மூச்சு விடுதலை செல் இழந்து விட்டால் அதனை எத்தனை ஆண்டுகள் ஆனாலும் திரும்பப் பெற முடியாது. சிறிது சிறிதாக இந்தப் போராட்டத்தில் உயிர் பிழைக்கும் செல்கள் அதிகப்படியாக நொதித்தல் அடைகின்றன. டார்வின் கோட்பாட்டின் போராட்டம் இது. தகுதியுள்ளவையே உயிர் வாழ முடியும். இப்போது நொதித்தல் மூச்சு விடுதலைப் போன்ற சக்தியைப் பெறும். அந்த வேளையில் சாதாரண உடல் செல்களிலிருந்து புற்றுநோய் செல்கள் தோன்றுகின்றன.

வார்பர்கின் கோட்பாடு பல புதிர்களை விடுவிக்கிறது. புற்றுநோய் வெளியில் தோன்றுவதற்கு அதிக காலம் எடுப்பதற்கு நொதித்தலின் போது செல் பிரிவுகளின் எண்ணிக்கை அதிகமாவதற்கான நேரம் தான் காரணம். ஒவ்வொரு உயிரிலும் நொதிக்கின்ற வேகம் வித்தியாசமாக இருக்கிறது. எலிகளில் சீக்கிரம் ஏற்படும்; மனிதனிடம் காலம் தாழ்த்தி ஏற்படும். கார்சினோஜன்கள் பெரிய அளவில் தரப்படுவதை விடச் சிறிய அளவில் பல முறை தரும்போது அது மிக ஆபத்தானது. பெரிய அளவில் கொடுக்கும்போது செல்கள் உடனே இறந்து விடும். சிறிய அளவில் கொடுக்கும்போது சில செல்கள் பிழைத்துக் கொள்ளும். ஆனால் அவை சேதம் அடைந்த நிலையில் இருக்கும். இவையே புற்றுநோய் செல்களாக மாறுகின்றன. எனவே தான், கார்சினோஜன்களில் பாதுகாப்பான அளவு என்று எதுவும் இல்லை. இன்னொரு முடிவும் வார்பர்கின் கோட்பாட்டிலிருந்து தெரிய வருகிறது. புற்றுநோயைக் குணமாக்கப் பயன்படுத்தும் வேதிப் பொருளே அதனுடைய சிகிச்சைக்கும் பயன்படுகிறது. கதிர்வீச்சு புற்றுநோய் செல்களைக் கொல்கிறது, அதே சமயம் நோயையும் ஏற்படுத்துகிறது. அதுபோலத் தான் இப்போது பயன்படுத்தப்படும் மருந்துகளும். இரண்டு வகையும் மூச்சு விடுதலைச் சேதப்படுத்துகின்றன. புற்றுநோய் செல்கள் ஏற்கனவே சேதமடைந்திருப்பதால் மேலும் சேதமடையும் போது இறந்து விடுகின்றன. ஆனால் முதல் முறையாக மூச்சு விடுதலில் பாதிக்கப்படும் செல் புற்றுநோய்ச் செல்லாக ஆகி விடும்.

வார்பர்கின் கோட்பாடுகள் 1953ஆம் ஆண்டு நிரூபிக்கப்பட்டன. ஆக்சிஜன் சிறிது சிறிதாக நீண்ட காலத்தில் குறைத்து நல்ல செல்களை புற்றுநோய் செல்களாக மாற்றினார்கள். 1961இல் விலங்குகளில் இச்சோதனைகள் செய்யப்பட்டு இது உறுதி செய்யப்பட்டது. வார்பர்க் கூறிய அளவுகோல்களின்படி பூச்சிக் கொல்லிகள் கார்சினோஜன்களாகவே இருக்கின்றன. நாம் ஏற்கனவே சென்ற அதிகாரத்தில் பார்த்தது போல, குளோரின் ஏற்றப்பட்ட ஹைடிரோ கார்பன்கள், பீனால்கள் முதலியன ஒரு செல்லில் ஆக்சிஜன் ஏற்றலையும் சக்தி உண்டாதலையும் பாதிக்கின்றன. இதனால் தூங்கிக் கொண்டிருக்கிற புற்றுநோய் செல்கள் உண்டாகும். இவை பல காலம் வெளியில் கண்டுபிடிக்க முடியாமல் தூங்கி பிறகு திடீரென்று புற்றுநோயாக வெளிப்படும்.

புற்றுநோய் குரோமோசோம்களின் வழியாகவும் ஏற்படும். ஆய்வாளர்கள் குரோமோசோம்களைப் பாதிக்கும் எந்தப் பொருளையும் அல்லது செல் பிரிதலில் குறுக்கிடும் அல்லது மாறுதல்களை ஏற்படுத்தும் பொருட்களையும் சந்தேகத்துடனேயே பார்க்கிறார்கள். இந்த உருமாறுதலும் (mutation) புற்றுநோய்க்குக் காரணம் ஆகலாம். உடல் செல்களிலும் மாறுதல் நிகழலாம். வழக்கமாக உடல் செல்பிரிவுகளைக் கட்டுப்படுத்தும். ஆனால் கதிர்வீச்சு அல்லது இரசாயனப் பொருளால் பாதிக்கப்படும் ஒரு செல் உடலின் கட்டுப்பாட்டிலிருந்து தப்பிக்கும் மாறுதலை உண்டாக்குகிறது. அப்போது கட்டுப்பாடில்லாமல் அந்தச் செல்கள் பழுதாகி விடுகின்றன. இப்படி உண்டாகும் புதிய செல்களும் கட்டுப்பாடில்லாமல் பெருகும். இவை சேரும்போது புற்றுநோய் உண்டாகிறது. வேறு ஆய்வாளர்கள் புற்றுநோயிலுள்ள குரோமோசெம்கள் நிலையற்றவை என்றும் அவை உடைகின்றன அல்லது சேதமடைகின்றன, எண்ணிக்கையும் ஒரு ஒழுங்கில் இருப்பதில்லை என்றும் கூறுகிறார்கள். குரோமோசோம்கள் இரட்டிப்பாகவும் ஆகின்றன.

குரோமோசோம்கள் இரட்டிப்பாவது மிக முக்கியமானது என்று ஓர் ஆய்வாளர் கூறுகிறார். பென்சீன் ஹெக்சாக் குளோரைடும், லின்டேனும் சோதனைச் சாலையில் தாவரங்களின் குரோமோசோம்களை இரட்டிப்பாக்குகின்றன. மேலும் இந்த இரண்டு இரசாயனப் பொருட்களும் இரத்த சோகையோடு தொடர்புடையன. வேறு பூச்சிக் கொல்லிகளும், செல் பிரிவிலும் குறுக்கிட்டு குரோமோசோம்களை உடைத்து, உருமாறுதல்களை உண்டாக்குகின்றன.

கதிர்வீச்சினாலும், இரசாயனப் பொருட்களாலும் மிகப் பொதுவாக ஏற்படும் நோய் இரத்தப் புற்றுநோய். மியுட்டஜெனிக் காரணிகள் பிரிவுபட்டுக் கொண்டிருக்கிற செல்களைத் தாக்குகின்றன. பல திசுக்களைத் தாக்கினாலும், இரத்தத்தை உண்டாக்குகிற செல்களையே அதிகம் பாதிக்கின்றன. எலும்பு மஜ்ஜை வாழ்க்கை முழுவதும் சிகப்பு அணுக்களை உண்டாக்கக் கூடியது. ஒரு செகண்டுக்கு மனிதனின் இரத்த ஓட்டத்தில் 10 மில்லியன் புது செல்களை அனுப்புகிறது. நாளமில்லாச் சுரப்பிகளிலும் மச்சை செல்களிலும் வெள்ளை அணுக்கள் உண்டாகின்றன.

ஸ்ட்ரான்சியம் 90 கதிர்வீச்சைப் போலவே சில இரசாயனப் பொருட்கள் எலும்பு மச்சையை அதிகம் தாக்குகின்றன. பூச்சிக் கொல்லிகளின் கரைப்பானான பென்சின் மச்சையில் போய் உட்கார்ந்து கொண்டு அங்கேயே 20 மாதங்கள் கூடக் குடியிருக்கும். பென்சீனும் இரத்தப் புற்றுநோய் உண்டாகக் காரணமாக இருக்கிறது.

வேகமாக வளர்ந்து வரும் குழந்தையின் திசுக்கள் எளிதாகப் புற்றுநோய் செல்கள் வளர்வதற்குத் தகுதியுடையனவாக இருக்கின்றன. சர் பர்னட் இரத்தப் புற்றுநோய் எங்கும் அதிகரித்து வருகிறது என்றும் மூன்று நான்கு வயதுக் குழந்தைகளிடம் பொதுவாகக் காணப்படுகிறது என்றும் கூறுகிறார். இதற்குக் காரணம் பிறக்கும்போது கருமாற்றத் தூண்டலுக்கு உட்படுத்தப்படுவதே என்று கூறுகிறார்.

புற்றுநோயை உண்டாக்கும் இன்னொரு கருமாற்றி உரித்தேன் என்ற வேதிப் பொருள் ஆகும். கருவுற்ற எலிகளில் இந்த வேதிப் பொருளைப் பயன்படுத்தினால் அவற்றிற்கு நுரையீரல் புற்றுநோய் ஏற்படுகிறது. அவற்றின் குட்டிகளுக்கு வருகிறது. இந்த இரசாயனப் பொருள் பனிக் குடத்தினைத் துளைத்துக் கொண்டு போயிருக்க வேண்டும். டாக்டர் ஹூப்பர் உரித்தேன் முதலான வேதிப் பொருள்களுக்கு உட்பட்ட மனித இனத்தில் புற்றுநோய் குழந்தை பிறப்பதற்கு முன்னால் கருவில் இருக்கும் போதே வரும் என்று எச்சரித்திருக்கிறார். உரித்தேன், IPC, CIPC என்ற தாவரக் கொல்லிகளாகப் பயன்படுகின்றது. புற்றுநோய் நிபுணர்கள் எச்சரித்தாலும் கார்பனேட்டுகள் பூச்சிக் கொல்லிகளாகவும், களைக் கொல்லிகளாகவும் பூஞ்சக் காளான் கொல்லிகளாகவும் பயன்படுத்தப்படுகின்றன. அது மட்டுமில்லை. அவை பிளாஸ்டிக் தயாரித்தல், மருந்துகள், துணி ஆகியவற்றிலும் பயன்படுகின்றன.

நேரடியாக இல்லாமல் மறைமுகமான வழிகளிலும் புற்றுநோய் வரச் சாத்தியமிருக்கிறது. கார்சினோஜன் என்று கருதப்படாத பொருளும் கூட உடலின் ஒரு பகுதி இயங்குவதைப் பாதித்துப் புற்றுநோயை உண்டாக்கும். குறிப்பாக, இனப் பெருக்க உறுப்புகளில் ஏற்படும் புற்றுநோய் பால் ஹார்மோன்களில் ஏற்படும் மாற்றங்களோடு தொடர்பு படுத்தப்படுவதுண்டு. இந்தத் தொந்தரவுகளுக்கு ஒரு காரணம், கல்லீரல் இந்த ஹார்மோன்களை உண்டாக்கும் நிலையைப் பாதிப்பதனால் இருக்கலாம். குளோரினேற்றப்பட்ட ஹைடிரோ கார்பன்கள் மறைமுகமாக கார்சினோஜன்களை உண்டாக்கும் தன்மை உடையவை. ஏனெனில் அவை எல்லாமே கல்லீரலுக்கு நஞ்சாகத் தான் இருக்கும்.

பால் ஹார்மோன்கள் உடலில் இனப் பெருக்க உறுப்புகளோடு தொடர்புடைய வளர்ச்சித் தூண்டல்களை மேற்கொள்கின்றன. ஆண், பெண் ஹார்மோன்கள் இரண்டுமே இரண்டு பாலரிடம் சுரக்கின்றன. அவற்றைத் தகுந்த விகிதத்தில் வைத்திருக்கும் வேலை கல்லீரலுடையது. இப்படி அதிகப்படியான ஹார்மோன்கள் சேர்வதை உடல் தடுத்துக் கொள்கிறது. ஆனால் நோயினாலோ, இரசாயனப் பொருட்களாலோ கல்லீரலுக்குச் சேதம் ஏற்பட்டால் அல்லது பி.காம்ப்ளக்ஸ் வைட்டமின்கள் குறைந்தாலோ இதனைச் செய்ய முடியாது. அப்போது எஸ்ட்ரோஜன்கள் அதிகமாகிவிடும்.

இதன் விளைவுகள் என்ன? விலங்குகளில் நடத்தப்பட்ட சோதனைகளில் இவை தெரிய வந்திருக்கின்றன. நோயினால் கல்லீரல் பாதிப்படைந்த முயல்களுக்கு கருப்பைப் புற்றுநோய் வந்தது. தொடர்ந்து விலங்குகளுக்கு எஸ்ட்ரோஜன்களைக் கொடுத்து வந்தால் அது இனப் பெருக்க உறுப்புகளின் திசுக்களில் மாற்றங்கள் ஏற்படுத்துகின்றது. இதனால் புற்றுநோய்க் கட்டிகள் உண்டாகின்றன. இதுபோன்ற விளைவுகள் மனிதர்களிடமும் ஏற்படலாம். ஒரு பல்கலைக்கழக ஆய்வில் 150 கருப்பைப் புற்றுநோயாளிகளில் 100 பேருக்கு அதிகமான எஸ்ட்ரோஜன் அளவு இருப்பது தெரிய வந்தது.

எஸ்டோரஜனை நீக்குவது கல்லீரல் சேதமுற்றால் பாதிக்கப்படுகிறது. ஆனால் அது வெளியில் தெரியாது. இது குளோரின் ஏற்றப்பட்ட ஹைடிரோ கார்பன்களால் ஏற்படலாம். வைட்டமின் பி-யும் குறைகிறது. புற்றுநோயைக் கட்டுப்படுத்த வைட்டமின் பி தேவை. இந்த பி வைட்டமின்கள் குறைவதால் வாயில் புற்றுநோய் ஏற்படும். செரிப்பு மண்டலத்தின் பிற பகுதிகளிலும் ஏற்படலாம். அமெரிக்காவிலும், ஸ்வீடன், பின்லாந்து

முதலிய நாடுகளிலும் உணவில் வைட்டமின்கள் குறைவாக சேர்த்து கொள்ளப்படும் பகுதிகளிலும் இது காணப்படுகிறது. ஆப்பிரிக்காவின் பான்டு பழங்குடியினரிடையே சரியான உணவின்மையால் கல்லீரல் புற்றுநோய் அதிகம் காணப்படுகிறது.

சுருங்கச் சொன்னால், பூச்சிக் கொல்லிகள் மறைமுகமாக கல்லீரலைப் பாதிக்கின்றன. உடலுக்கு பி வைட்டமின்கள் கிடைப்பதைத் தடுக்கின்றன. இதனால் எஸ்டோரஜன்களின் அளவு கூடுகிறது. இவற்றோடு, வாசனைப் பொருட்கள், மருந்துகள், உணவு ஆகியவற்றினாலும் அளவைக் கூட்டுகிறோம். இதனால் புற்றுநோய் தோன்றுவது அதிகமாகிறது.

புற்றுநோயை உண்டாக்கக் கூடிய பூச்சிக் கொல்லிகள் முதலான வேதிப் பொருட்களுக்கு மனிதர்கள் உட்படுவது கட்டுப்பாடில்லாமல் அதிகரித்துக் கொண்டே போகிறது. வேறு வகைகளிலும் மனிதன் ஒரே வேதிப் பொருளை எதிர் கொள்கிறான். எடுத்துக்காட்டாக, ஆர்சனிக்கை எடுத்துக் கொள்வோம். இது வளிமண்டலத்திலும் சுற்றுச் சூழலிலும் நிறைந்திருக்கிறது. காற்றின் மாசில் இருக்கிறது; தண்ணீரில் கலந்திருக்கிறது. உணவுப் பொருட்களில் பூச்சிக் கொல்லிகளின் கசடாக இருக்கிறது. வாசனைப் பொருட்களில், மருந்துகளில், பூச்சுக்களில், எழுதுகோல் மையில் என்று எங்கும் எதிலும் காணப்படுகிறது. இது தனியாக ஏதாவது ஒன்றில் இருப்பது நம்மைப் பாதிக்காது இருக்கலாம். பாதுகாப்பான அளவு ஒரு பொருளில் இருக்கும். ஆனால் பல பொருட்களிலிருந்து அவை உடலில் சேரும்போது பாதுகாப்பு இருக்காதல்லவா? அதேபோல இரண்டு மூன்று கார்சினோஜன்கள் சேரும்போதும் ஆபத்து அதிகமாகும்.

இன்னொரு ஆபத்து என்னவென்றால் ஒரு வேதிப் பொருள் இன்னொன்றோடு இரசாயன மாற்றத்தை ஏற்படுத்தும். இப்படி இரண்டு வேதிப் பொருட்கள் சேரும்போது புற்றுநோய் உண்டாக வாய்ப்பு அதிகம். ஒரு செல்லையோ திசுவையோ தூண்டி விட்டு விடும். அடுத்தது அதனை வளர்த்துப் புற்றுநோயாக்கி விடும். மிறிசி, சிமிறிசி என்ற தாவரக் கொல்லிகள் தோல் புற்றுநோயைத் தொடங்கி விட்டுவிடும். பிறகு சாதாரண சோப்பிலுள்ள டிட்டர்ஜன்ட் அதனை வெளிக் கொண்டு வந்துவிடும். அதேபோல நீ-கதிர்வீச்சு மாற்றத்தைத் தொடங்கிவிட்டு விடும். இரசாயனப் பொருட்களில் ஒன்று, உருத்தீன் போல ஒரு வேதிப் பொருள், அதனை அதிகமாக்கி விடும்.

இன்னொரு ஆபத்து தண்ணீரில் கதிர்வீச்சுப் பொருட்களைக் கலப்பதால் உண்டாகிறது. ஏற்கனவே நீரில் மாசுக்கள் இருக்கும். அவற்றோடு வேதிப் பொருட்களும் இருக்கும். இது வேதிப் பொருட்களின் தன்மையை மாற்றிவிடும். அணுக்களை புதிய வகையில் மாற்றி வேறு வேதிப் பொருட்களை உண்டாக்கி விடும். அமெரிக்காவில், தண்ணீர் மாசுபடுவதை ஆராயும் நிபுணர்கள் டிட்டர்ஜன்ட்களால் பொது தண்ணீர் விநியோகத்தில் ஏற்படும் பாதிப்பு பற்றி எச்சரிக்கிறார்கள். இவற்றை எந்த வகையிலும் நீக்க முடியாது. எனினும் டிட்டர்ஜன்ட்கள் நேரடியாக கார்சினோஜன்களாகச் செயல்படுவதில்லை. ஆனால் மறைமுகமாக ஜீரண மண்டலத்தின் உட்சுவரில் புற்றுநோயை உண்டாக்குகின்றன. ஆபத்தான வேதிப் பொருட்களைத் திசுக்கள் உறிஞ்சுமாறு அவற்றை மாற்றுகின்றன. இதனை எதிர்பார்த்து யார் கட்டுப்படுத்த முடியும்?

நமது சுற்றுச் சூழலில் இருக்கும் புற்றுநோயை உண்டாக்கும் பொருட்களை நாம் பொருட்படுத்துவதில்லை. ஒரு எடுத்துக்காட்டு, 1961இல் அமெரிக்காவின் பல பகுதிகளில் வானவில் (டிரௌட்) மீன்களுக்குக் கல்லீரல் புற்றுநோய் ஏற்பட்டது. அது வேமாகப் பரவிற்று. இவற்றிற்கான காரணம் உறுதியாகத் தெரியவில்லை. ஆனால் மீன் உணவு தயாரிப்பதில் ஏதோ வேதிப் பொருள் கலந்திருப்பது காரணமாக இருக்கலாம் என்று கருதப்பட்டது. இது எதைக் காட்டுகிறது? கார்சினோஜன் ஒன்றை எந்த உயிரினத்தின் சுற்றுச் சூழலில் நுழைப்பதும் ஆபத்தை ஏற்படுத்தும். அதாவது சுற்றுச் சூழலில் கார்சினோஜன்களைக் கட்டுப்படுத்த வேண்டும். “மீனுக்கு ஏற்பட்டது போலவே மனிதருக்கும் ஏற்படும்,” என்று டாக்டர் ஹூப்பர் எச்சரிக்கிறார்.

இதைப் பற்றி ஒரு ஆய்வாளர் குறிப்பிடும் போது “நாம் ஒரு கார்சினோஜன்கள் கடலில் இருக்கிறோம்,” என்று குறிப்பிடுகிறார். உண்மையில் அவ்வளவு மோசமான நிலையிலேயே இருக்கிறோம். புற்றுநோய் உண்டாக்கும் பொருட்களை உலகத்திலிருந்து அழிக்க முடியாதா? “அதற்குச் செய்யப்படும் வீண் முயற்சியை விட்டு விட்டு புற்றுநோய்க்குத் தகுந்த சிகிச்சையைக் கண்டுபிடிக்க நேரத்தையும் பொருளையும் செலவிடலாமே,” என்று சிலர் சொல்கிறார்கள்.

இந்தக் கேள்வியை ஹூப்பரிடம் கேட்ட போது அவர் இப்போதுள்ள நிலையை பத்தொன்பதாம் நூற்றாண்டில் தொற்று நோய் பரவி இருந்த நிலைக்கு ஒப்பிடுகிறார். லூயி பாஸ்டரும், கோச்சும் பாக்டீரியாக்களுக்கும் தொற்று நோய்களுக்கும்

இடையிலுள்ள தொடர்பைக் காட்டினார்கள். அதன் பிறகு நோயை ஏற்படுத்தும் நுண்ணியிரிகளைப் பற்றி மக்களுக்கு ஒரு விழிப்புணர்வு ஏற்பட்டது. இப்போதும் அதே போல கார்சினோஜன்கள் சுற்றுப்புறங்களில் நிறைந்திருக்கின்றன. தொற்று நோய்கள் பலவும் இப்போது கட்டுப்பாட்டுக்குள் கொண்டு வரப்பட்டிருக்கின்றன. பலவற்றை ஒழித்தும் விட்டோம். இது எப்படி சாத்தியமாயிற்று? இரண்டு வழிகளில் செயல்பட்டார்கள். ஒன்று தடுப்பது; இன்னொன்று சிகிச்சையைக் கண்டுபிடிப்பது. தொற்று நோய்களைக் குணமாக்கப் புது வகை மருந்துகள் வந்து விட்டன. ஆனால் அவற்றிற்கு எதிரான போர் சுற்றுச் சூழலிலிருந்து அந்த நோய்க் கிருமிகளை வேரறுப்பதாகத் தான் இருந்தது. லண்டனில் காலரா நூறு ஆண்டுகளுக்கு முன்னர் பரவியபோது அது எங்கிருந்து ஆரம்பிக்கிறது என்று கண்டுபிடித்தார்கள். அது ஒரு தெருவில் இருந்த நீரேற்றியிலிருந்து வந்தது என்று கண்டுபிடித்து அதன் கைப்பிடியை அகற்றினார் டாக்டர் ஸ்னோ என்று மருத்துவர். உடனே தொற்று நோய் கட்டுப்படுத்தப்பட்டது. அதாவது நோய்க்கான மருந்தினால் இல்லை, மாறாக சுற்றுச் சூழலில் இருந்த உயிரியை நீக்குவதன் மூலமே இது சாத்தியமாயிற்று.

இன்று புற்றுநோயை உண்டாக்கும் கருவிகள் எங்கும் நிறைந்திருக்கின்றன. எனவே டாக்டர் ஹூப்பர் கூறுவது போல, அதனைக் குணமாக்கும் மருந்தைக் கண்டுபிடித்தால் மட்டும் போதாது. கார்சினோஜன்களாக இருக்கும் பொருட்கள் இருந்தால் அவை மிக அதிகமாக உயிர்களைக் காவு கொள்ளும். அதுவும் அதற்கான சிகிச்சையும் மருந்தும் இன்னும் கிடைக்காத நிலையில் இந்த முயற்சி தோற்றுப் போகும். அப்படி இருக்கும்போது, தடுக்கும் முயற்சியை மேற்கொள்வதில் நாம் ஏன் இவ்வளவு மந்தமாக இருக்கிறோம்? காலையில் ஒரு மாத்திரை எடுத்துக் கொண்டு புற்றுநோயிலிருந்து காத்துக் கொள்வது வெறும் கதை. மக்கள் புற்றுநோய் ஒரே ஒரு வகை தான் என்றும், ஒரே ஒரு காரணம் தான் இருக்கிறது என்றும், ஒரே மாதிரியான சிகிச்சை தான் இருக்கும் என்று எண்ணிக் கொண்டிருக்கிறார்கள். ஆனால் அது உண்மை இல்லை. சுற்றுச் சூழல் புற்றுநோய்களுக்கு பல் வேறுபட்ட வேதிப் பொருட்களும் இயற்பியில் காரணங்களும் இருக்கின்றன. அதுபோல அந்நோய்கள் வெளிப்படுவதும் பல வழிகளில் ஏற்படுகின்றது.

எனவே எல்லாவிதப் புற்றுநோய்களுக்கும் ஒரே மருந்து இருக்க முடியாது. எனினும் ஏற்கனவே பாதிக்கப்பட்டிருப்பவர்களைக்

குணமாக்க சிகிச்சை முறைகளைக் கண்டுபிடிப்பது அவசியம் தான். ஆனால் எந்த ஆராய்ச்சியும் திடீரென்று ஒரே வழியில் குணமாக்கும் முறையைக் கண்டுபிடித்து விடும் என்று மக்களை நம்ப வைப்பது பெரிய துரோகம். அது மிக மெதுவாக, படிப்படியாகத் தான் நடக்கும். பல மில்லியன்கள் டாலர்களில் இந்த ஆராய்ச்சிக்குச் செலவிடுகிறோம். ஆனால் தடுப்பதற்கான முயற்சிகளில் ஈடுபட மறுக்கிறோம்.

அதே சமயம் இரசாயன கார்சினோஜன்களை எல்லாம் நீக்கி விட முடியும் என்று எதிர்பார்க்க முடியாது. ஆனால் அவற்றில் பல மனிதனுக்குத் தேவை இல்லாதவை. அவற்றை நீக்கி விட்டாலே பாதி ஆபத்துக் குறைந்து விடும். நான்கு பேரில் ஒருவர் புற்றுநோயால் பாதிக்கப்படுவார்கள் என்ற ஆபத்தும் குறையும். எப்படி? நமது உணவு, தண்ணீர் வினியோகம், சுற்றுச் சூழல் ஆகியவற்றைப் பாதிக்கும் கார்சினோஜன்களை ஒழிக்க வேண்டும். ஏனென்றால் அவை தான் மிகச் சிறிய அளவில் மனிதர்களைத் திரும்பத் திரும்ப உட்படுத்தும் ஆபத்து நிறைந்தவை.

எனவே டாக்டர் ஹூப்பர் போன்ற புற்றுநோய் ஆய்வறிஞர் பலரும் வலியுறுத்துவது இது தான். சுற்றுச் சூழல்களில் ஆபத்தை ஏற்படுத்தும் காரணிகளைக் கண்டறிந்து அவற்றை முடிந்த அளவு அழித்து விட வேண்டும். ஏற்கனவே புற்றுநோய் பாதிக்கப்பட்டவர்களைக் குணப்படுத்த தகுந்த முயற்சிகளைத் தொடர வேண்டும். ஆனால் புற்றுநோய் இன்னும் தொடாதவர்களும், வருங்காலச் சந்ததியினரும் பாதிக்கப்படாமல் இருக்கத் தடுக்கும் முயற்சிகளை எடுப்பது அவசியம்.

15. இயற்கை திரும்பத் தாக்குகிறது

இயற்கையை நம்முடைய விருப்பத்திற்குத் தக்கவாறு மாற்றி அமைக்க என்னவெல்லாமோ செய்கிறோம். ஆனால் நம்முடைய அந்த இலக்கை அடைவதில் தோல்வி கண்டு விட்டோம். இயற்கையை மாற்றி அமைக்க முடியாது என்பது தான் உண்மை. நாம் அழிக்க முயலும் பூச்சிகள் நம்முடைய வேதிப் பொருட்களிலிருந்து தப்பிக்கும் வழிகளைக் கண்டு கொண்டன. "பூச்சிகள் உலகம் இயற்கையின் வியப்பிற்குரிய சக்தி. அங்கு எதுவும் நிகழலாம். நடக்க முடியாதது கூட நடக்கும்," என்று டச்சு நாட்டு உயிரியலறிஞர் கூறுகிறார்.

'நடக்க முடியாதது' என்பது இன்று இரண்டு முறைகளில் நடக்கிறது. மரபணுத் தேர்வு முறையில், பூச்சிகள் வேதிப் பொருட்களைத் தடுக்கக் கூடிய வகைகளைத் தோற்றுவிக்கின்றன. இது பற்றி அடுத்த அதிகாரத்தில் பார்க்கலாம். இரண்டாவதாக, சுற்றுச்சூழலின் பாதுகாப்பு அரண்களை நமது இரசாயனத் தாக்குதல் வலிமையிழக்கச் செய்கிறது. இந்த அரண்கள்

பல்வேறு உயிரினங்களையும் கட்டுப்பாட்டுக்குள் வைக்க அமைக்கப்பட்டிருக்கின்றன. இந்த அரண்களை நாம் உடைக்கும் போதெல்லாம் பூச்சிகள் கூட்டம் வெளியே வருகிறது.

பத்தாண்டுகள் மிகத் தீவிரமாக இரசாயனக் கட்டுப்பாடில் இருந்தவை எல்லாம், திரும்ப வருகின்றன. நாங்கள் தீர்த்து விட்டோம் என்று பூச்சியியல் வல்லுநர்கள் கருதியவை எல்லாம் திரும்பத் தாக்குகின்றன. புதிய சிக்கல்களும் வந்து விட்டன. மிகக் குறைந்த எண்ணிக்கையே இருந்த பூச்சிகள் இப்போது அதிகமாகி விட்டன. இயற்கையாகவே இரசாயனக் கட்டுப்பாடுகள் தங்களையே அழித்துக் கொள்ளக் கூடியவை. ஏனென்றால் அவற்றை எந்த முன் யோசனையும் இல்லாமல், உயிரியல் அமைப்பை அவை எப்படிப் பாதிக்கும் என்பது பற்றிச் சிந்திக்காமல், பயன்படுத்தியிருக்கிறோம். அவற்றை ஒரு சில உயிரினங்கள் மேலே சோதித்திருப்பார்கள். ஆனால் ஒட்டுமொத்த உயிர்க் குடும்பத்தை அவை எப்படிப் பாதிக்கும் என்பதைத் தெரிந்திருக்க மாட்டார்கள்.

சிலர் இயற்கையின் சம நிலையை முற்காலத்திற்குத் தான் தேவையானதாக இருந்தது என்று ஒதுக்கி விடுகிறார்கள். இப்போது அதனைக் கவிழ்த்து விட்டோம். முற்காலத்தில் இருந்தது போல இன்று சம நிலை தேவை இல்லை என்பது உண்மையாக இருக்கலாம். ஆனால் இன்னும் இருக்கிறது. உயிரினங்களின் இடையில் மிகத் துல்லியமான, இணைந்த உறவுகள் இன்னும் இருக்கின்றன. மலை உச்சியில் அமர்ந்திருப்பவன் எப்படி ஈர்ப்பு விசையை ஒதுக்க முடியாதோ அதுபோல இதனையும் கண்டுகொள்ளாமல் இருக்க முடியாது. இயற்கையின் சமநிலை நிரந்தரமாக ஒரே மாதிரி இருப்பதில்லை. மாறக் கூடியது. எப்போதும் சூழலுக்கு ஏற்ப மாற்றிக் கொள்ளக் கூடியது. மனிதனும் இந்தச் சமநிலையில் ஒரு பகுதி. பல நேரங்களில் இந்தச் சமநிலை அவனுக்குச் சாதகமாக இருக்கிறது. பல வேளைகளில் அவனுடைய செயல்களாலேயே அவனுக்குப் பாதகமாக மாறி விடுகிறது.

இன்றைய பூச்சிகளைக் கட்டுப்படுத்தும் திட்டங்களில் இரண்டு முக்கிய உண்மைகளை மறந்து விட்டார்கள். முதலாவதாக, பூச்சிகளைத் திறமையாகக் கட்டுப்பாட்டிற்குள் வைக்கக் கூடியது இயற்கையே தவிர மனிதனுடைய முயற்சி இல்லை. உயிர்களின் தொகைகள் ஒரு வரம்புக்குள் வைக்கப்பட்டிருக்கின்றன. இதனைச் சூழ்நிலை இயல் வல்லுநர் சுற்றுச் சூழலுக்கு எதிர்ப்பு என்று அழைக்கிறார்கள். இது உயிர் வாழ்க்கை தொடங்கிய நாளிலிருந்தே

இருந்து வருகிறது. கிடைக்க கூடிய உணவின் அளவு, வானிலை, போட்டி போடுகின்ற அல்லது அழிக்கின்ற உயிரினம் ஆகிய அனைத்தும் முக்கிய காரணிகள். "பூச்சிகள் உலகின் பிற உயிர்களை அழித்து விடாமல் காக்கும் ஒரு காரணி, அவற்றிற்கு இடையே உள்ள வாழ்க்கைப் போராட்டம்" என்றார் பூச்சியியல் நிபுணர் ராபர்ட் மெட்காஃப். ஆனால் இன்று நாம் பயன்படுத்தும் வேதிப் பொருட்கள் நமது நண்பர்களையும் பகைவர்களையும் ஒருசேர அழித்து விடுகின்றன.

இரண்டாவது, ஓர் உயிரினத்தின் மீண்டெழும் சக்தி. சுற்றுச் சூழலில் எதிர்ப்புச் சக்தி குறைந்த உடன் இது வெடித்துக் கிளம்புகிறது. உயிரின் பல வகையின் இனப்பெருக்க ஆற்றல் பிரமிக்க வைக்கிறது. எடுத்துக்காட்டாக ஒரு கண்ணாடிக் குடுவையில் வைக்கோலும் தண்ணீரும் கலந்து வைத்து அதில் சில துளிகள் வளர்ந்த புரோட்டோசோவாவை ஊற்றினால் சில நாட்களில் குடுவையை முழுவதும் புதிய உயிர்கள் நிறைத்து விடும். தூசு போன்ற சிறிய நுண்ணுயிர்கள் கணக்கில்லாமல் பெருகிவிடும். அவற்றிற்கு அது சுவர்க்கம். தகுந்த வெப்பநிலை, தேவையான உணவு, எதிரிகள் இல்லாதது அனைத்தும் அங்கே கிடைக்கின்றன.

இயற்கையின் கட்டுப்பாடு காட்டும் இன்னொரு அதிசயம் காட் எனப்படும் ஒரு வகை மீன்கள். இவை குளிர் காலத்தில் பல மில்லியன் முட்டைகள் இடும். இவை எல்லாம் பொரித்து விட்டால் கடலில் காட் மீன்கள் தான் இருக்கும். ஆனால் மில்லியன் கணக்கான குஞ்சுகளில் ஒரு சில தான் எஞ்சிப் பிழைக்கும்.

உயிரியலறிஞர் ஏதோ ஒரு அழிவு சக்தியினால் ஓர் உயிரினத்தைத் தவிர மற்றவை எல்லாம் மறைந்து விட்டால் என்ன நடக்கும் என்று கற்பனை செய்து பார்த்தார்கள். ஒரு நூற்றாண்டிற்கு முன்னர், தாமஸ் ஹக்ஸ்லி கலவியில் ஈடுபடாமலே இனப் பெருக்கம் செய்யும் ஆற்றல் படைத்த ஒரு பெண் அஃபிஸ் ஓர் ஆண்டில் அன்றைய சீனப் பேரரசின் மக்கள் தொகையின் எடை அளவிற்குத் தனது இனத்தைப் பெருக்கி விடும் என்று கணக்கிட்டார்.

ஆனால் நல்ல வேளையாக, அப்படிப்பட்ட ஒரு நிலை நடைமுறையில் நிகழப் போவதில்லை. எனினும் இயற்கையின் ஏற்பாடுகளைச் சீர் குலைப்பது எத்தகைய தீய விளைவுகளை ஏற்படுத்தும் என்று அனைவருக்கும் தெரியும். கேயோட்டுகளை ஒழித்ததால் வயல் எலிகள் பெருத்து விட்டன. அரிசோனாவில்

மான்கள் இயற்கைச் சமநிலையில் இருந்தன. ஆனால் இரை தேடிகளான ஓநாய்கள், பூமாக்கள் முதலியன மான்களை உண்ண முடியாமல் செய்து விட்டன. எனவே மான்களைக் காக்க அவற்றின் எதிரிகளைக் கொன்றார்கள். இரை தின்னும் விலங்குகள் இல்லாததால் மான்கள் எண்ணிக்கை மிக வேகமாக வளர்ந்தது. அவற்றிற்கு உணவு கிடைப்பது கடினமாயிற்று. மரங்களில் கையெட்டும் உயரத்திற்கு இலைகள் இல்லை. விரைவிலேயே உணவில்லாமல் பல மான்கள் இறந்தன. அவை உணவு தேடும் முயற்சியினால் அந்தச் சுற்றுச் சூழலே பாதிக்கப்பட்டுவிட்டது.

இது போலத்தான், காடுகளிலும், தோட்டங்களிலும் பூச்சிகளைச் சாப்பிடும் பூச்சிகளைக் கொன்று விட்டால் சிறிய பூச்சிகள் நிறைந்து விடும். இந்த நிலத்தில் எத்தனை வகையான பூச்சிகள் இருக்கின்றன என்று யாருக்கும் தெரியாது. இன்னும் பலவற்றை அடையாளமே காணமுடியவில்லை. எனினும் 7,00,000 பூச்சிகள் இதுவரையில் கண்டுபிடித்திருக்கிறார்கள். அதாவது உயிரினங்களில் பூச்சிகள் 70 முதல் 80 விழுக்காடு இருக்கும். இவற்றில் பெரும்பாலான பூச்சிகள் இயற்கையின் கட்டுப்பாட்டில் மனிதனின் குறுக்கீடு இல்லாமல் இருக்கின்றன. இல்லாவிட்டால் இரசாயனப் பொருட்கள் அவை அனைத்தின் எண்ணிக்கையைக் குறைவாக வைத்திருக்க முடியாது.

என்ன பிரச்சினை என்றால், இயற்கை அளித்திருக்கும் பாதுகாப்பு நமக்குத் தெரிவதில்லை, உலகின் இயற்கை அழகை, அதன் அதிசயங்களை, நம்மைச் சுற்றியுள்ள வினோதமான உயிரினங்களை, அவை வாழும் வாழ்க்கையைப் பற்றி ஒன்றும் தெரியாமல் நம் பயணித்துக் கொண்டிருக்கிறோம். பூச்சிகளை இரையாகத் தின்பவை, உண்ணிகள் ஆகியவை பற்றி ஒரு சிலருக்கேத் தெரியும். தோட்டத்தில் கும்பிடும் பூச்சி (praying mantis)- ஐப் பார்த்திருப்போம். பிற பூச்சிகளைத் தின்று உயிர் வாழ்கிறது என்றும் கூட தெரிந்திருக்கலாம். ஆனால் இரவில் அது தனது இரையைப் பிடிப்பதைக் கூர்ந்து பார்த்தால் அங்கு ஒரு நாடகமே நடப்பதைப் பார்க்கலாம். பிற பூச்சிகளைக் கொன்று தின்று உயிர் வாழும் பூச்சிகள் பல வகை. சில வேகமாக இயங்கி இரையைக் கொத்திக் கொள்ளும். சில செடியின் சிறு கிளையில் மெல்ல ஊர்ந்து சோம்பேறிப் பூச்சிகளைப் பிடிக்கும்.

ஒட்டுண்ணிகளின் பழக்க வழக்கங்கள் வியப்படையச் செய்யும். இவை தாவரங்களில் குடியிருக்கும் உயிரினத்தை உடனே கொன்று விடாது. மாறாக அவை தங்கள் சூழலுக்கு ஏற்பத் தங்களை மாற்றிக்

கொண்டு இரையைத் தங்கள் இளையதுகளுக்குக் கிடைக்கச் செய்யும். அவற்றினுடைய இரையின் முட்டைகளில் தங்கள் முட்டையை இடும். சிறிய உயிர்களுக்கான உணவு அங்கே கிடைக்கும். சில கூட்டுப் புழுக்களில் தங்கள் முட்டைகளை ஒட்டச் செய்யும். அவை பொரித்த உடன் ஒட்டுண்ணி கூட்டுப் புழுவின் தோலை கிழித்துக் கொண்டு உள்ளே போய் விடும். வேறு சில முட்டைகளை இலையில் இட்டு விடும். புழு இலையோடு அவற்றையும் சேர்த்து உண்டு விடும். இதற்கிடையில் வெண்பனிப் போர்வையின் கீழ், கெட்டிப்பட்ட எல்லா இடங்களிலும், தோட்டங்களில், வேலிகளில், காடுகளில் இரை தேடும் பூச்சிகளும், ஒட்டுண்ணிகளும் எப்போதும் வேலை செய்து கொண்டே இருக்கின்றன. பல குழவிகள் மற்றும் ஈக்களின் உயிர் வாழ்க்கையே ஒட்டுண்ணியாகப் பிற பூச்சிகளின் புழு முட்டைகளை அழிப்பதிலேயே இருக்கிறது.

இந்தச் சிறிய பூச்சிகள் எல்லாம் நாள் முழுவதும், இருளிலும் பகலிலும், மழையிலும், வெய்யிலிலும் வேலை செய்து கொண்டிருக்கின்றன. குளிர் காலத்தில் அவை தீக்கங்குகளை போலக் கனன்று கொண்டிருக்கும். இளவேனிற் காலம் வந்தவுடன் மீண்டும் செயல்படத் தொடங்கும். மண்ணின் கீழ், மரங்களின் இடுக்குகளில் ஒட்டுண்ணிகளும், இரை தேடிகளும் குளிரிலிருந்து தங்களைக் காப்பாற்றிக் கொள்கின்றன.

கும்பிடும் பூச்சியினுடைய முட்டைகள் புதரின் கிளையின் கீழ் ஒட்டிக் கொண்டிருக்கும். பெண் குழவி வீட்டுப் பரணில் பாதுகாப்பாக இருக்கும் அதன் வயிற்றில் முட்டையாக இருக்கும். அதன் வம்சம் முழுவதும் அதைப் பொறுத்தே பிழைக்க முடியும். வசந்தத்தில் அது காகிதக் கூடு கட்டி அதன் செல்களில் முட்டைகள் இடும். வேலைக்காரக் குழவிகளின் சிறு கூட்டத்தைக் கவனமாக வளர்க்கும். தனது கூட்டைப் பெரிதாக்கித் தனது வம்சத்தை வளர்க்கும். வேலையாட்களாகிய குழவிகள் அடுத்து புழுக்களை அழித்து விடும்.

இங்ஙனம் இப்பூச்சிகள் எல்லாம் நமது நண்பர்களாக இருந்து இயற்கையின் சம நிலையைக் காத்து வரும். இப்போது நமது நண்பர்களையே நாம் தாக்கத் தொடங்கி விட்டோம். அவற்றின் மதிப்பை நாம் குறைவாகக் கணக்கிட்டு விட்டோம். அவற்றின் உதவியின்றி நமது பகைவர்கள் நம்மை அழித்து விடுவார்கள்.

இப்போது சுற்றுச் சூழலின் எதிர்ப்பு சக்தி நிரந்தரமாகக் குறைந்து விட்ட நிலையில், அழிவு சக்தியுள்ள பூச்சிகள் வகைகளிலும், எண்ணிக்கையிலும் பெருகி விடும். காலம் செல்லச் செல்ல நோய்க் கிருமிகளைத் தாங்கி இருக்கும் பூச்சிகளும், பயிர்களை நாசம் செய்யும் இனங்களும் மிக அதிகமாகப் பெருகிப் போகின்றன. "இது அனுமானந் தானே! நமது வாழ்நாளில் நடக்காதல்லவா?" என்று நீங்கள் கேட்கலாம். ஆனால் இப்போது இவை நடக்கத் தொடங்கி விட்டன. பூச்சிக் கொல்லிகளினால் பூச்சிகளின் சம நிலை மாறியிருப்பதனால் ஏற்படும் பாதகமான விளைவுகள் பற்றி பல ஆய்வுக் கட்டுரைகள் வெளி வந்திருக்கின்றன. இரசாயனத் தெளிப்புகளால் சில வேளைகளில் பூச்சிகள் பல மடங்கு பெருகி இருப்பதைப் பார்க்கிறோம். ஆன்டோரியாவில் கறுப்பு ஈக்கள் 17 மடங்கு பெருகிவிட்டன. இங்கிலாந்தின் முட்டைக்கோசில் அழிவை ஏற்படுத்தும் பூச்சிகளைக் கொல்லக் கரிம பாஸ்பரஸ் கூட்டுப் பொருட்களைப் பயன்படுத்தியதில் அவை பல மடங்கு பெருகிவிட்டன.

தெளிப்புகளில் சில ஒரு குறிப்பிட்ட வகைப் பூச்சியைக் கொல்வதில் நல்ல பயனைத் தரலாம். ஆனால் வேறு பூச்சிகள் பெருகிவிட வாய்ப்பைத் தேடித் தருகிறது. சிலந்தி உண்ணி (spidermite) அதனுடைய பகைவர்களை DDT-யும் பிற பூச்சிக் கொல்லிகளும் அழித்து விட்டதால் அதிகமாகப் பெருகிவிட்டது. சிலந்தி உண்ணியை ஒரு பூச்சி என்று கூற முடியாது. ஏனெனில் அது எட்டுக்கால் ஐந்து, தேள் வகையைச் சார்ந்தது. அதனுடைய வாய்ப்பாகம் துளை உண்டாக்கி உறிஞ்சுவதற்கு வசதியாக உள்ளது. அதற்குப் பச்சையம் பிடித்த உணவு. வாழை இலைச் செல்களில் செலுத்திப் பச்சையத்தை உறிஞ்சி விடும். இதனால் மரங்களின் பச்சை நிறம் மாறுகிறது. இலைகள் மஞ்சளாகி விழுந்து விடுகின்றன.

அமெரிக்காவில் 1956இல் வனத்துறை 885,000 ஏக்கர்களில் DDT யைத் தெளித்தது. நோக்கம் அரும்புப் புழுவைக் கட்டுப்படுத்துவது. ஆனால் சிலந்தி அந்துக்கள் அதிகமாகி, காட்டு மரங்களும் செடிகளும் பாழ்பட்டன. பூச்சிக் கொல்லிகளினால் இவை ஏன் அதிகமாகின்றன? மூன்று காரணங்கள்: அவற்றைப் பல பூச்சி இனங்கள் கட்டுக்குள் வைத்திருந்தன. அவற்றைப் பூச்சிக் கொல்லிகள் அழித்துவிட்டன. அடுத்ததாக பகைவர்களுக்குப் பயந்து இவை ஒரே இடத்தில் அடைந்து கிடக்கும். இப்போது பகைவர்கள் எல்லாம் இறந்து விட்டதால் நிறைய இடம் கிடைக்கிறது. உணவும் கிடைக்கிறது. எனவே பாதுகாப்பிற்காக வலை பின்னுதலில் தங்கள்

சக்தியை வீணாக்க வேண்டியதில்லை. அந்த சக்தியை அதிகமான அந்துகளை உண்டாக்குவதில் செலவழிக்கின்றன. அவை முட்டை இடுவது மூன்று மடங்கு அதிகமாகிவிட்டது. மிக முக்கியமான காரணம் பூச்சிக் கொல்லிகள் இவற்றைப் பாதிப்பதில்லை.

இது போலவே கிழக்கு சூடானில் பருத்தி விவசாயிகள் DDT தெளித்தார்கள். தொடக்கத்தில் நல்ல பயன் தந்ததால் DDT தெளிப்பதைத் தொடர்ந்தார்கள். பருத்திக்கு முதல் எதிரி ஒரு வகைப் புழு (boll worm). மருந்து தெளித்ததால் இவை பெருகிப் பருத்திக் காய்களைச் சேதப்படுத்தின. பருத்தி இலைகளைத் தின்னும் பூச்சிகள் கொல்லப்பட்டது உண்மை தான். ஆனால் ஏற்பட்ட பயனைக் காட்டிலும் புழு பருத்தியைப் பாதித்தது அதிகம். காஸ்கோவிலும், உகாந்தாவிலும், காபிச் செடியில் DDT தெளித்தபோது, அது பூச்சியைக் கொல்லவில்லை. மாறாக அதனைக் கொன்று தின்னும் பூச்சிகளை அழித்துவிட்டது.

அமெரிக்காவில் நெருப்பு எறும்பு மற்றும் ஜப்பானிய வண்டுகளை அழிக்கும் முயற்சிகளைப் பற்றி ஏற்கனவே அத்தியாயம் 10-இலும் 7-இலும் பார்த்தோம். லூசியானாவில் 1957இல் ஹெப்டாகுளோரைத் தெளித்தார்கள். கரும்புக்கு எதிரியான துளையிடும் பூச்சி அதிகமாகிவிட்டது. நெருப்பு எறும்பைக் கொல்லப் பயன்படுத்திய இரசாயனப் பொருள் துளையிடும் பூச்சியின் எதிரிகளைக் கொன்று விட்டது. விவசாயிகள் இழப்பீடு வேண்டி வழக்குத் தொடுத்தார்கள். இல்லினாயியிலும் ஜப்பானிய வண்டை அழிக்க டியல்டிரின் பயன்படுத்தினார்கள். அங்கும் தானியத்தில் துளை போடும் பூச்சிகள் அதிகம் ஆகிவிட்டன. அமெரிக்காவில் ஜப்பானிய வண்டால் ஓராண்டிற்கு 10 மில்லியன் டாலர் இழப்பு என்றால் துளைபோடும் பூச்சியால் 85 மில்லியன் டாலர் இழப்பு என்று உழவுத் துறை கூறிது.

தானியத்தில் துளையிடும் சிறு வண்டைக் (cornborer) கட்டுப்படுத்த இயற்கையை நம்புவதே சிறந்தது. இந்த வண்டு 1917இல் அமெரிக்காவிற்கு ஐரோப்பாவிலிருந்து வந்தது. இரண்டு ஆண்டுகளுக்குப் பிறகு அமெரிக்க அரசு அவற்றைக் கட்டுப்படுத்த ஒட்டுண்ணிகளை இறக்குமதி செய்தது. 24 வகை ஒட்டுண்ணிகளை ஐரோப்பாவிலிருந்தும் கிழக்கு நாடுகளிலிருந்தும் இறக்குமதி செய்தார்கள். அவற்றில் 5 மிகவும் சக்தி வாய்ந்தவையாக இருந்தன.

இயற்கைக் கட்டுப்பாடு மிகுந்த வெற்றியுடன் நடைபெற்றது, கலிஃபோர்னியாவின் எலுமிச்சைத் தோப்புகளில் தான். 1872இல் நுழைந்த நாரத்தை சத்தை உறிஞ்சும் ஒரு வகைப் பூச்சி 15 ஆண்டுகளில் காய் காய்ப்பதை முற்றிலுமாகத் தடுத்து விட்டது. பலர் மரங்களை வெட்டி விட்டார்கள். பிறகு ஆஸ்திரேலியாவிலிருந்து வெடாலியா என்று சிறிய வண்டை இறக்குமதி செய்தார்கள். இரண்டு ஆண்டுகளில் பூச்சி கட்டுக்குள் வந்தது. ஆனால் 1940களில் பூச்சிகளைக் கட்டுப்படுத்த விவசாயிகள் DDT-யைப் பயன்படுத்தினார்கள். பல இடங்களில் வெடாலியா அழிந்து விட்டது. அவற்றை இறக்குமதி செய்ய அரசுக்கு 5000 டாலர் தான் செலவாயிற்று. ஆனால் அவற்றால் பல மில்லியன் டாலர்கள் வருவாய் கிடைத்தது. இப்போது மீண்டும் பூச்சி வேகமாக வளரத் தொடங்கி விட்டது.

இந்த எடுத்துக் காட்டுகள் எல்லாம் வேளாண் துறை சம்பந்தமானவை. நோயைக் கொண்டு வருபவை. தெற்கு பசிபிக்கில் நிசான் தீவில் இரண்டாம் உலகப் போரின் போது இரசாயனப் பொருட்கள் தெளிக்கப்பட்டு வந்தன. போர் நின்ற பிறகு, நிறுத்தப்பட்டுவிட்டன. உடனே மலேரியா கொசுக்கள் தீவை நிறைத்துவிட்டன. அவற்றைக் கொன்று தின்னக் கூடிய பூச்சிகள் எல்லாம் ஏற்கனவே கொல்லப்பட்டுவிட்டன. மார்ஷல் லெயர்ட் என்பவர் இதை விளக்கும்போது இரசாயனக் கட்டுப்பாடு ஒரு காலால் இயக்கப்படும் எந்திரம் போல் இருக்கிறது என்றார். காலை எடுத்து விட்டால் ஏற்படும் விளைவைக் கண்டு பயப்பட வேண்டும். எனவே தொடர்ந்து மிதித்துக் கொண்டே இருக்கிறோம்.

உலகின் வேறு சில பகுதிகளில் நோய்க்கும் தெளித்தலுக்கும் உள்ள தொடர்பு வேறு வகைப்பட்டது. சில வகை நத்தைகள், சிப்பிகள் பூச்சிக் கொல்லிகளால் பாதிக்கப்படுவதில்லை. ஏற்கனவே ஃப்ளோரிடாவில் உப்பு சதுப்பு நிலங்களில் மருந்து தெளிப்பதனால் ஏற்பட்ட அழிவைப் பற்றிப் படித்தோம். அதில் இந்த நீரில் வாழும் நத்தைகள் மட்டும் பிழைத்துக் கொண்டன. இவை இறந்த மீன்கள் மயங்கிய நண்டுகள் மேலேறி அவற்றைத் தின்னத் தொடங்கின. இதனால் என்ன ஏற்பட்டது? இந்தச் சிப்பிகளில் பல ஒட்டுண்ணிப் புழுக்களுக்கு இருப்பிடமாக இருக்கின்றன. இவை தமது வாழ்நாளில் பாதியை நத்தையிலும், மிகுதியை மனித உடலிலும் கழிக்கின்றன. நத்தைகள் ஸ்கிஸ்டோமோ என்னும் உயிரியை வெளியிடுகின்றன. நாம் தண்ணீர் குடிக்கும் போது அல்லது குளிக்கும்போது உடலுக்குள் போய் விடுகின்றன. இந்த நோய்கள் ஆசியாவிலும்

ஆப்பிரிக்காவிலும் காணப்படுகின்றன. மேலும் நத்தை கொண்டு வரும் நோய்க் கிருமிகள் கால்நடைகள், மான், முயல்களின் கல்லீரலைப் பாதிக்கின்றன. கல்லீரல் புழுக்கள் எனப்படுபவை அவற்றின் வாழ்க்கைச் சுழற்சியில் ஒரு பகுதியை நல்ல தண்ணீரில் வாழும் நத்தைகளில் கழிக்கின்றன. இந்தப் புழுக்கள் உள்ள கல்லீரலை உண்ண முடியாது. இப்படிக் கழிக்கப்பட்ட கல்லீரல்களால் அமெரிக்க கால்நடை உற்பத்தியாளர்கள் ஆண்டுக்கு முப்பத்தைந்து லட்சம் மில்லியன் டாலர்களை இழக்க வேண்டியதாயிற்று.

இயற்கையான கட்டுப்பாட்டு முறைகளைப் பயன்படுத்தாமல் விட்டதற்கு என்ன காரணம்? ஏனென்றால் இரசாயனப் பொருட்களைப் பயன்படுத்திக் கட்டுப்படுத்துவதில் கவனம் போய் விட்டது தான். அமெரிக்காவில் பூச்சியியல் அறிஞரில் 2 சதவீதம் பேர் தான் உயிரியல் கட்டுப்பாட்டு முறைகளை ஆராய்ந்தார்கள். மிச்சம் 98 சதவீதம் இரசாயனப் பூச்சிக் கொல்லிகள் பற்றிய ஆய்வில் ஈடுபட்டிருந்தார்கள்.

ஏன்? ஏனென்றால் பெரிய இரசாயன நிறுவனங்கள் பூச்சிக் கொல்லிகள் ஆய்விற்காகப் பல்கலைக் கழகங்களில் பணத்தைக் கொட்டுகிறார்கள். ஆய்வு மாணவர்களுக்கு உதவித் தொகைகளை வாரி வழங்குகிறார்கள். ஏனென்றால் இந்த ஆய்வுகளின் விளைவுகள் இரசாயனத் தொழிற்சாலைக்கு பல மில்லியன் டாலர்களை ஈட்டித் தரும். ஆனால் உயிரியல் கட்டுப்பாட்டு முறைகளினால் அவற்றிற்குப் பயனில்லை. அரசாங்கங்கள் தான் இவற்றில் ஈடுபட வேண்டியதிருக்கிறது. அங்கு ஆய்வு மாணவர்களுக்குக் குறைந்த ஊதியமே கிடைக்கும்.

இதனால் தான் புகழ்மிக்க பூச்சியியலறிஞர்கள் இரசாயனக் கட்டுப்பாட்டை ஆதரிக்கிறார்கள். அவர்களுடைய பின்னணியை ஆராய்ந்தால் அவர்களுடைய ஆய்வு முழுவதும் இரசாயனத் தொழிற்சாலைகளின் ஆதரவினால் நடக்கின்றன. அவர்களுடைய வேலையும், அவர்களுடைய பெயரும் இந்த ஆய்வு முடிவுகளை நம்பியே இருக்கின்றன. அவர்களுக்கு உணவளிக்கின்ற கைகளைக் கடிப்பார்களா? அப்படி இருக்கும்போது அவர்கள் பூச்சிக் கொல்லிகளால் ஆபத்தில்லை என்று சொல்லுவதை ஏற்றுக் கொள்ள முடியுமா?

இவர்கள் மத்தியில் ஒரு சில பூச்சியியல் அறிஞர்கள் இரசாயனக் கட்டுப்பாட்டிற்கு எதிராகக் குரல் எழுப்பாமல் இல்லை.

இங்கிலாந்தில் ஜேக்கப் "பொருளியல் பூச்சியியல் அறிஞர்கள் பூச்சிக் கொல்லிகளைச் சோதிப்பதோ, பேரழிவை ஏற்படுத்தும் இரசாயனப் பொருட்களைத் தேடுவதோ இல்லை" என்று கூறுகிறார். அவரை அடுத்து டாக்டர் பிக்கட்டும் பூச்சிகளைக் கட்டுப்படுத்த இயற்கை முறைகளைப் பயன்படுத்த வேண்டும் என்று வற்புறுத்துகிறார். அவர் தனது ஆராய்ச்சியை 30, 40 ஆண்டுகளுக்கு முன்னர் கனடாவில் பழத் தோட்டங்களில் தொடங்கினார். அப்போது கரிமம் அல்லாத வேதிப் பொருட்களைப் பூச்சிக் கொல்லிகளாக பயன்படுத்தினால் பூச்சிகளைக் கட்டுப்படுத்தலாம் என்று பொதுவாக நம்பினார்கள். எனவே அவற்றைப் பயன்படுத்தினார்கள். பயன் எதுவும் இல்லை. அடுத்து DDT-யைப் பயன்படுத்தினார்கள். இப்போது அந்துப் பூச்சிகள் தான் அதிகமாயின. அப்போது டாக்டர் பிக்கட் புதிய வழியில் செல்ல முயன்றார். அவரும் அவருடைய கூட்டாளிகளும் இயற்கைக் கட்டுப்பாட்டு முறைகளை அதிகமாகவும், இரசாயன முறைகளை குறைவாகவும் பின்பற்ற முடிவு செய்தார்கள். சரியான அளவைச் சரியான நேரத்தில் பயன்படுத்தும்போது பூச்சிகளையும் கட்டுப்படுத்தலாம். உதவி செய்யும் உயிரினங்களையும் காப்பாற்றலாம். ஆப்பிள் பூப் பூப்பதற்குப் பின்னால் இல்லாமல் முன்னாலேயே, நிக்கோடின் சல்பேட்டைப் பயன்படுத்தினால் பூச்சிகளைத் தின்று வாழும் பூச்சிகளைக் காப்பாற்றலாம். மேலும் டாக்டர் பிக்கட் குறைந்த அளவே அவற்றையும், ஒட்டுண்ணிகளையும் பாதிக்கும் இரசாயனப் பொருட்களையும் பயன்படுத்துகிறார். DDT, பாரத்தியான் முதலியவற்றைத் தவிர்த்து ஒரு செடியின் கிளையிலிருந்து கிடைக்கும் ரியானியா, நிக்கோடின் சல்பேட், ஈய ஆர்சனேட் ஆகியவற்றைப் பயன்படுத்தினார். DDT அல்லது மாலத்தியானைப் பயன்படுத்த வேண்டிய கட்டாயம் ஏற்பட்டால் குறைந்த அடர்விலேயே அவற்றைப் பயன்படுத்தினார்.

டாக்டர் பிக்கட் கூறிய முறைகளைப் பின்பற்றிய பழத் தோட்டங்களில் முதல் தரமான பழங்களை உண்டாக்க முடிந்தது. நல்ல மகசூலும் கிடைத்தது, செலவும் குறைவு. மிகச் சிறப்பான விளைவு என்னவென்றால் இயற்கையின் சம நிலையை இந்த முறை எந்த வகையிலும் பாதிக்கவில்லை. கனடா நாட்டு பூச்சியியல் அறிஞர் வில்லியம் கூறுகிறார்: "நாம் நமது தத்துவத்தை மாற்றிக் கொள்ள வேண்டும். மனித ஆற்றலின் உயர்வைப் பற்றிய எண்ணத்தை விட்டு விட வேண்டும். இயற்கைச் சுற்றுச் சூழலில் உயிரிகளின் எண்ணிக்கைக் கட்டுப்படுத்தும் எளிய செலவற்ற முறைகளைக் கற்றுக் கொள்ள வேண்டும்."

16. பனிச்சரிவின் குமுறல்கள்

தகுதியானவை பிழைத்தல் என்பது டார்வினின் கோட்பாடு. இன்று டார்வின் இருந்திருந்தால் அவருடைய கோட்பாடுகளைப் பூச்சி உலகம் நிரூபிப்பதைப் பார்த்து மகிழ்ந்திருப்பார். இரசாயனத் தெளிப்புகளைத் தீவிரமாகப் பயன்படுத்தியதால் பூச்சிகள் உலகில் மெலிந்தவை எல்லாம் களை எடுக்கப்பட்டு விட்டன. இப்போது பல இடங்களில் வலிமையுடையவை, பிழைத்திருக்கத் தகுந்தவை மட்டும் நம்முடைய கட்டுப்படுத்தும் முயற்சிகளை எதிர்த்து மிஞ்சி நிற்கின்றன.

ஒரு அரை நூற்றாண்டுக்கு முன்னர் வாஷிங்டன் மாநிலக் கல்லூரியின் பூச்சி இயல் துறைப் பேராசிரியர் மெலண்டர் ஒரு கேள்வி கேட்டார். "தெளிப்புகளுக்குப் பூச்சிகள் எதிர்ப்புச் சக்தியை உண்டாக்கிக் கொள்ளுமா?" அதற்கான விடை அப்போது தெளிவில்லாமல் இருந்தது. ஏனென்றால் அவர் 1914ஆம் ஆண்டு இவ்வினாவை எழுப்பினார். DDT-க்கு முன்னர், கரிம வேதிப் பொருட்கள் இல்லாதபோது, பயன்படுத்தப்பட்டவை இந்த அளவில் அதிகமாகத் தெளிக்கப்படவில்லை. இரசாயனத் தெளிப்புகளோ தூள்களோ பயன்படுத்தப்பட்டபோது இங்கொன்றும் அங்கொன்றுமாகவே பூச்சி வகைகள் சில தப்பிப் பிழைத்தன. ஆனால் பிறகு பூச்சிகளைக் கொல்வது கடினமாகி விட்டது. வாஷிங்டனில் சில பகுதிகளில் பூச்சிகளைக் கொல்ல முடியவில்லை.

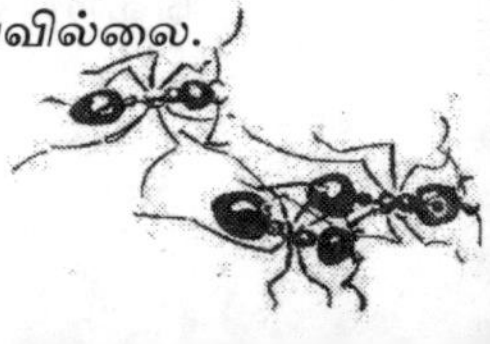

ஸ்கேல் பூச்சிகள் சுண்ணாம்புக் கந்தகத்தைத் தெளித்தபோது சாவதில்லை, பல ஏக்கர்களில் பழத் தோட்டங்கள் அழிந்து போயின. பிறகு கலிஃபோர்னியாவில் மரங்களின் மேல் கூடாரங்கள் அமைத்து, அவற்றை ஹைடிரோசயினிக் அமிலத்தால் நிரப்பும் பழமையான முறையும் பயனற்றுப் போனது. அதனால் 1915இல் ஓர் ஆராய்ச்சி நிலையம் அமைக்கப்பட்டது. 1920களில் ஆப்பிள் புழுவும் எதிர்ப்பு சக்தியைப் பெற்று விட்டது.

DDT பயன்படுத்தப்படத் தொடங்கிய பிறகு எதிர்ப்புச் சக்தியும் வலிமையடைந்து விட்டது. சில ஆண்டுகளிலேயே ஆபத்தான ஒரு சிக்கல் தலை தூக்க ஆரம்பித்து விட்டது. ஆனால் நமது வீரியமிக்க இரசாயனத் தாக்குதலுக்கு எதிர்ப்பு சக்தி பூச்சிகளுக்கு இருக்கிறது என்பது நமக்குத் தெரியவில்லை. நோய்களைப் பரப்பும் பூச்சிகள் எதிர்ப்புச் சக்தியை உருவாக்கி வருவது பற்றித்தான் தெரியும். ஆனால் விவசாயிகள் புதிது புதிதாக வரும் நச்சுத் தன்மை மிக்க இரசாயனப் பொருட்களின் மேல் அதிகம் நம்பிக்கை வைக்கிறார்கள்.

பூச்சிகளின் எதிர்ப்பு சக்தி பற்றிய செய்தி மெதுவாகத் தெரிய வருவதுபோல, எதிர்ப்பு சக்தி அதிகரிப்பு மந்தமாக இல்லை. 1945இல் DDT-க்கு முந்திய பூச்சிக் கொல்லிகளில் பத்துப் பனிரெண்டு வகைகள் தான் எதிர்ப்பு சக்தியை வளர்த்துக் கொண்டன. ஆனால் புதிய கரிம வேதிப் பொருட்களை அதிக அளவில் பயன்படுத்தத் தொடங்கிய பிறகு 1960இல் 137 வகைகள் எதிர்ப்புச் சக்தியைப் பெற்று விட்டன. இந்தப் பொருள் பற்றி ஆயிரத்திற்கு மேற்பட்ட ஆராய்ச்சிக் கட்டுரைகள் வந்து விட்டது. உலக சுகாதார அமைப்பு உலகெங்கிருந்தும் 300 விஞ்ஞானிகளை நியமித்து எதிர்ப்பு சக்தியைப் பற்றி ஆய்வு செய்தது. டாக்டர் சார்லஸ் எல்டன், “இப்போது குமுறல்களைத் தான் கேட்கிறோம். இது விரைவில் பெரிய பனிச்சரிவாக ஆகப் போகிறது,” என்றார்.

இப்போதெல்லாம் எதிர்ப்பு சக்தி மிக வேகமாக உண்டாகி விடுகிறது. எடுத்துக்காட்டாக, தென் ஆப்பிரிக்காவில், கால்நடையை நீல உண்ணிகள் தாக்கின. ஓராண்டில் 600 கால்நடைகள் மடிந்தன. இந்த உண்ணி முதலில் ஆர்சனிக்கிற்கு எதிர்ப்பு சக்தியை உண்டாக்கிக் கொண்டது. அதன் பிறகு பென்சின் ஹெக்சாகுளோரைடைப் பயன்படுத்தினார்கள். சிறிது காலம் நன்றாகவே செயல்பட்டது. 1949இல் புதிய இரசாயனப் பொருளைக் கொண்டு உண்ணிகளை வெற்றிகரமாகக் கட்டுப்படுத்தி விடலாம் என்று அறிவிப்பு

வந்தது. ஆனால் அந்த ஆண்டிற்குள்ளேயே அது எதிர்ப்பு சக்தியை உண்டாக்கிக் கொண்டது என்று அறிக்கை வந்தது.

இத்தகைய எதிர்ப்பு சக்தி வேளாண்மை, வனத் துறைகளில் கவலை ஏற்படுத்தியது. ஆனால் அதைவிட மனிதரின் உடல் நலத்திலும் இது அச்சத்தை ஏற்படுத்தியது. பூச்சிகளுக்கும் மனிதரின் நோய்களுக்கும் உள்ள தொடர்பு அனைவரும் அறிந்தது தான். அனோஃபிலிஸ் கொசுக்கள் மலேரியாவின் ஒற்றைச் செல் உயிரியலை மனித இரத்தத்தில் புகுத்திவிடும். வேறு கொசுக்கள் மஞ்சள் காய்ச்சலைப் பரப்பி விடும். வேறு சில மூளைக் காய்ச்சலை உண்டாக்கிவிடும். வீட்டு ஈ கடிக்காது. ஆனால் உணவை மாசுபடுத்தி வயிற்றுக் கடுப்பு பாக்டீரியாவைக் கொடுக்கும்; கண் வலியை பரப்பி விடும். நோய்க் கிருமிகளைச் சுமந்து கொண்டிருக்கும் பூச்சிகளை வெக்டார்கள் என்பார்கள். பேன், பிளேக்கைப் பரப்பும் எலி, ஈக்கள், காய்ச்சல்களை உண்டாக்கும் உண்ணிகள் முதலியனவற்றைக் கூறலாம்.

இவற்றை நாம் உடனே சந்தித்தாக வேண்டும். பூச்சிகள் பரப்பும் நோய்களைக் கவனிக்காது விட வேண்டும் என்று யாரும் கூற மாட்டார்கள். ஆனால் அவற்றைத் தடுக்க நாம் பயன்படுத்தும் முறைகள் நன்மைக்குப் பதில் தீமையை உண்டாக்கினால் என்ன செய்வது? உலகம் அவற்றைக் கட்டுப்படுத்திய வெற்றிகளைப் பற்றித் தான் தெரிந்து வைத்திருக்கிறது. ஆனால் தோல்விகள், சிறிது காலமே இருக்கும் வெற்றிகள், எல்லாம் பூச்சிகள் இப்போது மிக வலிமை பெற்று விட்டன என்பதையே எடுத்துக் காட்டுகின்றன. நாம் அவற்றை எதிர்த்துப் போராடும் வழிகளையும் அடைத்து விட்டோம். உலக சுகாதார அமைப்பு, கனடா நாட்டுப் பூச்சி இயல் அறிஞராக டாக்டர் பிரவுன் என்பவரை எதிர்ப்பு சக்திப் பிரச்சினை பற்றி ஆராயுமாறு கேட்டுக் கொண்டது. அவரும் பூச்சிகளைக் கட்டுப்படுத்த முன்னர் பயன்படுத்திய வேதிப் பொருட்களுக்கு பூச்சிகள் எதிர் சக்தியை வளர்த்துக் கொண்டு விட்டன என்று அறிக்கை தந்தார். மலேரியா, டைபாய்ட், பிளேக் முதலிய நோய்களைக் கட்டுப்படுத்த எடுக்கப்படும் இப்போதைய முயற்சிகள் தோல்வியடையலாம் என்று எச்சரித்தார்.

இந்தத் தோல்வியை எப்படிக் கணக்கிடுவது? மருத்துவத் துறைக்கு முக்கியமான பல பூச்சிகள் எதிர்ப்பு சக்தியைப் பெற்று விட்டன. குறிப்பாக, வீட்டு ஈக்கள், பேன்கள் ஆகியவை உலக அளவில் எதிர்ப்பு சக்தியைப் பெற்று விட்டன. மலேரியா

ஒழிப்பு இயக்கமும் கொசுக்கள் எதிர்ப்பு சக்தியைப் பெறுவதால் தடுமாறுகிறது. அதுபோல பிளேக்கைப் பரப்பும் எலி ஈயும் DDT-க்கு எதிர்ப்பு சக்தி உடையதாக இருக்கிறது.

முதன் முதலாகப் பெரிய அளவில் பூச்சிக் கொல்லிகளை மருத்துவத் துறையில் பயன்படுத்தியது இத்தாலி நாடு. 1943இல் DDT-ஐ மக்கள் மேல் தெளித்து இராணுவ ஆட்சி டைபாய்டைக் கட்டுப்படுத்திற்று. இரண்டு ஆண்டுகள் கழித்து மலேரியா கொசுக்களை அழிக்க அதேமுறை பின்பற்றப்பட்டது. அடுத்த ஆண்டே பிரச்சினை ஆரம்பமாயிற்று. வீட்டு ஈக்களும், கொசுக்களும் எதிர்ப்புச் சக்தியைக் காட்டின. 1948இல் DDT-க்குப் பதிலாகக் குளோர்டேன் பயன்படுத்தப்பட்டது. இரண்டு ஆண்டுகளுக்குக் கொசுக்கள் கட்டுப்பாட்டிற்குள் இருந்தன. 1950இல் குளோர்டேனுக்கு எதிர்ப்பு சக்தியுள்ள ஈக்கள் தோன்றின. பிறகு வீட்டு ஈக்களும் மலேரியாக் கொசுக்களும் குளோர்டேனுக்கு முழு எதிர்ப்பு சக்தி உள்ளனவாக மாறி விட்டன. 1951ஆம் ஆண்டிற்குள் மெத்தாக்சிகுளோர், குளோர்டேன், ஹெப்டாகுளோர், பென்சீன் ஹெக்சாக்குளோரைடு எதுவுமே ஒன்றும் செய்ய முடியவில்லை. ஈக்கள் பெருகி விட்டன.

சார்டினியாவிலும் 1940களில் இதே போன்ற நிகழ்வுகள். டென்மார்க்கில் DDT கலந்த வேதிப் பொருட்களை 1944இல் பன்படுத்தினார்கள். 1947-க்குள் ஈயைக் கட்டுப்படுத்த முடியாத நிலை ஏற்பட்டது. 1948இல் எகிப்தில் ஈக்கள் DDT-க்கு எதிர்ப்பு சக்தியைப் பெற்று விட்டன. அதற்குப் பதிலாக BHC-ஐப் பயன்படுத்தினார்கள். அதுவும் ஓராண்டிற்கு மேல் வேலை செய்யவில்லை. அங்கு ஒரு கிராமத்தில் 1950இல் பூச்சிக் கொல்லிகள் ஈக்களைக் கட்டுப்படுத்தின. சிசு இறப்பும் 50 சதவீதமாகக் குறைந்தது. அடுத்த ஆண்டு ஈக்களை DDT-யும் குளோர்டேனும் ஒன்றும் செய்ய முடியவில்லை. சிசு இறப்பும் பழைய நிலைக்கு வந்து விட்டது. அமெரிக்காவிலும் DDT எதிர்ப்பு சக்தி ஈக்களில் டென்னசிப் பள்ளத்தாக்கில் 1948இல் அதிகமாகி விட்டது. சில இடங்களில் இரண்டு மாதங்கள் கூடத் தாக்குப் பிடிக்க முடியவில்லை.

நேப்பிள்சில் பேன்களை DDT-ஆல் கட்டுப்படுத்தி விட்டோம் என்று பெருமை பேசினார்கள். அதே போல ஜப்பானிலும், கொரியாவிலும் 1945-46இல் இரண்டு மில்லியன் பேருக்குப் பேன் இல்லாமல் கட்டுப்படுத்தப்பட்டது. ஆனால் 1948இல் டைபாய்டு பரவுவதைத் தடுக்க முடியாமற் போனபோது, கொஞ்சம் ஐயம்

ஏற்பட்டது. பூச்சியியல் வல்லுநர்கள் ஆய்வகங்களில் சோதித்து பேன் எதிர்ப்பு சக்தியை வளர்ப்பது சாத்தியமில்லை என்று சொன்னார்கள். ஆனால் கொரியாவில் நடந்தது அதிர்ச்சி ஊட்டுவதாக இருந்தது. DDT தூளைப் படைவீரர்களுக்குப் பயன்படுத்தியபோது பேன் அதிகமாகி விட்டது. பேனைச் சோதித்தபோது DDT பொடி 5 சதவீதம் இருந்தால் அது பேனைக் கொல்லாது என்று கண்டார்கள். ஜப்பான், ஜோர்டான், சிரியா, எகிப்து ஆகிய நாடுகளிலும் DDT-யினால் பேனையும், டைபாய்டையும் கட்டுப்படுத்த முடியவில்லை என்று தெரிய வந்தது. 1957-க்குள் உலகில் எல்லா நாடுகளிலுமே இதே நிலை தான்.

DDT-க்கு எதிர்ப்புச் சக்தியைக் காட்டிய முதல் மலேரியா கொசு அனோஃபாலிஸ் சக்காரோவி என்பது. இது கிரீசில் நடந்தது. 1946இல் DDT தெளித்த போது நல்ல வெற்றி. 1949இல் பெரிய கொசுக்கள், பெரிய எண்ணிக்கையில் பாலங்களுக்கு அடியில் ஓய்வு எடுத்துக் கொண்டிருப்பதைக் கண்டார்கள். பிறகு குகைகள், வெளியிலுள்ள மரங்கள், ஆரஞ்சு மரங்களின் தண்டுகள் ஆகியவற்றிலும் காணப்பட்டன. பெரிய கொசுக்கள் ஓரளவு எதிர்ப்பு சக்தியை ஏற்படுத்திக் கொண்டு, தெளிக்கும் இடங்களை விட்டு வெளியில் வந்து ஓய்வெடுக்கின்றன. இரண்டு மாதங்களுக்குப் பிறகு வீட்டுக்குள்ளேயே சுவர்களில் அமர்ந்து ஓய்வெடுத்தன. அனோஃபாலிஸ் கொசுக்கள் பூச்சிக் கொல்லிகளுக்கு எதிர்ப்பு சக்தியை உண்டாக்கிக் கொண்டது மிக வேகமாக அதிகமாகி விட்டது. மலேரியாவை ஒழிக்க வீடுகளில் தெளித்ததே இதற்குக் காரணம் 1956இல் இந்தக் கொசுக்களில் 5 இனங்கள் தான் எதிர்ப்பு சக்தி காட்டின. ஆனால் 1960இல் அதன் எண்ணிக்கை 28 ஆகிவிட்டது.

வேறு நோய்களைப் பரப்பும் கொசுக்களும் எதிர்ப்புச் சக்தியை பெற்று விட்டன. யானைக்கால் நோயைப் பரப்பும் கொசு உலகின் பல பாகங்களில் எதிர்ப்பு சக்தியைப் பெற்றுவிட்டது. மஞ்சள் காய்ச்சலைப் பரப்பும் கொசுக்களும் தென் கிழக்கு ஆசியாவில் எதிர்ப்பு சக்தியுடன் காணப்படுகின்றன. இப்படி எதிர்ப்பு சக்தியை வளர்த்துக் கொண்டது ஆபத்தானது. 1954இல் டிரினிடாடில் மஞ்சள் காய்ச்சலைக் கட்டுப்படுத்த முடியவில்லை. இந்தோனேசியாவிலும், ஈரானிலும் மலேரியா திடீரென்று அதிகமானது. நைஜீரியா, கிரேக்கம், சைபீரியா ஆகிய நாடுகளிலும் மலேரியா ஒட்டுண்ணியைப் பரப்பும் கொசுக்கள் நிறைந்து விட்டன. ஜியார்ஜியாவில் வயிற்றுப் போக்கை

ஈயை அழிப்பதன் மூலம் கட்டுப்படுத்தினார்கள். ஆனால் ஓராண்டில் நிலைமை மாறி விட்டது.

சாதாரண வீட்டுக் கொசுவும் அங்கும் இங்குமாக எதிர்ப்பு சக்தியைப் பெற்று வருகிறது. மொத்தமாக தெளிப்புகளைப் பயன்படுத்துகின்றவர்கள் கொஞ்சம் சிந்திக்க வேண்டும். இந்தக் கொசு உலகின் பல நாடுகளில் DDT-க்கு எதிர்ப்பு சக்தியைப் பெற்று விட்டது.

உண்ணிகள் இன்னொரு பிரச்சினை. ஒரு வகைக் காய்ச்சலைப் பரப்பும் உண்ணி எதிர்ப்பு சக்தியை உண்டாக்கிக் கொண்டது. நாய் உண்ணியை இரசாயனப் பொருட்களால் கொல்ல முடியாது. இது நாய்களுக்கும் மனிதருக்குமே சிக்கல். இது மித வெப்ப நாடுகளிலுள்ள இனம். எனவே இது வடக்கிலுள்ள புது ஜெர்சியில் இருக்க வேண்டுமென்றால் குளிர் காலத்தில் வெப்பமூட்டப்பட்ட கட்டடங்களுக்குள் இருக்க வேண்டும். சில வேளைகளில் ஒரு வீட்டுத் தொகுதி முழுவதுமே உண்ணிகள் பரவி விடும். அவற்றை அழிப்பது கடினம். "மத்திய பூங்காவில் ஒரு நாயின் மேல் உண்ணிகள் தொற்றிக் கொள்ளும். முட்டை இடும். வீடுகளில் முட்டையிடும். DDT, குளோர்டேன் எதுவும் அதை ஒன்றும் செய்ய முடியாது. முதலில் நியூயார்க் நகரில் தான் இருந்தது. இப்போது லாங் ஐலண்ட், வின்செஸ்டர், கனெக்டிகட் பகுதிகளுக்கு இந்த நான்கு ஐந்து ஆண்டுகளில் பரவிவிட்டது," என்று அமெரிக்க அருங்காட்சியகத்தைச் சார்ந்த பாலிஸ்டர் கூறுகிறார்.

வட அமெரிக்காவில் ஜெர்மன் மூட்டைப்பூச்சி குளோர்டேனுக்கு எதிர்ப்பு சக்தியை வளர்த்துக் கொண்டுவிட்டது. இப்போது கரிம பாஸ்பேட்டுகளைப் பயன்படுத்தினார்கள். இப்போது இதனாலும் பயனில்லை. வேறு பூச்சிக் கொல்லிகளைத் தேடிக் கொண்டிருக்கிறார்கள். இப்படி ஒரு பூச்சிக் கொல்லியிலிருந்து இன்னொன்றுக்கு மாறுவது வழக்கமாகிவிட்டது. ஆனால் இப்படியே போய்க் கொண்டிருக்க முடியாது. வேதியியல் அறிஞர் புதிது புதிதாகக் கண்டுபிடித்துக் கொண்டே இருக்க முடியாது. "நாம் ஒரு வழிப்பாதையில் போய்க் கொண்டிருக்கிறோம்!" என்று டாக்டர் பிரவுன் கூறுகிறார். இந்தப் பாதை எவ்வளவு தூரம் போகும் என்று யாருக்கும் தெரியாது. ஆனால் கடைசியில் முட்டி நின்றுவிட்டால் ஆபத்துதான்.

பயிர்களைத் தாக்கும் பூச்சிகளும் இதே மாதிரி தான். வேளாண் பயிர்களைத் தாக்கும் பூச்சிகள் பல வேதிப் பொருட்களுக்கு எதிர்ப்புச் சக்தியைப் பெற்றுவிட்டன. DDT, BHC, லின்டேன், டியல்டிரின், ஆல்டிரின், பாஸ்பேட்டுகள் கூட அவற்றை ஒன்றும் செய்ய முடியவில்லை. பயிர்களை அழிக்கும் பூச்சிகளில் எதிர்ப்பு சக்தியைப் பெற்றிருப்பவை 1960இல், 65-ஆக உயர்ந்துவிட்டது.

1951இல் தான் அமெரிக்காவில் முதன் முதலில் DDT-க்கு எதிர்ப்பு சக்தி கொண்ட பயிர்ப் பூச்சிகள் காணப்பட்டன. ஆப்பிள் மரத்தைத் தாக்கும் அந்துப் பூச்சியை இப்போது DDT-ஆல் அழிக்க முடியாது. அமெரிக்காவின் பல மாநிலங்களில் உருளைக் கிழங்குப் பூச்சிகள் எதிர்ப்பு சக்தி உள்ளவையாக ஆகிவிட்டன. பருத்திப் பூச்சிகளிலேயே ஆறு வகைகள், இன்னும் பல பூச்சிகள், அந்துகள் எல்லாமே விவசாயியின் தாக்குதலைச் சட்டை செய்வதில்லை.

எனினும் இரசாயனத் தொழிற்சாலைகள் பூச்சிகள் எதிர்ப்பு சக்தியை உண்டாக்கிக் கொள்கின்றன என்பதை ஏற்றுக் கொள்ளவில்லை. 1959இல் 100 பூச்சி வகைகள் எதிர்ப்புச் சக்தியைப் பெற்றுவிட்டன. ஆனால் வேளாண்மை வேதியியல் ஏடு ஒன்று உண்மையான அல்லது கற்பனையான எதிர்ப்புச் சக்தி என்று எழுதிற்று. தொழிற்சாலை வேண்டுமென்றால் கண்ணை மூடிக் கொள்ளலாம். ஆனால் பிரச்சினை இருந்து கொண்டே இருக்கிறது. இதனால் பல பொருளாதாரச் சிக்கல்கள் ஏற்படுகின்றன. முதலாவதாக, பூச்சிகளைக் கட்டுப்படுத்தும் வேதிப் பொருட்களுக்கான செலவு அதிகரித்துக் கொணடே போகிறது. அவற்றை சேமித்து வைக்கவும் முடியாது. ஏனென்றால் இன்று மிகப் பயனுள்ளதாக இருக்கும் வேதிப்பொருள் நாளை பயனற்றதாகப் போய்விடும். அதே போல ஒரு பூச்சிக் கொல்லியைத் தயாரிக்க மூலதனமிட்டு அதனை விளம்பரப்படுத்தி விற்பனைக்குக் கொண்டு வரும்போது குறிப்பிட்ட பூச்சி எதிர்ப்புச் சக்தியை உண்டாக்கியிருக்கும். இறுதியாக எவ்வளவு வேகமாக தயாரிப்பதிலும், பயன்படுத்துவதிலும் புதிய தொழில் நுட்பங்களைப் பயன்படுத்தினாலும், பூச்சிகள் ஒரு படி முன்னாலேயே இருக்கின்றன.

இயற்கைத் தேர்விற்கு எதிர்ப்புச் சக்தியின் இயக்கம் டார்வினுக்கு நல்ல எடுத்துக்காட்டாக இருந்திருக்கும். வேதிப் பொருட்களில் தப்பிப் பிழைப்பவை முரட்டுத்தனமான பூச்சிகள் தாம்.

நோஞ்சான்களைத் தெளிப்புகள் அழித்து விடுகின்றன. எந்த மருந்துகளையும் தாங்கி உயிர் பிழைக்கும் உட்திறன் உள்ளவை எஞ்சுகின்றன. அவை தங்கள் முன்னோரிடமிருந்து அத்தகைய முரட்டுத் தன்மையை அல்லது வலிமையைப் பெற்றிருக்கின்றன. இதனால் சில தலைமுறைகளுக்குப் பிறகு, முரட்டுப் பூச்சிகளும், நோஞ்சான்களும் கலந்து இருக்கும் நிலைமாறி, முரட்டுப் பூச்சிகள் மட்டுமே நிறைந்திருக்கும்.

எதனால் பூச்சிகளிடம் இந்த எதிர்ப்புச் சக்தி உண்டாகிறது என்பது இன்னும் சரியாகத் தெரியவில்லை. அவற்றின் உடல் கூற்றுக் கட்டமைப்பு காரணமாக இருக்கலாம் என்று கூறப்படுகிறது. ஆனால் அதற்குத் தகுந்த ஆதாரங்கள் இல்லை. எனினும் சில உயிர் வகைகளிடம் எதிர்ப்புச் சக்தி இயற்கையிலேயே இருக்கிறது என்று ஆய்வாளர்கள் கருதுகிறார்கள். கோலாலம்பூரில் கொசுக்கள் DDT தெளித்த பகுதிகளை விட்டு வெளியே போய் விட்டன. எதிர்ப்புச் சக்தி ஏற்பட்டவுடன் DDT அடித்த இடங்களிலேயே சென்று அமர்ந்து கொண்டன. தைவானில் மூட்டைப் பூச்சிகள் எதிர்ப்பு சக்தியைப் பெற்று விட்டன. அவற்றின் உடலிலேயே DDT தூள் இருந்தது. DDT அடித்த துணியில் வைத்திருந்தால் ஒரு மாதம் வரை உயிரோடு இருந்தது. முட்டையிட்டுக் குஞ்சும் பொரித்தது.

எனினும், எதிர்ப்புச் சக்தியின் அளவு உடல் அமைப்பை மட்டும் பொறுத்தது இல்லை. DDT-க்கு எதிர்ப்புச் சக்தி உள்ள ஈக்களில் இருக்கும் என்சைம் DDE வேதிப் பொருளின் நச்சுத் தன்மையைப் போக்க வல்லது. DDT எதிர்ப்புக்கு மரபணுக் காரணி இருக்கும் ஈக்களில் மட்டுமே இந்த என்சைம் உற்பத்தியாகிறது. எனினும் ஈக்களும், மற்ற பூச்சிகளும் கரிம பாஸ்பேட்டின் நச்சுத் தன்மையை எப்படி முறியடிக்கின்றன என்பது தெரியவில்லை.

சில பூச்சிகளின் பழக்க வழக்கங்களே அவற்றை வேதிப் பொருட்களிலிருந்து தப்ப வைக்கின்றன. எதிர்ப்புச் சக்தியுள்ள ஈக்கள் பூச்சிக் கொல்லி தெளித்த சுவர்களில் உட்காராமல் தரையிலேயே அமர்கின்றன. வீட்டு ஈக்கள் அசையாமல் ஒரு இடத்தில் அமர்ந்திருப்பதால் நச்சுப் பொருளைத் தொடும் வாய்ப்பைக் குறைத்துக் கொள்கின்றன. DDT தெளிக்கும் போது மலேரியா கொசுக்கள் உடனே தெரிந்து கொண்டு குடிசைகளை விட்டு வெளியே போய்த் தப்பிக்கின்றன.

பொதுவாக எதிர்ப்புச் சக்தி தோன்ற இரண்டு மூன்று ஆண்டுகள் ஆகலாம். ஆனால் சில சமயங்களில் ஒரு பருவத்திற்குள் கூட வந்து விடலாம். அதே சமயம் ஆறு ஆண்டுகள் கூட ஆகலாம். ஆனால் இது எத்தனை தலைமுறைக்கு இருக்கும் என்பது முக்கியம். இது பருவ நிலைக்கும் இனத்துக்கும் தக்கவாறு மாறுபடும். எடுத்துக்காட்டாக, கனடாவிலுள்ள ஈக்கள் அமெரிக்க ஈக்களை விட மெதுவாகவே எதிர்ப்புச் சக்தியை வளர்த்துக் கொள்கின்றன. இதற்கு அமெரிக்காவின் வெப்ப நிலையே காரணமாக இருக்கலாம்.

பூச்சிகள் எதிர்ப்புச் சக்தியை உண்டாக்கிக் கொள்ள முடியுமானால் மனிதர்களாலும் முடியுமா என்ற கேள்வி எழுகிறது. கோட்பாட்டின்படி சாத்தியம் தான். ஆனால் இது நடக்க நூறு, ஆயிரம் ஆண்டுகள் ஆகலாம். எதிர்ப்புச் சக்தி என்பது ஒரு தனி மனிதனிடம் தோன்றி வளர்வது இல்லை. ஒருவருக்குப் பிறப்பிலேயே நச்சுப் பொருட்களுக்கான எதிர்ப்புச் சக்தி இருக்குமானால் அவரால் தாக்குப் பிடித்துப் பிழைத்துக் கொள்ள முடியும், குழந்தைகளையும் பெற்றுக் கொள்ளலாம். எனவே, எதிர்ப்புச் சக்தி என்பது ஒரு மனித இனத்திடம் பல தலைமுறைகளுக்குப் பிறகு தோன்றுவது. மனித இனம் ஒரு நூற்றாண்டில் மூன்று தலைமுறைகளையே உருவாக்குகிறது. ஆனால் பூச்சிகளின் தலைமுறை நாட்கள் அல்லது வாரங்கள் தான்.

ஹாலண்டின் தாவரப் பாதுகாப்புத் துறை இயக்குநர் டாக்டர் பிரியஜர் கூறும் ஆலோசனை, "எவ்வளவு குறைவாக முடியுமோ அவ்வளவு குறைவாகத் தெளியுங்கள். உங்களால் முடிந்த அளவிற்குப் போகாதீர்கள். பூச்சி இனத்தின் மேல் தாக்குதல் மிகக் குறைந்த அளவே இருக்க வேண்டும்."

ஆனால், இத்தகைய தொலை நோக்கு அமெரிக்க வேளாண் துறைக்கு இல்லை. பூச்சிகள் எதிர்ப்புச் சக்தியைப் பெறுகின்றன என்பதை ஏற்றுக் கொண்டார்கள். கட்டுப்படுத்த அதிக அளவிலான பூச்சிக் கொல்லிகளைப் பயன்படுத்த வேண்டும் என்று சொல்கிறார்கள். அப்படிப் போய்க் கொண்டிருந்தால் பூச்சிகளை மட்டுமின்றி உயிரினத்தையே இல்லாமல் செய்துவிடும். இரசாயனப் பொருட்கள் தான் மிஞ்சும்.

டாக்டர் பிரயஜர் கூறுகிறார்:

"நாம் மிக ஆபத்தான பாதையில் போய்க் கொண்டிருக்கிறோம். நாம் இரசாயன வழிகளில் இல்லாமல் உயிரியல் முறைகளில்

பூச்சிகளைக் கட்டுப்படுத்தும் வகைகளைக் காணத் தீவிர ஆராய்ச்சியில் ஈடுபட வேண்டியது அவசியம். முரட்டுத்தனமாகத் தாக்குதல் நடத்தாமல், இயற்கை முறைகளை எச்சரிக்கையாகக் கையாளுவது நமது நோக்கமாக இருக்க வேண்டும்.

நமக்கு ஆழ்ந்த உள்ளொளியும், தொலைநோக்கும் வேண்டும். இவற்றை நான் பல ஆராய்ச்சியாளர்களிடம் காணவில்லை. உயிர் வாழ்க்கை நமக்கு அறிவிற்கு எட்டாத ஓர் அதிசயம். அதற்கு எதிராகப் போராடும் போது அதனை மரியாதையோடு அணுக வேண்டும். பூச்சிக் கொல்லிகள் என்ற ஆயுதங்களைப் பயன்படுத்துவது நமது அறியாமையின் அடையாளம். இயற்கை வழிகளைக் கையாண்டு வழிநடத்த நமது திறமையின்மையின் வெளிப்பாடும் தாழ்ச்சியும் வேண்டும். அறிவியல் அகந்தை கூடாது."

17. மாற்றுப் பாதை

இரண்டு சாலைகள் பிரியும் இடத்தில் நாம் இருக்கிறோம். ஆனால் ராபர்ட் ஃபிராஸ்ட் 'பயணப்படாத சாலை' (Road not taken) என்ற செய்யுளில் போலில்லாது இரண்டும் ஒரே மாதிரியானவை அல்ல. நாம் பார்ப்பதற்கு எளிதாக இருக்கிறது ஒரு சாலை; வளுவளுப்பான நெடுஞ்சாலையில் வேகமாகப் போய்க் கொண்டிருக்கிறோம். இன்னொரு பிரிவுச்சாலை, நாம் அதிகம் பயன்படுத்தாத சாலை. அது தான் நமது உலகினைக் காக்கக்கூடிய ஒரு இலக்கை அடைய ஒரே வாய்ப்பு.

இந்தச் சாலையைத் தேர்வு செய்வது நாம் தான். முடிவு எடுக்க நமக்கு உரிமை இருக்கிறதென்றால், தேவையற்ற ஆபத்துக்களில் நாம் மாட்டிக் கொள்கிறோம் என்று நாம் முடிவு செய்தோமென்றால், நமது உலகை நச்சு இரசாயனப் பொருட்களால் நிரப்பவேண்டும் என்று கூறுபவர்களின் ஆலோசனையை ஏற்றுக் கொள்ளக் கூடாது. வேறு என்ன பாதை இருக்கிறது என்று தேட வேண்டும்.

பூச்சிகளைக் கட்டுப்படுத்தப் பல வகைப்பட்ட மாற்றுகள் இருக்கின்றன. சிலவற்றை மிகுந்த வெற்றியோடு பயன்படுத்தி வருகிறார்கள். சில ஆய்வகங்களில் சோதனைக்கு உட்படுத்தப்பட்டு இருக்கின்றன. வேறுபல இன்னும் அறிவியலறிஞர்களின் மனத்தளவிலேயே இருக்கின்றன; சோதனைக்கு உட்படுத்தப்பட ஆயத்தமாக இருக்கின்றன. இவை அனைத்திற்கும் ஒன்று பொதுவாக இருக்கிறது. இவை எல்லாம் உயிரியல் அடிப்படையானவை. அவற்றைக் கட்டுப்படுத்த முற்படும் உயிரிகளைப் பற்றித் தெரிந்து கொண்டு, இந்த உயிரிகள் இழையோடும் வாழ்க்கையின் அடிப்படையைப் புரிந்து கொண்டு செயல்படுபவை. இதற்கு உயிரியலின் பல துறைகளைச் சார்ந்தவர்களான, பூச்சியியல் அறிஞர்கள், மரபணு விஞ்ஞானிகள், உயிர் வேதியலாளர்கள், சுற்றுச் சூழலியல் நிபுணர்கள் ஆகிய அனைவரும் தங்கள் அறிவை ஒன்று சேர்த்து, உயிரியற் கட்டுப்பாட்டை உண்டாக்கி இருக்கிறார்கள்.

"எந்த அறிவியலையும் ஒரு ஆற்றுக்கு ஒப்பிடலாம். எங்கேயோ கண்காணாத இடத்தில் தொடங்குகிறது. அமைதியாக நீண்டு வீழ்ச்சியாக உருவெடுக்கிறது. சில நேரங்களில் உருண்டு போகிறது, சில நேரங்களில் நிறைந்து வழிகிறது. பல ஆய்வாளர்களின் பணியால் வேகம் பெறுகிறது. சிந்தனையின் பல ஓடைகள் அங்கு சேர்கின்றன. படிப்படியாக வளரும் கருத்தியல்களாலும், பொதுமைகளாலும் அது ஆழமும் அகலமும் பெறுகிறது," என்று உயிரியல் அறிஞர் ஸ்வான்சன் என்று கூறுகிறார்.

இன்றைக்கு உயிரியல் கட்டுப்பாட்டு அறிவியலும் இதுபோலத்தான் இருக்கிறது. ஒரு நூற்றாண்டிற்கு முன்னர் அமெரிக்காவில் விவசாயிகளுக்குத் தொல்லை கொடுக்கும் பூச்சிகளுக்கு இயற்கையான எதிரிகளை நுழைக்க முயற்சிகள் மேற்கொள்ளப்பட்டன. மெதுவாகச் செயல்பட்டாலும் அப்போதைக்கு அப்போது இந்த இயக்கம் வேகம் பெறும். சில வெற்றிகள் உந்துதல்களாக அமையும். 1940களில் இரசாயனப் பூச்சிக் கொல்லிகளின் ஆதிக்கத்தில் பூச்சியியல் பணியாளர்கள் இயற்கை

முறைகளை மறந்து விட்டிருந்தார்கள். இப்போது இதே வேதியியற் பொருட்கள் நமக்குத்தான் ஆபத்தை விளைவிக்கின்றன என்று கண்டு கொண்டார்கள். இயற்கை உயிரியல் கட்டுப்பாட்டு அறிவியலின் நீரோட்டத்தில் புதிய சிந்தனை ஓடைகள் கலந்து மீண்டும் அது ஓடத் தொடங்கிவிட்டது.

இந்தப் புதிய முறைகள் சில பூச்சி இனங்களின் சக்தியையே அவற்றிற்கு எதிராகத் திரும்பி விடுவதாகும். இதனில் முதன்மை வகிப்பது ஆண் பூச்சிகளுக்கு மலட்டுத் தன்மையை உண்டாக்குவது என்று டாக்டர் எட்வர்டு நிப்லிங் என்ற அமெரிக்க ஆய்வாளர் புதிய முறையை முன்மொழிந்து உடன் பணியாற்றுபவர்களுக்கு ஒரு அதிர்ச்சியைத் தந்தார். பூச்சிகளுக்கு மலட்டுத் தன்மையை ஏற்படுத்தி அவற்றை அதிக அளவில் விட்டால் அவை நல்ல நிலையிலுள்ள பிற ஆண் பூச்சிகளோடு போட்டியிடும். இப்படித் திரும்பத் திரும்பச் செய்தால் கருவில்லாத முட்டைகள் உண்டாகி அந்த இனப் பூச்சிகள் அழிந்துவிடும்.

இந்தக் கருத்தை விஞ்ஞானிகள் முதலில் ஏற்றுக் கொள்ளவில்லை. ஆனால் நிப்லிங் தொடர்ந்து முயன்றார். முதற் பிரச்சினை மலடாக்குவதற்குத் தகுந்த முறையைக் கண்டுபிடிப்பது. X-கதிர்களுக்கு உட்படுத்தி பூச்சிகளை மலடாக்குவது முடியும் என்று 1916-லிருந்தே தெரியும். பெரும்பாலும் அவை ஆய்வகங்களில் சோதித்துப் பார்க்கப்பட்டவை. நடைமுறையில் சோதித்துப் பார்க்கப்படவில்லை. தெற்கில் கால்நடைக்குப் பெரிய எதிரி சுருள் புழு ஈ என்பது. இந்த இனத்தின் பெண் ஈ விலங்குகளின் புண்ணில் முட்டை இடும். பொரிக்கும் முட்டை ஒட்டுண்ணி, அது புண்ணுள்ள விலங்கின் ஊனைத் தின்னத் தொடங்கி விடும். 10 நாட்களுக்குள் நோய் பரவி விலங்கு இறந்து விடும். இப்படி அமெரிக்கக் கால்நடைகள் இறப்பினால் ஓர் ஆண்டுக்கு 40,000,000 டாலர் இழப்பு ஏற்பட்டது. காட்டு விலங்குகளும் அதிக அளவில் மாண்டு போயிருக்கும். டெக்சாசில் மான் எண்ணிக்கை குறைந்ததற்கு இந்த ஈ காரணமாக இருக்கலாம் என்று சொல்லப்படுகிறது. இது 1933இல் ஃபிளோரிடாவிற்குள் நுழைந்தது. மித வெப்ப நிலைப் பூச்சியான இது இங்கு குளிர் காலத்திலும் பிழைத்துப் பெருகத் தொடங்கியது. அமெரிக்காவின் பிற பகுதிகளுக்கும் பரவி தென், கிழக்கு மாநிலங்களில் ஓராண்டிற்கு 20,00,000 டாலர் இழப்பு ஏற்பட்டது.

இப்போது டாக்டர் நிப்லிங் தனது கருத்தைச் சோதித்துப் பார்க்க வாய்ப்பு ஏற்பட்டது. 1954இல் கரீபியாவின் குரோக்காவிற்குச்

சென்றார். அது 50 மைல்கள் சுற்றிலும் கடல் சூழ்ந்த தீவு. ஃப்ளோரிடாவில் ஆய்வகத்தில் வளர்க்கப்பட்ட மலடாக்கப்பட்ட ஈக்களை விமானத்திலிருந்து குரோக்காவில் அவிழ்த்து விட்டார்கள். உடனே வெள்ளாடுகளில் முட்டைகளின் அளவு குறையத் தொடங்கிற்று. ஏழு வாரங்களில் எல்லா முட்டைகளும் கருவற்றுப் போயின. எல்லா ஈக்களும் குரோக்காவில் அழிக்கப்பட்டு விட்டன.

இந்த வெற்றி பற்றி அறிந்த ஃப்ளோரிடா மாநில கால்நடை வளர்ப்போர் அந்த முயற்சியை அங்கும் மேற்கொள்ள வேண்டும் என்றார்கள். ஆனால் பரப்பு இங்கு அதிகம். எனினும் மாநில, மத்திய அரசுகள் இதற்குப் பணம் ஒதுக்கின. புதிதாகக் கட்டப்பட்ட 'ஈத் தொழிற்சாலையில்' 50 மில்லியன் புழுக்களை வாரமொன்றுக்குத் தயாரித்தார்கள். 20 விமானங்கள் மூலம் தினமும் ஆறு மணி நேரம் பறந்து ஈக்களை நிலத்தில் விட்டனர். பனிக் காலம் ஆதலால், புழுக்கள் சில பகுதிகளில் மட்டுமே ஒண்டிக் கொண்டிருந்தன. 17 மாதங்களில் 350 கோடி மலடாக்கப்பட்ட ஈக்கள் ஃப்ளோரிடாவிலும், ஜியார்ஜியா, அலபாமா பகுதிகளிலும் விடப்பட்டன. 1957-58இல் தொடங்கப்பட்ட இத்திட்டத்தின் பலனாக 1959இல் சுருள் புழுவே முழுவதுமாக அங்கு அழிந்துவிட்டது.

இந்த வெற்றியினால் இதுபோன்ற முறையை வேறு பூச்சிகளை அழிக்கவும் பயன்படுத்தலாம் என்ற கருத்து வலுப்பெற்றது. ஆனால் எல்லாப் பூச்சிகளுக்கும் இந்த முறை பொருந்தாது. எடுத்துக்காட்டாக ரொடீசியாவில் டெஸ்டி ஈயைக் கட்டுப்படுத்த இந்த முறையைப் பயன்படுத்தலாம் என்று முயன்றார்கள். அவை மனிதருக்கும், விலங்குகளுக்கும் ஆபத்தை விளைவித்தன. ஆனால் இந்த ஈக்களின் பழக்கங்கள் முற்றிலும் வேறுபட்டவை. எனவே கதிர்வீச்சின் மூலம் அவற்றை மலடாக்குவதில் சில பிரச்சினைகள் ஏற்பட்டன.

பிரிட்டிஷ் விஞ்ஞானிகள் வேறு இனங்களிடத்தில் இதுபோன்ற ஆராய்ச்சிகளை நடத்தி வருகிறார்கள். அமெரிக்காவில், பூசணி ஈ, ஹாவாயியில் பழ ஈக்கள் ஆகியவற்றில் சோதனைகள் நடத்தினார்கள். சிலி நாட்டு விஞ்ஞானி மலேரியா கொசுக்கள் அவர்கள் நாட்டில் எந்த இரசாயனப் பொருட்களுக்கும் கட்டுப்படாததால், மலட்டுக் கொசுக்களை விட்டு அவற்றை அழிக்கலாம் என்று திட்டமிடுகிறார். எனினும், கதிர்வீச்சு முறையைப் பயன்படுத்துவதைத் தவிர வேறு எளிய முறைகள் இருக்கின்றனவா என்று கண்டறிய ஆய்வுகள் மேற்கொள்ளப்பட்டு வருகின்றன. இரசாயனப் பொருட்களைக்

கொண்டு மலட்டுத் தன்மையை உண்டாக்க முடியுமா என்பது அவற்றில் ஒன்று.

ஃப்ளோரிடாவின் வேளாண்துறை ஆய்வகத்தில் வீட்டு ஈ-யை இப்படி இரசாயனப் பொருட்களை உட்படுத்தி மலடாக ஆக்கியிருக்கிறார்கள். சோதனையில் 1961இல் அங்கு கீஸ் பகுதியில் 5 வாரங்களில் ஈக்கள் முழுவதும் அழிந்து விட்டன. ஆனால் பக்கத்து தீவுகளிலிருந்து மீண்டும் வந்து விட்டன. எனினும் ஆய்வுச் சோதனை என்பதால் இதனை வெற்றி என்றே சொல்ல வேண்டும். வீட்டு ஈக்களை இரசாயனப் பூச்சிக் கொல்லிகளால் கட்டுப்படுத்த முடிவில்லை. சுருள் புழு ஈக்களைக் கட்டுப்படுத்தியது போல கதிர் வீச்சினால் மலடாக்கப்பட்ட ஈக்களை விட்டால் அவற்றின் எண்ணிக்கை இரண்டு மடங்காகிவிடும். இது தற்காலிகமாக இருந்தாலும் மக்கள் எதிர்ப்பார்கள். ஆனால் இரசாயனப் பொருளை வேறொரு தூண்டில் பொருளோடு சேர்த்து இயற்கைச் சூழலில் கலந்துவிடலாம். அப்போது அவற்றை உண்ணும் பூச்சிகள் அதிகமாகி, அதனாலேயே அழிந்து விடும். வேதிப் பொருட்களைக் கொண்டு மலட்டுத் தன்மையை ஏற்படுத்துவதைச் சோதிப்பது இரசாயன நச்சுப் பொருட்களைச் சோதிப்பதைவிட எளிதானது. ஒரு வேதிப் பொருளைச் சோதிப்பதற்கு ஒரு மாதம் ஆகலாம். எனினும் ஒரே நேரத்தில் பல வேதிப் பொருட்களைச் சோதிக்க முடியும். 1958 முதல் 1961 வரை ஆர்லாண்டோ ஆய்வகத்தில் நூற்றுக் கணக்கான வேதிப் பொருட்களை மலட்டுத் தன்மையை உண்டாக்கக் கூடியனவா என்று சோதித்தார்கள். அவற்றில் பத்து வேதிப் பொருட்கள் கிடைத்தது பற்றியே மகிழ்ச்சியடைந்தார்கள்.

இப்போது பல ஆய்வகங்களும் சோதனையில் இறங்கி இருக்கின்றன. இவை அனைத்தும் சோதனை அளவிலேயே இருக்கின்றன. ஆனால் சில ஆண்டுகளில் இந்த முயற்சி வேகமாக வளர்ந்து வருகிறது. “இப்போது மிகவும் அதிகமாக விரும்பிப் பயன்படுத்துகிற பூச்சிக் கொல்லிகளை விட இரசாயன முறையில் மலடாக்குதல் பயனுள்ளது,” என்று டாக்டர் நிப்லிங் சுட்டிக் காட்டுகிறார். பத்து லட்சம் பூச்சிகள் ஒரு தலைமுறையில் ஐந்து மடங்கு பெருகுகிறது என்று வைத்துக் கொள்வோம். ஒரு பூச்சிக் கொல்லி ஒரு தலைமுறையில் 90 விழுக்காட்டு பூச்சிகளைத் தான் கொல்ல முடியும். 1,25,000 பூச்சிகள் மூன்றாம் தலைமுறையில் மிச்சமிருக்கும். மாறாக, 90 விழுக்காடு மலட்டுத் தன்மையைத் தரக்கூடிய வேதிப் பொருளைப் பயன்படுத்தினால் 25 பூச்சிகள் தான் உயிரோடு இருக்கும்.

இதற்கு மறுபக்கம் என்னவென்றால் இதில் மிகவும் வீரியமுள்ள வேதிப் பொருட்களைப் பயன்படுத்த வேண்டியதிருக்கும். எனவே மலட்டுத் தன்மையை உண்டாக்கும் வேதிப் பொருட்களைக் கண்டுபிடிக்கும் ஆய்வாளர்கள் மிக்க கவனத்துடன் இருக்கிறார்கள். பாதுகாப்பான வேதிப் பொருட்களையும் பாதுகாப்பான முறைகளையும் தேடி வருகிறார்கள். இந்த வேதிப் பொருட்களை விமானம் மூலம் தெளிக்கலாம் என்ற ஒரு கருத்து நிலவுகிறது. ஆனால் சரியான ஆராய்ச்சி இல்லாமல் அப்படிச் செய்வது ஆபத்தான விளைவுகளை ஏற்படுத்துகிறது.

இப்போது சோதனைக்கு உட்படுத்தப்படும் வேதிப் பொருட்கள் இரண்டு வகைப்படும். முதல் வகை வளர்சிதை மாற்றத்தோடு தொடர்புடையவை. ஒரு செல் அல்லது திசுவிற்குத் தேவைப்படும் பொருளைப் போல இவை இருக்கும். இவற்றை உயிரி உண்மையான வளர்சிதை மாற்றி என்று தவறாக நினைத்துத் தன்னுடைய வழக்கமான வளர்ச்சியில் சேர்த்துக் கொள்ளும். ஆனால் சில நுண்ணிலைகளில் பொருந்தாமல் போய் விடுவதால் மாற்றமே தடைப்பட்டுவிடும். அவற்றிற்கு எதிர் வளர்சிதை மாற்றிகள் *(antimetabolites)* என்று பெயர்.

இரண்டாவது வகை வேதிப்பொருள் குரோமோசோம்களின் மேல் கிரியை புரிகிறது. அதனால் உயிரணு வேதிப்பொருட்களை மாற்றுவதால் குரோமோசோம்கள் உடையலாம். இந்த வகை மலட்டுத் தன்மையை உண்டாக்கும் இரசாயனப் பொருட்கள் காரத் தன்மைக்கு மாற்றம் செய்யக் கூடியவை. மிகவும் அதிகமாகக் கிரியை செய்யக் கூடியவை. செல்களை அழித்து, குரோமோசோம்களைச் சேதப்படுத்தி, மற்ற உயிர்களை ஏற்படுத்தும் வலிமை உடையவை. லண்டனில் உள்ள ஆய்வாளர் டாக்டர் பீட்டர் அலெக்சாண்டர் "காரத் தன்மையை உண்டாக்கக்கூடிய வேதிப் பொருட்கள் மலட்டுத் தன்மையை உண்டாக்கக் கூடியவை தான். ஆனால் அதே சமயம் அவை வகை உருமாற்றிகள் *(mutagens)*, கார்சினோஜன்கள், எனவே அவற்றைப் பயன்படுத்தினால் எதிர்ப்புகள் அதிகம் இருக்கும்," என்று கருதுகிறார். எனவே இவை பற்றிய ஆய்வுகள் வேறு சிறந்த, குறிப்பிட்ட பூச்சியை மட்டும் தாக்கக்கூடிய வேதிப் பொருட்களைக் கண்டுபிடிக்கும் என்று நம்பலாம்.

இப்போது இன்னொரு வகையான முயற்சிகளும் மேற்கொள்ளப்பட்டிருக்கின்றன. இவற்றில் பூச்சியின் உயிர் வாழ்க்கைச் சுழற்சியையே பயன்படுத்தி ஆயுதங்கள் தயாரிக்கும்

முறையைத் தேடிக் கொண்டிருக்கிறார்கள். பூச்சிகள் பலவகையான நஞ்சுகள், கவருகின்றவை, விலக்குகின்றவை ஆகிவற்றை உண்டாக்குகின்றன. இந்தத் திரவங்களின் இரசாயனத் தன்மை என்ன? இவற்றைப் பயன்படுத்தித் தேர்ந்தெடுக்கப்பட்ட பூச்சிகளின் மேல் பயன்படுத்தலாமா? இந்த வினாக்களுக்கு கார்னல் பல்கலைக் கழக விஞ்ஞானிகளும், பிறரும் விடை கண்டுபிடிக்க முயன்று கொண்டிருக்கிறார்கள். தங்களை இரைக்காகத் தாக்கும் உயிரினங்களிடமிருந்து பூச்சிகள் எப்படித் தற்காத்துக் கொள்கின்றன என்று ஆராய்கிறார்கள். மேலும், பூச்சிகள் வெளியிடும் திரவங்களின் இரசாயனக் கட்டமைப்பையும் கண்டுபிடிக்க முயல்கிறார்கள். ஒரு பூச்சியின் வளர்நிலையில் ஒரு குறிப்பிட்ட படியை அடைந்த பிறகுதான் வளர்சிதை மாற்றம் நடைபெறும். அதற்கு முன்னால் நடப்பதைத் தடுக்க ஒரு சக்தி வாய்ந்த பொருள் இருக்கிறது. இதனைச் 'சிறு வயது ஹார்மோன்கள்' என்று அழைக்கிறார்கள். விஞ்ஞானிகள் இது பற்றியும் ஆய்வு செய்கிறார்கள்.

இவ்வாராய்ச்சியின் முக்கிய விளைவு கவர்கின்றவை (attractants) பற்றியது. இதற்கு இயற்கை தான் வழிகாட்டிற்று. நாடோடி அந்து (gypsy moth) இதற்கு ஒரு எடுத்துக்காட்டு. பெண் அந்து தடியாக இருக்கும், பறக்க முடியாது. எனவே தரைக்கு அருகிலேயே கீழே காப்பி பயிர்களிடையேயும், மரத் தண்டுகளிலும் பறந்து கொண்டிருக்கும். ஆண் நன்றாகப் பறக்கும். பெண் அந்து சுரக்கும் திரவத்தின் மணத்தால் தூரத்திலிருந்தால் கூட அது கவரப்படும். பூச்சியியல் அறிஞர் பெண் அந்துகளில் சுரக்கும் இந்த கவர்கின்ற தன்மையுள்ள திரவத்தைத் தயாரிக்கிறார்கள். பிறகு கணக்கெடுப்பிற்காக, ஆண்களைக் கவர்ந்து பிடிக்க அதனைப் பயன்படுத்தினார்கள். ஆனால் மிகவும் செலவு பிடிக்கக்கூடியது. மேலும் தேவையான நாடோடி அந்துகள் கிடைக்கவில்லை. எனவே பெண் கரு முட்டைகளை ஐரோப்பாவிலிருந்து இறக்குமதி செய்ய வேண்டியதிருந்தது. ஆனால் பல ஆண்டுகள் முயற்சிக்குப் பிறகு அமெரிக்க வேளாண்துறை கவர்கின்ற பொருளைக் கண்டுபிடித்து விட்டார்கள். இந்தக் கண்டுபிடிப்பிற்குப் பிறகு ஆமணக்கு எண்ணெயிலுள்ள ஒரு பொருளிலிருந்து செயற்கையாக அதனைத் தயாரித்துவிட்டார்கள். இது ஆண் அந்துகளை ஏமாற்றி ஈர்த்து விடுகின்றது. இயற்கைப் பொருளைப் போலவே இதுவும் ஆண் அந்துகளைக் கவர்ந்து இழுத்துவிட்டது.

இந்தப் பொருளைக் கணக்கெடுப்பிற்காக மட்டும் பயன்படுத்தவில்லை. சிலவற்றைப் பூச்சிக் கட்டுப்பாட்டுக்கும்

பயன்படுத்தலாம். கவர்ந்தீர்க்கும் பொருளைப் பரல்களோடு சேர்த்து விமானம் மூலம் தெளித்தார்கள். ஆண் அந்துவைக் குழப்பப்படுத்தி அதன் வழக்கமான நடத்தையை மாற்றி, புதிய கவர்ச்சியான மணத்தினால் உண்மையான பெண் அந்தினுடைய மணத்தைத் தேடி அது போக முடியாதபடி செய்கிறது. மேலும் இப்படிக் குழப்பத்தை ஏற்படுத்தி பெண் அந்து இல்லாமலேயே ஆண் உடலுறவு கொள்ளச் செய்தார்கள். இவற்றை எல்லாம் நடைமுறைப் படுத்த முடியுமா என்பது ஆய்வு நிலையிலேயே இருக்கிறது. மேலும் நாடோடி அந்தில் மட்டுமே இச்சோதனை மேற்கொள்ளப்பட்டது. வேறு பூச்சிகளிலும் இதுபோன்ற ஆய்வுகள் செய்யப்படுகின்றன.

அடுத்து கவர்ந்தீர்க்கும் திரவங்களோடு நஞ்சுகளையும் சேர்த்துப் பல பூச்சி இனங்களில் ஆய்வுகள் மேற்கொள்ளப்படுகின்றன. அமெரிக்க அரசு விஞ்ஞானிகள் மெதில் ஈஜனால் என்ற கவர்ந்தீர்க்கும் பொருளைத் தயாரித்திருக்கிறார்கள். கிழக்கத்திய பழ ஈ, பூசணி ஈ, முதலியவற்றின் ஆண் பூச்சிகள் இதனால் கவரப்படுகின்றன. இதனோடு ஒரு நஞ்சையும் சேர்த்து ஜப்பானிலிருந்து 450 மைல் தொலைவிலுள்ள தீவுகளில் சோதித்தார்கள். 1960இல் சோதனை நடத்தப்பட்டது. அடுத்த ஆண்டில் 99 விழுக்காடு பூச்சிகள் இறந்து விட்டன. இதிலே கலக்கப்பட்ட நச்சுப் பொருளான கரிம பாஸ்பரஸ் வேதிப் பொருளை சிறு அட்டைகளில் சேர்த்தார்கள். இதனை வேறு விலங்குகள் தின்னாது. மேலும் கசடுகள் காற்றில் கலந்துவிடும், நிலத்தையோ நீரையோ மாசுபடுத்தாது.

மணத்தைக் கொண்டு மட்டுமில்லாமல் ஒலியை வைத்தும் சோதனை நடத்துகிறார்கள். ஒலி எச்சரிக்கையாகவும், கவர்ந்தீர்ப்பதாகவும் இருக்கும். வவ்வால் பறக்கும்போது இருட்டில் வழிகாட்ட உதவ ஒலி அலைகளை அனுப்பும். இதனைச் சில அந்துகளால் கேட்க முடியும்; வவ்வாலிலிருந்து தப்பித்துவிடும். சில ஒட்டுண்ணிப் பூச்சிகள் சிறகை அடிக்கும் ஒலி சில பூச்சிகளுக்கு எச்சரிக்கையாக இருக்கிறது. அதே சமயம் மரத்தைத் துளைக்கும் சில பூச்சிகள் ஏற்படுத்தும் ஒலியின் உதவியால் ஒட்டுண்ணிகள் அவற்றைக் கண்டுபிடித்து விடுகின்றன. பெண் கொசுவின் சிறகடிக்கும் ஒலி ஆணுக்கு ஈர்க்கும் பாட்டு. இவற்றை கொண்டு நாம் என்ன செய்ய முடியும்? பெண் கொசுக்கள் பறக்கும்போது உண்டாக்கும் ஒலியைப் பதிவு செய்து அதனை மீண்டும் ஒலி பரப்புகிறார்கள். இதனால் ஆண் கொசுக்கள் ஈர்க்கப்பட்டுக் கொல்லப்படுகின்றன. கனடாவில் ஒதுக்கி விரட்டும் திறனுள்ள ஒலியைப் பரப்பி பல பூச்சிகளை விரட்டுகிறார்கள். கவர்ந்து

ஈர்க்கும் முயற்சிகளை விட ஒதுக்கி விரட்டும் (repellants) முயற்சிகள் பலனளிக்கும் என்று விஞ்ஞானிகள் கருதுகிறார்கள்.

ஒலியைப் பயன்படுத்தி நேரடியாகவே பூச்சிகளை அழிக்க முடியும். புற ஒலி ஆய்வகத்தில் தொட்டியிலுள்ள கொசு முட்டையைக் கொல்கிறது. பிற உயிர் வாழ் உயிரிகளையும் கொல்கிறது. வானிலிருந்து அனுப்பப்படும் ஒலி பல பூச்சிகளைக் கொல்ல வல்லது. இந்தச் சோதனைகள் எல்லாம் முதல் படியிலேயே இருக்கின்றன. மின்னணுவியல் தரும் புதுமைகளால் பூச்சிகளைக் கட்டுப்படுத்துவது வெகுதூரத்தில் இல்லை.

மின்னணுக் கருவிகள், காமா கதிர்வீச்சு எல்லாம் மனிதனுடைய கண்டுபிடிப்புகள். பூச்சிகளை இயற்கையாகக் கட்டுப்படுத்த பழமையான வழிகள் இருக்கின்றன. பூச்சிகளும் மனிதர்களைப் போலவே பாக்டீரியாக்களால் நோயுறுகின்றன. பாக்டீரியாக்களாலும், வைரஸ்களாலும் பூச்சிகள் ஒட்டுமொத்தமாக மடிகின்றன. இப்படிப் பூச்சிகள் நோயினால் சாவது அரிஸ்டாட்டில் காலத்திற்கு முன்னரே தெரிந்திருந்தது. பட்டுப் புழு சாவது பற்றிப் பழம்பாடல்கள் உள்ளன. இதை ஆராய்ச்சி செய்து தான் கிருமிகளால் ஏற்படும் நோய்கள் பற்றி லூயி பாஸ்டர் தன்னுடைய கோட்பாடுகளை உருவாக்கினார். பூச்சிகளை பாக்டீரியாக்களும், வைரஸ்களும் மட்டும் பாதிப்பதில்லை. பூஞ்சக் காளான்களும் அவற்றை அழிக்கின்றன. புரோட்டோசோவா மற்றும் நுண்புழுக்கள், நமக்குத் தெரியாத நுண்ணுயிர்களும் மனிதனுக்கு உதவுகின்றன. அவற்றில் சில நோய்களை உண்டாக்கும். பல கழிவுகளை அழிக்கின்றன, நிலத்தை வளமாக்குகின்றன, நொதிக்க வைக்கின்றன. இவையும் கூடப் பூச்சிகளைக் கட்டுப்படுத்த உதவலாம் அல்லவா? நுண்ணுயிர்களைக் கொண்டு பூச்சிகளைக் கட்டுப்படுத்தலாம் என்பதை முதலில் சொல்லியவர் 19ஆம் நூற்றாண்டு விலங்கியல் நிபுணரான எலி மெட்சினிக்காப் ஆவார். பிறகு 1930களில் ஜப்பானிய வண்டிற்கு பால்வழி நோயை பாக்டீரியாக்கள் மூலம் உண்டாக்கலாம் என்று கண்டுபிடித்தார்கள்.

வேறொரு பாக்டீரியாவான 'பேச்சிலஸ் துரிங்ஜியன்சிஸ்' என்பதை 1911இல் ஜெர்மனியில் கண்டுபிடித்தார்கள். இது மாவிலுள்ள அந்துகளின் முட்டையைக் கொல்லக் கூடியது. இந்தப் பாக்டீரியா நோயை உண்டாக்காமல் நச்சுத் தன்மையாலேயே கொல்கிறது. இவைகளில் ஒட்டியுள்ள இந்த நஞ்சை உண்டவுடன் முட்டைப் புழு செயலிழந்து போய், உண்பதை நிறுத்தி விடும்,

விரைவில் இறந்து விடும். இந்த நஞ்சுப் பொருளைக் கொடுத்தவுடன் பயிர்கள் அழிவது நின்று விடுகிறது. இந்த பாக்டீரியாக்களை இப்போது அமெரிக்காவில் பெரிய அளவில் தயாரிக்கிறார்கள். உலகின் பல நாடுகளிலும் கோஸ் வண்ணத்துப் பூச்சி, புழுக்கள், கூட்டுப் புழுக்கள் ஆகியவற்றை அழிக்கச் சோதனை முறையில் முயற்சிகள் நடக்கின்றன.

கனடாவின் கிழக்குப் பகுதிகளிலும், அமெரிக்காவிலும் காடுகளில் மொட்டுப் புழுக்கள் மற்றும் நாடோடி அந்து நிறைந்து காணப்படுகின்றன. அங்கு பாக்டீரியாக்களைப் பயன்படுத்தி அவற்றை அழிப்பது நல்ல வழியாக இருக்கும். 1960இல் இரண்டு நாடுகளுமே சோதனை முறையில் பாக்டீரியாவைப் பயன்படுத்தின. நல்ல முன்னேற்றம் காணப்பட்டது. இப்போதுள்ள பிரச்சினை பச்சை மரங்களின் ஊசி இலைகளில் பாக்டீரியாக்களை ஒட்ட வைக்கத் தகுந்த ஒரு கரைசலைக் கண்டுபிடிப்பது தான். வேறு செடிகளில் இது பிரச்சினை இல்லை. தூசியைக் கூடப் பயன்படுத்தலாம். கலிஃபோர்னியாவில் காய்கறிகளின் மேல் பாக்டீரியா பூச்சிக் கொல்லிகளை வெற்றிகரமாகப் பயன்படுத்தியிருக்கிறார்கள்.

இதற்கிடையில் வைரஸ் கிருமிகளைக் கொண்டு பூச்சிகளைக் கட்டுப்படுத்த முயற்சிகள் நடக்கின்றன. கலிஃபோர்னியாவில் ஆல்ஃபால்ஃபா(ஒரு வகை மணப்புல்) தோட்டங்களில் கூட்டுப் புழுவைக் கொல்ல இறந்த கூட்டுப் புழுக்களின் உடலில் இருந்து எடுத்த வைரஸ்களைப் பயன்படுத்தினார்கள். செத்த ஐந்து புழுக்களிலிருந்து கிடைக்கும் வைரசைக் கொண்டு ஒரு ஏக்கர் நிலத்தைக் காப்பாற்ற முடியும்.

இதுபோல, பூஞ்சக் காளான்களையும் பயன்படுத்துகிறார்கள். சோதனையாக, புரோட்டோசோவாவைப் புழுக்கள் மற்றும் வேறு பூச்சிகளிலும் பயன்படுத்தும் முயற்சிகள் செக்கோஸ்லோவாக்கியாவிலும், அமெரிக்காவிலும் நடந்தன.

நுண்ணுயிர் பூச்சிக் கொல்லிகளைப் பயன்படுத்துவதால் வேறு உயிர்களுக்கு ஆபத்து ஏற்படும் என்று அஞ்சுபவர்கள் உள்ளனர். ஒரு ஆபத்தும் ஏற்படாது. வேதிப் பொருட்களோடு ஒப்பிடும்போது பூச்சி உயிர்க் கொல்லிகள் பிற உயிர்களைப் பாதிக்காது. இது பற்றி டாக்டர் எட்வர்டு ஸ்டெய்ன்ஹால் உறுதியாகக் கூறுகிறார். ஒரு குறிப்பிட்ட பாக்டீரியா, வைரஸ் நாம் குறி வைக்கும் பூச்சிகளையே அழிக்கும். அவை விலங்குகளுக்கு நோயை உண்டாக்கும் உயிரிகளைப் போல

இல்லை. மேலும் இயற்கையாக வரும் பூச்சி நோய் அந்த வகைப் பூச்சியை மட்டும் தாக்குமே தவிர பிறவற்றைப் பாதிக்காது என்று டாக்டர் எட்வர்டு கூறுகிறார்.

நுண்ணுயிரிகள் மட்டுமின்றிப் பூச்சிகளுக்குப் பூச்சிகளே எதிரிகளாக இருக்கின்றன. ஒரு பூச்சியை அதனுடைய எதிரிகளின் உதவியால் அழித்து விடலாம் என்று டார்வின் 1800இல் கூறினார். உயிரியல் சார்ந்த கட்டுப்படுத்தும் முறை இது ஒன்று தான் அப்போது தெரிந்திருந்தது. எனவே ஒரு பூச்சியை இன்னொரு பூச்சியோடு மோத விடுவது தான் இரசாயனப் பொருளுக்கு மாற்று வழி என்று தவறாகக் கருதப்பட்டது. 1888இல் அமெரிக்காவில் கலிஃபோர்னியாவின் எலுமிச்சைச் செடிகளைத் தாக்கிய பூச்சியைக் கொல்ல இயற்கை எதிரியைத் தேடி ஆல்பெர்ட் கோயபீல் என்ற பூச்சியியலறிஞர் ஆஸ்திரேலியாவிற்குச் சென்றார். அத்தியாயம் 5இல் பார்த்தது போல, அவர் வெற்றியோடு திரும்பினார். இதுவரையில் அமெரிக்காவில் 100 வகைப் பூச்சி தின்னிகளையும் ஒட்டுண்ணிகளையும் இறக்குமதி செய்திருக்கிறார்கள். அமெரிக்காவின் கிழக்குப் பகுதியிலுள்ள ஆப்பிள் தோட்டங்களைத் தாக்கிய பூச்சியை ஜப்பானிலிருந்து கொண்டு வரப்பட்ட குழவியைக் கொண்டு அழித்தார்கள். கலிஃபோர்னியாவின் ஆல்ஃபால்ஃபா தொழிற்சாலை அதைத் தாக்கும் பூச்சிகளை அழிக்க மத்திய கிழக்கிலிருந்து கொண்டு வரப்பட்ட எதிரிகளால் பிழைத்தது. இதுபோலப் பல இடங்களில் உயிரியல் சார்ந்த கட்டுப்படுத்தும் முறைகள் நல்ல பயனைத் தந்தன. இதற்கு 4,000,000 டாலர்கள் மூலதனமிட்டால் அதனால் வருவாய் 100,000,000 டாலர் என்று டாக்டர் பால் டிபாக் கணக்குப் போட்டுக் காட்டினார்.

அமெரிக்காவில் மட்டுமில்லாமல் உலகின் 40 நாடுகளில் இயற்கை முறைகளினால் பூச்சிகளைக் கட்டுப்படுத்தும் முறை நடைமுறையில் உள்ளது. வேதியியற் பொருட்களைப் பயன்படுத்துவதை விட இந்த முறை சிறந்தது என்பது தெளிவாகத் தெரிகிறது. செலவு குறைவு, நிரந்தரமானது. நஞ்சுக் கசடுகளை எச்சமாக விடுவதில்லை. எனினும் அதற்கு ஆதரவு குறைவு. அமெரிக்காவில் கலிஃபோர்னியாவில் மட்டும்தான் உயிரியல் சார்ந்த கட்டுப்பாட்டு முறையைப் பயன்படுத்த முறை சார்ந்த அமைப்பு இருக்கிறது. பல மாநிலங்களில் ஒரு முழு நேரப் பூச்சியியல் ஆய்வாளர் கூட இல்லை. இதனால் இது பற்றி ஆராய்ச்சிகளும் சரி வர நடைபெறவில்லை.

வேட்டையாடும் பூச்சிகளும், வேட்டையாடப்படுபவையும் தனியாக இல்லை. வாழ்க்கை வலையில் அங்கம். இதனையும் கருத்தில் கொள்ள வேண்டும். பழைய உயிரியல் கட்டுப்பாட்டு முறைகள் காடுகளில் பயனுள்ளவாக இருக்கும். இன்றைய உழவு நிலங்கள் செயற்கையாகவே இருக்கின்றன. ஆனால் காடுகள் அப்படி இல்லை. இங்கே சிறிதளவு உதவி, அதிக அளவு குறுக்கீடு இல்லாமல் இருந்தாலே போதும். இயற்கை தானாகவே சரி செய்து கொண்டு சம நிலைக்கு வந்து விடும்.

அமெரிக்காவில் வனத் துறையினர் பூச்சிக் கொல்லிகளையும், ஒட்டுண்ணிகளையும் காடுகளில் நுழைப்பதன் மூலம் கட்டுப்படுத்த எண்ணுகிறார்கள். கனடா நாட்டினரும் ஐரோப்பியர்களும் வேறு வழிகளைக் கையாளுகிறார்கள். ஐரோப்பியர்கள் காட்டுச் சுகாதாரத்தைக் கடைப்பிடிக்கிறார்கள். பறவைகள், எறும்புகள், காட்டுச் சிலந்திகள், நிலத்திலுள்ள பாக்டீரியாக்கள் அனைத்துமே காக்கப்பட வேண்டியவை. பறவைகளைக் காப்பது முதல்படி. பழைய நாட்களில் மரங்களின் பொந்துகளில் பறவைகள் கூடு கட்டும். ஆனால் இப்போது அவை இல்லாததால், பெட்டிகள் செய்து காடுகளில் வைக்கிறார்கள். எனவே பறவைகள் காடுகளை நோக்கி வருகின்றன. அதுபோல வவ்வால்கள், ஆந்தைகள் ஆகியவற்றிற்கும் வெவ்வேறு விதமான பெட்டிகளை வடிவமைத்திருக்கிறார்கள். அப்போது அவை பூச்சிகளை இரவு நேரங்களில் வேட்டையாட முடியும்.

இதுவெல்லாம் ஒரு ஆரம்பமே. ஐரோப்பாவில் சிகப்பு எறும்புகளை பூச்சி தின்னிகளாகப் பயன்படுத்துகிறார்கள். ஆனால் இவை வட அமெரிக்காவில் இல்லை. நாற்பதுகளில் கார்ல் கோஸ்வால்ட் என்ற பேராசிரியர் இந்த எறும்பு வளர்க்கும் முறையைக் கண்டுபிடித்தார். சிகப்பு எறும்புகளின் 10,000 கூட்டங்களை ஜெர்மனியில் உண்டாக்கினார். அவருடைய முறையைப் பின்பற்றி இத்தாலியில் எறும்புப் பண்ணைகள் அமைக்கப்பட்டன.

"பறவைகள், எறும்புகள், ஆந்தைகள், வவ்வால்கள் ஆகிவை இணைந்து இருக்குமாறு பாதுகாத்தால் இயற்கைச் சம நிலை முன்னேறிவிடும்" என்று டாக்டர் ஹெய்ன்ஸ் கூறுகிறார். ஜெர்மனியில் மோலின் காடுகளில் புதிய எறும்புக் கூட்டங்களை மரங்கொத்திகளிலிருந்து வலைபோட்டுக் காப்பாற்றுகிறார்கள். இதன் மூலம் மரங்கொத்திகள் எறும்புகளைத் தின்னாமல் தீமை

செய்கின்ற கம்பளிப் புழுக்களைத் தின்று விடுகின்றன. எறும்புக் கூட்டங்களைப் பாதுகாப்பது, பறவைகளின் கூட்டங்களைப் பராமரிப்பது எல்லாம் 10 முதல் 15 வயதுள்ள பள்ளிக் குழந்தைகள் தான். செலவு மிகவும் குறைவு, பயன் மிகுதி.

டாக்டர் ஹெய்ன்சின் இன்னொரு பணி சிலந்திகளைப் பயன்படுத்துவது. இதில் இவர் தான் வழிகாட்டி. சிலந்திகளில் 22,000 வகைகள் உள்ளன. அவற்றில் ஜெர்மனியில் 760 வகை, அமெரிக்காவில் 2000. வனத்துறை அலுவலருக்கு சிலந்திகள் பின்னும் வலை தான் முக்கியம். சக்கரக்கால் போன்ற வலைகள் நெருக்கமாக இருப்பதால் பறக்கும் பூச்சிகள் அவற்றில் சிக்கிக் கொள்ளும். சிலவகைச் சிலந்தியின் 16 அங்குல விட்டம் உள்ள பெரிய வலையில் 12,000 ஒட்டவைக்கும் முண்டுகள் இருக்கும். ஒரு சிலந்தி மட்டும் 18 மாதங்களில் 2000 பூச்சிகளைக் கொன்றுவிடும். நல்ல காட்டில் ஒரு சதுர மீட்டருக்கு 50 முதல் 150 சிலந்திகள் இருக்கும். அவை குறைவாக இருக்கும் இடங்களில் முட்டைகள் உள்ள கூட்டுப் புழுக்களைச் சேகரித்து விடலாம். குழவி வண்டின் மூன்று கூட்டுப் புழுக்கள் 1000 சிலந்திகளை உண்டாக்கும். அவை 200,000 பறக்கும் பூச்சிகளைப் பிடித்துவிடும்.

இதுபோன்ற ஆய்வுகளை கனடா நாட்டு உயிரியலறிஞர்கள் மேற்கொண்டார்கள். இங்கு சிறிய பாலூட்டிகளைத் தேர்ந்தெடுத்தார்கள். இவை சில வகைப் பூச்சிகளைக் கட்டுப்படுத்தக் கூடிவை. அந்தப் பூச்சிகளில் ஒன்று ரம்பா *(Saw flies)*. இந்த ஈக்களின் பின்பக்கம் ரம்பம் போலிருக்கும். பச்சை மரங்களில் அமர்ந்து ஊசி இலைகளை அதனைக் கொண்டு வெட்டி உள்ளே முட்டை இடும். முட்டை கீழே விழுந்து கூட்டுப் புழுவாகி விடும். இவற்றை ஒரு வகை சுண்டெலி இனங்கள் தின்று விடும். முன்காலை கூட்டுப் புழுவில் வைத்து, நுனியை வெட்டி லாவகமாக உண்ணும். அவற்றிற்கு அகோரப் பசி. ஒரு நாளைக்கு 800 கூட்டுப் புழுக்களைக் கூடத் தின்றுவிடும்.

நியூ ஃபௌன்ட்லாந்தில் அவ்வகை சுண்டெலி இனங்கள் இல்லை. அங்கும் இந்த ரம்பா ஈக்கள் தொல்லை கொடுத்தன. எனவே 1958இல் இவற்றை அங்கே கொண்டு வந்து விட்டார்கள். 1962இல் இந்த முயற்சிக்கு வெற்றி கிடைத்தது.

இங்ஙனம் காடுகளில் இயற்கைச் சமன்பாட்டைப் பாதுகாக்க, நிரந்தர தீர்வுகளைக் காண வனத்துறையினருக்குப் பல ஆயுதங்கள்

இருக்கின்றன. இரசாயனக் கட்டுப்பாட்டு முறை நிரந்தரத் தீர்வைத் தராது. காட்டோடைகளிலுள்ள மீன்களைக் கொல்லும், புதிய பூச்சிகளைப் பெருக்கிவிடும். இயற்கையான பாதுகாப்புகளை அழித்து விடும். "இத்தகைய வலிய முயற்சிகளால் வனங்களிலுள்ள இயற்கை உறவுகள் கெட்டு சமன்பாடு சீர்குலைந்து விடும். ஒட்டுண்ணிகளால் ஏற்படும் அழிவு திரும்பத் திரும்ப நடக்கும். எனவே இயற்கையோடு ஒட்டாத இந்த முறைகள் நமக்குள்ள கடைசிப் புகலிடமான இந்த பூமியைக் கெடுத்துவிடாமல் தடுத்து நிறுத்த வேண்டும்," என்று ஹெய்ன்ஸ் கூறுகிறார்.

இந்தப் பூமியை மற்ற உயிரினங்களோடு பகிர்ந்து கொள்ளும் பிரச்சினையில் புதிய, படைப்பாற்றல் மிக்க அணுகுமுறைகளில் எல்லாம் ஒரு கருத்து இழையோடுகிறது. நாம் உயிரோடு விளையாடுகிறோம். உயிரினங்களின் அழுத்தங்களுக்கும், எதிர் அழுத்தங்களுக்கும், உயர்வுகளுக்கும், தாழ்வுகளுக்கும் நாம் ஈடு கொடுக்க வேண்டும். எனவே இந்த உயிர் சக்திகளை மனத்தில் கொண்டு பூச்சி உலகத்திற்கும் நமக்கும் இடையே ஒரு விட்டுக் கொடுக்கும் மனப்பான்மையுடன் நமக்கு நன்மை ஏற்படும் வகையில் வழி நடத்திச் செல்வது அவசியம்.

இன்றைய இரசாயன நச்சுப் பொருட்களைப் பயன்படுத்துவது இந்த அடிப்படை உண்மையை கவனத்தில் கொள்ளவில்லை. குகை வாழ் மனிதன் தடியைப் பயன்படுத்தியதைப் போல நாம் இரசாயனத் தாக்குதலை உயிர் இழைகள் மேல் நடத்துகிறோம். இந்த உயிரிழை ஒரு பக்கம் மென்மையாக, எளிதில் அழியக் கூடியதாக இருக்கிறது. இன்னொரு பக்கம் முரட்டுத்தனமாக, வளைந்து கொடுத்து எதிர்த் தாக்குதல் செய்யக் கூடியதாக இருக்கிறது. உயிரின் இந்தச் சிறப்பு ஆற்றலை நாம் மதிக்காமல் விட்டுவிட்டோம். இரசாயனப் பொருட்களால் அவற்றைக் கட்டுப்படுத்த நினைப்போர் உயர்ந்த உள்ளத்தோடு இல்லாமல், பெரிய சக்திகளோடு போராடத் துணிந்து விட்டார்கள். 'இயற்கையைக் கட்டுப்படுத்துவது' என்ற சொற்றொடரே அகந்தையில் பிறந்தது. நாகரிகத்திற்கு முந்தைய மனிதன் உயிரியல் தத்துவத்தில் பிறந்தும் அப்போது இயற்கை மனிதனின் நன்மைக்காக இருக்கிறது என்று கருதப்பட்டது. கற்கால அறிவிலிருந்து தான் பூச்சியியலின் கருத்தியல்களும், பழக்கங்களும் உண்டாயின. இந்தப் பழைய காலத்தைய அறிவியலை இன்றைய புத்துலகம் இன்னும் கையிலெடுத்துப் பயங்கரமான ஆயுதங்களைப் பயன்படுத்த வேண்டுமா? பூச்சிகளை நோக்கி எறியப்படும் ஆயுதங்கள் நிலத்தை நோக்கி எறியப்படும் அழிவுச் சாதனங்கள்.

லிண்டா லியர்

பின்னுரை

வெகு சில நூல்கள் தான் வரலாற்றின் போக்கையே மாற்றுகின்றன. அப்படி மாற்றிய நூல்களுள் காரல் மார்க்சின் டாஸ் காப்பிடல், ஆடம் ஸ்மித்தின் தி வெல்த் ஆஃப் நேஷன்ஸ், சார்லஸ் டார்வினுடைய தி ஆரிஜின் ஆஃப் ஸ்பீஷிஸ், அமெரிக்காவில் ஹாரியட் பீச்சர் ஸ்டவின் அங்கிள் டாம்ஸ் கேபின் ஆகியவற்றைக் குறிப்பிட்டுச் சொல்லலாம். ரெய்ச்சல் கார்சனுடைய சைலன்ட் ஸ்பிரிங்கும் அவற்றில் ஒன்று. 1962இல் 'நியூயார்க்கில்' மூன்று இதழ்களில் வெளியிடப்பட்டது. அதே ஆண்டு செப்டம்பரில் நூலாக வெளியானது. அக்டோபரில் மாதத்தின் சிறந்த புத்தகப் பட்டியலில் தேர்வு பெற்றது. அப்போது அமெரிக்க உச்சநீதிமன்ற நீதிபதி வில்லியம் டக்ளஸ், "அங்கிள் டாம்ஸ் கேபினுக்குப் பிறகு மிகுந்த புரட்சிகரமான நூல்," என்று அதனை அழைத்தார். அன்றைய சுற்றுச்சூழல் இயக்கத்தைத் தொடங்கியது இந்நூல் தான். ஒவ்வொரு நாட்டின் சமுதாயக் கருத்தாக்கத்தை இது உருவாக்குகிறது. ஓர் அமெரிக்க எழுத்தாளர், "ரெய்ச்சல் கார்சனின் ஒரு சில ஆயிரம் சொற்கள் உலகத்தையே புதிய திசையில் கொண்டு சென்றுவிட்டது" என்றார்.

மௌன வசந்தம் ஒரு படைப்பாளரின் கடைசி நூல். தனது ஆய்விற்காகச் செய்திகளைத் திரட்டிய போது, பல லட்சம் பவுண்டு வேதிப் பொருட்களை, அதனால் ஏற்படப் போகும் நீண்ட காலப் பாதிப்புகளைத் தெரிந்து கொள்ளாமல் பரப்புவோரின் கவனக் குறைவைக் கண்டார். அதனால், கார்சன் மிகக் கோபமடைந்தார். அவரது மனஉறுதியும் அதிகமாயிற்று.

சுற்றுச்சூழலியலின் மூலக் கருத்தை மௌன வசந்தம் படம் பிடித்துக் காட்டிற்று. இயற்கையில் ஒவ்வொன்றும் ஒவ்வொன்றோடு தொடர்புடையது. செயற்கைப் பூச்சிக் கொல்லிகளைப் பயன்படுத்தினால் அல்லது வேறு உயிரியல் தொழில்நுட்பத்தின் உற்பத்தியினால், நாம் எதிர்பார்க்கும் ஒரு விளைவுக்கு மாறானது நடக்கும்.

கார்சனுடைய சிந்தனை அவர் பணியாற்றிய போது நிலவிய பனிப்போர் காலத்தின் இறுக்கங்களால் பாதிக்கப்பட்டிருந்தது. அவர் அரசியலில் புதுமைக் கருத்துக் கொண்டவர். ஆட்சித்துறை அலுவலர், பாதுகாப்பு ஆர்வலர். அப்போதைய அமெரிக்க அரசின் பொதுவுடைமை எதிர்ப்புக் கொள்கைகள் ஆபத்தான ஒரு இறுக்கமான சூழலில், அவர் தனது ஆய்வைத் தொடங்கினார். அறிவியலும், தொழில் நுட்பமும், இத்துறைகளில் பணியாற்றுவோரும் சுதந்திர உலகின் மீட்பர்களாக, வனத்தின் பாதுகாவலர்களாக மதிக்கப்பட்ட காலம் அது. மௌன வசந்தத்தில் கார்சன் இந்த நிபுணர்களை உலகின் முன் நிறுத்தினார். அவர்கள் தங்களுடைய பணியைச் சரியாகச் செய்யவில்லை அல்லது உண்மையை மறைக்கிறார்கள் என்பதைத் தெளிவுபடுத்தினார். கவலையற்று செல்வக் செழிப்பில் திளைத்துக் கொண்டிருந்த, போருக்குப் பிந்திய ஒரு தலைமுறையை, அரசாங்கம் தங்களைப் பாதுகாக்கும் என்று நம்ப வேண்டாம் என்று நம்ப வைத்தவர்களில் கார்சன் முதன்மையானவர். அரசாங்கக் கொள்கைகளின் தாக்கத்தைப் புரிந்து கொள்ள வேண்டிய பொறுப்பு ஒவ்வொரு குடிமகனுக்கும் உள்ளது என்றும் தவறான வழியில் செல்பவர்களைத் தட்டிக் கேட்க வேண்டியது அவசியம் என்றும் மக்களைத் தூண்டிவிட்டார்.

“வரலாற்றில் முதல் முறையாகக் கருவறையிலிருந்து கல்லறை வரையில் ஆபத்தான வேதிப் பொருட்களின் ஆதிக்கத்திற்கு ஒவ்வொருவரும் உட்படுத்தப்படுகிறார்,” என்று கார்சன் குற்றம் சாட்டினார். அவருடைய தெளிந்த வாதம், அன்றைய அமெரிக்க அதிபர் ஜான் கென்னடியைக் கவர்ந்தது. தன்னுடைய அதிபரின் அறிவியல் ஆலோசனைக் குழுவைப் பூச்சிக் கொல்லிகளைத் தவறாகப் பயன்படுத்துவதை ஆராயுமாறு கட்டளை இட்டார்.

ஆனால் ரெய்ச்சல் கார்சன் அறிவியல் சமுதாயத்திற்கு அறைகூவல் விட்டு புதிய பூச்சி மருந்துக் கொள்கையை நடைமுறைப்படுத்தச் செய்வதோடு நிறுத்திக் கொள்ளவில்லை. பல அரசு அலுவலர்களும், தொழிற்சாலை முதலாளிகளும் அறிவியல் அறிஞர்களும் புதிய

பூச்சிக் கொல்லிகளின் நன்மைகளைப் பற்றிக் கொண்டிருந்த முடிவுகளை எதிர்த்துக் கேள்வி எழுப்பியது மட்டுமில்லை, கார்சன் அவர்களுடைய ஒழுக்கத்தையும், தலைமையையுமே கேள்விக் குறியாக்கினார். சம்பந்தப்பட்ட பலருடைய எதிர்ப்பிலிருந்து இது தெளிவாயிற்று. அமெரிக்கா அறிவியல்பால் கொண்டிருந்த கண்மூடித்தனமான நம்பிக்கையைக் கவிழ்த்துப் போட்டார். தொழில் நுட்பத்தின் வளர்ச்சி இட்டுச் செல்லும் திசை பற்றி பொதுமக்களே விவாதிக்குமாறு செய்தார்.

சமுதாயம் அப்போதுதான் கதிர்வீச்சின் உண்மை நிலையைப் புரிந்து கொள்ளத் தொடங்கியிருந்தது. கார்சன் தனது நூலில் சுற்றுச் சூழல் இயலின் பரிமாணங்களை விளக்கினார். அவர் தனது நூலில் குறிப்பிடும் முதல் வேதிப் பொருள் DDT இல்லை; மாறாக கதிர்வீச்சுத் தனிமமான ஸ்ட்ரான்சியம் 90. இரகசிய அணுச் சோதனை மற்றும் அணு ஆயுதப் பதுக்கலின் பின்னணியில் கார்சன் மௌன வசந்தத்தை எழுதினார். பிக்கினித் தீவுகளில் அமெரிக்க இராணுவம் நடத்திய சோதனைகளின் விபரங்களை மறைக்க முயன்றபோது, அவர் தனது ஆய்வைத் தொடங்கினார். கியூபா ஏவுகணைப் பிரச்சினையில் உலகம் போரின் விளிம்பிற்குத் தள்ளப்பட்ட சில மாதங்களுக்குப் பிறகு வெளியிட்டார். அவருடைய செய்தியின் மூலம், உயிர் வாழ்க்கை மொத்தத்தையும் காக்கவும், இயற்கையை ஆணவத்துடன் அணுகாமல், தாழ்ச்சியோடு பார்க்க வேண்டும் என்று மனித இனத்தை வற்புறுத்தவும் தங்களை அதன் பிரிக்க முடியாத பகுதியென்று பார்க்கவும் செய்ய வேண்டும் என்று விரும்பினார்.

பூச்சிக் கொல்லியைத் தவறாகப் பயன்படுத்துவதன் ஆபத்தைப் பற்றிப் பார்க்கும் முதல் எழுத்தாளர் கார்சன் இல்லை. அது பற்றி முதலில் எடுத்துச் சொன்னதும் அவரில்லை. ஆனால் அவருடைய குரலைத் தான் மக்கள் கேட்கிறார்கள். அவருடைய தொலை நோக்குத்தான் சமுதாய இயக்கம் பிறக்க வழிவகுத்தது. அறிவியல் சமூகத்தின் மிக உயர்வாகப் போற்றப்பட்ட கொள்கைகளையே அவர் கேள்வி கேட்டார். மனிதர்கள் இயற்கைக்கு எதிரான தங்களுடைய போரில் செய்யும் அறிவற்ற மிருகத்தனமான செயல்களைப்பற்றி அடங்காத கோபம் கொண்டார். நாம் வளர்ச்சி, முன்னேற்றம் என்ற பெயரில் செய்து கொண்டிருப்பவற்றைத் திரும்பிப் பார்க்க வைத்தார். இதனை உயிருள்ள உலகின்பாலுள்ள அன்பினாலேயே செய்தார். மக்கள் உயிர் வாழ்க்கையின் வியப்பினையும், புதிரையும் அறிந்து கொண்டால் அதனை அழிக்கும் பசி குறையும் என்று நம்பினார்.

மௌன வசந்தத்திற்கு எதிர் விளைவுகள் முதலில் எச்சரிக்கையோடேயே இருந்தன. வேளாண் வேதியியற் தொழிற்சாலையும், அரசில் அதன் ஆதரவாளர்களும் இது பொது மக்கள் தொடர்பு பற்றிய பிரச்சினை என்று கருதினார்கள். வேதியியல் சார்ந்தவர்கள் கார்சனுடைய பதிப்பாளரான 'நியூயார்க்கரை' வழக்கு மன்றத்திற்கு இழுக்கப் போவதாக அச்சுறுத்தினர். புத்தகத்தை வெளியிடுவதையும் நிறுத்த முயன்றார். அது முடியாமற் போனவுடன் கார்சனுடைய அறிவியலைக் குறைசொல்லி விளம்பரம் செய்யக இரண்டரை லட்சம் டாலர்கள் செலவிட்டனர். பூச்சிக் கொல்லிகள் நன்மைத் தரக்கூடியவை, தீமை செய்யாதவை, அமெரிக்க வேளாண்மைக்கு மிகத் தேவையானவை என்றும், ரெய்ச்சல் கார்சனின் முடிவுகள் நாகரிகத்தை இருண்ட காலத்திற்குக் கொண்டு சென்றுவிடும் என்றும் நம்பவைக்க முயன்றனர். ஆனால் அவர்களுடைய விளம்பர உத்திகள் கார்சனுக்கும், மௌன வசந்தத்தின் செய்திக்கும்தான் விளம்பரம் தேடித்தந்தன. அதிபரின் அறிவியல் ஆலோசனைக் குழு 1963 மே 5ஆம் நாள் தனது அறிக்கையை அளித்தது. அறிக்கை கார்சனின் ஆதாரங்களை ஏற்றுக் கொண்டது. மௌன வசந்தம் வெளிவருவதற்கு முன்னால் மக்கள் பூச்சிக் கொல்லிகளின் நச்சுத் தன்மை பற்றி ஒன்றும் தெரியாதிருந்தார்கள் என்பதை ஒத்துக் கொண்டது. அரசாங்கத்தின் கடுமையான நடவடிக்கைகளால் தங்களுக்குப் பணத்தை அள்ளித் தருகின்ற தொழிற்சாலை பாதிக்கப்படும் என்பதாலும், இரசாயனப் பூச்சிக் கொல்லிகளைப் பயன்படுத்துவதின் அபாயமின்மையை மக்கள் நம்பவில்லை என்பதால் ஏற்படும் இழப்பை ஏற்க வேண்டியதிருக்கும் என்று அஞ்சியும், வேளாண் வேதிப்பொருள் தயாரிப்பாளர்களும் அவர்களது துணைவர்களும் நேரடியாகக் கார்சனைத் தாக்க முடிவு செய்தார்கள்.

பணம் படைத்த இந்தத் தொழில் அதிபர்கள் சில காரணங்களால் கார்சனை எளிதில் தாக்கமுடிந்தது. முதலாவதாக அவர் முனைவர் பட்டம் பெறாத விஞ்ஞானி. அவருக்கென்று எந்தக் கல்வி நிறுவனச் சார்பும் இல்லை. அவருடைய ஆராய்ச்சிக்கு ஆதரவு தர உடன் பணியாளர்கள் இல்லை. அவ்ரைத் தூற்றுவோரின் மறைமுகத் திட்டங்களை எதிர்த்துப் பேச ஒரு பாதுகாப்பான அமைப்பு இல்லை. ஆதரவாளர்களை ஒன்றிணைக்க ஒரு அமைப்பு இல்லை.

மேலும் பெண்கள் அறிவியல் அமைப்பில் இடம் பெற முடியாத சூழல் அது. ஆய்வு விஞ்ஞானிகளையோ, சமுதாயச் சிந்தனையாளர்களையோ அப்போது யாரும் மதிப்பதில்லை.

அந்தக் கால கட்டத்தில் ரெய்ச்சல் கார்சன் அறிவியல் துறையில் கால் பதிக்க வேண்டிய கட்டாயம். பெண் என்பதால் மதிப்பில்லை என்பது ஒரு புறம். இன்னொரு புறம் அவருடைய பொருளாதார நிலை. 1960க்குப் பிறகு அவருக்கு மார்புப் புற்றுநோய் வேகமாகப் பரவிவந்தது. மௌன வசந்தம் வெளியான பதினாறு மாதங்களில் அது அவருடைய உயிரைக் குடித்துவிட்டது.

இறுதியாக, அவருடைய முடிவுகளை மதிக்காததற்குக் காரணம் அவர் சாதாரண மக்களுக்காக எழுதிய ஒரு விஞ்ஞானி. இப்படி எழுதுபவர்களை அறிவியல் கூட்டம் மதிப்பதில்லை. அவருடைய இலக்கிய வெற்றி என்று விற்பனையில் சாதனை புரிந்த மூன்று நூல்களை அவருடைய எதிர்ப்பாளர்கள் சுட்டிக் காட்டுவார்கள். அவை அண்டர் தி சிவிண்ட், தி சீ அரவுண்ட் அஸ், தி எட்ஜ் ஆஃப் த சீ என்ற மூன்று நூல்கள். இத்தகைய நூல்களை எழுதியதாலேயே அவர் விஞ்ஞானியாக இருக்க முடியாது என்று சாதித்தார்கள். சிக்கலான உயிரியல், வேதியியல் கோட்பாடுகளை விளக்கியிருப்பது இலக்கிய நயத்துடனும், மக்கள் புரிந்து கொள்ளும்படியாகவும் இருப்பதால் சரியாக இருக்க முடியாது என்பது அவர்கள் வாதம்.

பத்திரிக்கையாளர்களும் விமர்சகர்களும் கார்சனை இசிவு நோய் வந்த பெண் என்றும், உணர்ச்சியைத் தூண்டும் சொற்களைப் பயன்படுத்துபவர் என்றும், அவருடைய புத்தகம் பூச்சிக் கொல்லிகளை விட நச்சுத் தன்மை வாய்ந்தது என்றும் கூறினார்கள்.

வில்லியம் மீன் என்ற மருத்துவ விமர்சகர் "பெண்ணோடு விவாதம் இடுவதை மௌன வசந்தம் நினைவுபடுத்திற்று... (பெண்ணை எதிர்த்து) விவாதத்தில் வெற்றி பெற முடியாது" என்று எழுதினார். தேவையின்றி பீதியைக் கிளப்புபவர் என்றும், அறிவியலுக்குப் புறம்பான கட்டுக் கதைகளை மக்களைப் பயமுறுத்துவதற்கென்றே சொல்பவர் என்றும் கூறினார்கள். அவர் பூனைகளை வளர்த்தார், பறவைகளிடம் அன்பு காட்டினார். அவர் இயற்கை எழுத்தாளர், ஒரு உள்ளொளியாளர், உணர்ச்சி மிக்க பெண், அவருடைய அறிவுக்கும் மீறி ஒரு கோட்பாட்டை எடுத்துக் கொண்டார் என்றும் குறை சொன்னார்கள். இரசாயனத் தொழிற்சாலையின் முதன்மை ஆதரவாளர் ஒருவர் "இயற்கையின் சம நிலை என்ற பழங்கொள்கையின் தீவிர ஆதரவாளர்" என்று வர்ணித்தார். அமெரிக்க வேளாண்துறையின் முன்னாள் செயலர் ஒருவர், "குழந்தைகள் இல்லாத, திருமணம் செய்து கொள்ளாத

ஒருவர் மரபணுத் துறையில் ஏன் இவ்வளவு அக்கறை காட்ட வேண்டும்?" என்று கேட்டார்.

கார்சனுடைய தாக்குதல் அறிவியல் கூட்டத்தினுடைய புகழையும், ஒழுக்கத்தையும் முச்சந்தியில் நிறுத்தி, அதோடு கூட ஆணாதிக்க அறிவியல் தொழில்நுட்ப உலகைக் கண்டித்தது. எனவே அவர்கள் கோபப்பட்டதில் வியப்பில்லை. விவாதத்தின் ஒரு பக்கத்தை மட்டும் முன்வைத்தார் என்பது மட்டும் கார்சன் செய்த தவறு இல்லை. அவர் பெண் என்ற தனது நிலைக்கும் மிஞ்சி விட்டார் என்பது தான் மன்னிக்க முடியாத குற்றம்.

இத்தகைய தனிப்பட்ட தாக்குதல்கள் கார்சனைக் காயப்படுத்தின, ஆத்திரமூட்டின. எனினும் அவர் அமைதியாக அவற்றை எதிர் கொண்டார். ஒவ்வொரு முறை மக்களைச் சந்திக்கும் போதும் மறுப்புச் சொல்ல முடியாத ஆதாரங்களை முன் வைத்தார். பெண்களின் தேசியப் பத்திரிக்கையாளர்கள் சங்கத்தில் பேசியபோது அவர் அடிப்படை அறிவியல் உண்மைகள் இலாபம், உற்பத்தித் தெய்வங்களுக்காகக் காவு கொடுக்கப்படுகின்றன என்று பேசினார். அறிவியலுக்கும், தொழிற்சாலைக்கும் உள்ள உறவை அம்பலப்படுத்தினார். "ஒரு அறிவியல் அமைப்பு பேசும்போது யாருடைய குரலைக் கேட்கிறோம், அறிவியலுடைய குரலையா அல்லது தொழிற்சாலையினுடையதையா?" என்று கேட்டார் கார்சன்.

மௌன வசந்தத்தையும், ரெய்ச்சல் கார்சனையும் மௌனமாக்கி விட முடியாது. மக்கள் மத்தியில் இந்தப் புத்தகத்திற்கு ஆதரவும், புகழும் கிடைத்தன. 1964 ஏப்ரலில் அவர் இறப்பதற்கு முன்னர் இந்தப் புத்தகம் பத்து லட்சம் பிரதிகள் விற்றன. அமெரிக்கத் தொலைக்காட்சி ஒன்றில் பேசியபோது அவர் அமைதியாக, கவனமுடன் வினாக்களுக்கு விடையளித்தார். ஏதோ தேவையில்லாமல் அச்சமுறுத்துபவர் போலத் தோன்றவில்லை. ஒரு மாதத்திற்குப் பிறகு அமெரிக்க செனட் சபையின் துணைக் குழுவின் முன் அவர் அளித்த சாட்சியும் சட்டரீதியான சீர்திருத்தங்களை வலியுறுத்துகிறது. அரசு முன்னின்று நடத்த வேண்டிய ஆய்வுகள் தொடங்கப்பட்டன. கீழ் மட்டத்தில் பல சுற்றுச் சூழல் அமைப்புகள் தோன்றின. பல மாநிலங்களில் பூச்சிக் கொல்லிகளால் வன விலங்குகளும் மனிதரும் பாதிக்கப்படுவது பற்றி முழு விபரங்கள் தெரியும் வரை அவற்றைப் பயன்படுத்துவதைக் கட்டுப்படுத்த சட்டங்கள் இயற்றப்பட்டன.

கண்ணால் பார்க்க முடியாத, ஆனால் ஆபத்தை விளைவிக்கக் கூடிய நச்சுப் பொருட்கள் காற்று, நீர், நிலம் ஆகியவற்றில் ஊடுருவி அமைதியாக மனித உடலிலும் தேங்கி இருப்பது பற்றித் தெளிவான விளக்கங்களை அவர் மக்களுக்குக் கொடுத்தார். சுற்றுச் சூழலியலின் இரகசியங்களை கார்சன் விவரித்தது எல்லாம் சரியாகவே இருந்தது. எனவே ஆழமான ஆய்விற்கு அவற்றை உட்படுத்த வேண்டியது அவசியமாயிற்று. மக்கள் கதிர்வீச்சின் தீய விளைவுகளைத் தெரிந்து வைத்திருந்தார்கள். எனவே மனித உடல் நலத்தில் பூச்சிக் கொல்லிகளின் உடனடி, நீண்டகால பாதிப்புகள் என்னவென்று அவர்களால் அடையாளம் காண முடிந்தது. அவற்றால் புற்றுநோய், வகை மாற்றங்கள் மற்றும் பிறப்பு ஊனங்கள் ஏற்படும் என்று அவர்களுக்குத் தெரியும். இன்றைய சுற்றுச்சூழல் இயக்கத்தின் அடையாளச் சின்னங்களால் சுற்றுச்சூழல் சீரழிவு பற்றி அச்சமும் அவற்றால் மனித உடல்நலம் பாதிக்கப்படும் என்ற கவலையும் இருக்கின்றன.

இரசாயன மாசுகள் பற்றி கார்சனுடைய எச்சரிக்கையை எந்த அளவு ஏற்றுக் கொண்டிருக்கிறார்கள் என்றால், ஒவ்வொரு குழுமத்தின் சுற்றுப்புற நலமும் மனித இனத்திற்கு அவசியம் என்பதை அனைவரும் உணர்ந்திருக்கிறார்கள். புதிய நூற்றாண்டின் தொடக்கத்தில் அதிக சேதத்தை உண்டாக்கக்கூடிய இரசாயனப் பொருட்கள் புதிதாக வந்துவிட்டன. DDT-யும் BHC-யும் சில நாடுகளில் தடை செய்யப்பட்டு விட்டாலும், மாசுகளைச் சேர்க்கும்போது மிகுந்த வீரியமடைகின்றன. ஆதலால் ஆபத்தும் அதிகமாகிவிட்டது. நம்முடைய சட்ட, அரசியல் அமைப்புகள் நம்முடைய பூமியைச் சுத்தப்படுத்தவும், வருங்காலத்தில் உயிர் வாழ்க்கையைப் பாதுகாக்கவும் எந்த வழியையும் காட்டத் தவறி விட்டன. தொழில் உலகில், இரசாயனத் தொழிற்சாலை, வேளாண்துறை, நலத்துறையினர் ஒருவருக்கொருவர் அர்த்தபூர்வமாக செய்தி பரிமாறிக் கொள்ளவில்லை. இந்தக் காரணங்களால் நாம் ரெய்ச்சல் கார்சனையும் மௌன வசந்தத்தையும் மீண்டும் கண்டுபிடிப்பதும், அவருடைய எச்சரிக்கையையும் நம்பிக்கைச் செய்தியையும் மனத்தில் இறுத்தவும் வேண்டும்.

வேறு எந்த அறிவியல் இலக்கியத்தையும் விட, சுற்றுப் புறத்தின் நடைமுறைச் செயல்பாடுகளையும், மாற்றத்தை உண்டாக்கும் தனி நபரின் சக்தியையும் மௌன வசந்தம் நம்முடைய நினைவிற்குக் கொண்டு வருகிறது. ரெய்ச்சல் கார்சன் அவர் நேசித்த உலகைக்

காப்பாற்ற எடுத்த முயற்சிகள் நமக்கு மன உறுதியையும், மாறா உண்மையையும் வாரிசுரிமையாக விட்டுச் சென்றிருக்கின்றன.

இன்றைய உலகை ஒரு கொந்தளிப்பான இடமாக அவர் புரிந்து கொண்டார். வனங்களை வேகமாக அழித்து வருகிறது மனித இனம். இயற்கையை ஒரு ஒருங்கிணைக்கப்பட்ட, உயிருள்ள முழுமையான அமைப்பாகப் பார்க்காமல் வியாபாரப் பொருளாக எண்ணுகிறார்கள். இதனை கார்சன் வெறுக்கிறார்.

கட்டுப்பாடற்ற தொழில்நுட்பம், விளைவுகள் என்ன என்று தெரியாமல் தொடங்கிய செயல்களின் விளைவுகள் பற்றியும், எந்தச் சிக்கலுக்கும் உடனடி நிவாரணம் தேடும் பண்பாட்டு நிலை பற்றியும் கார்சன் சரியாகவே அச்சம் கொண்டிருந்தார். இவ்வுயிர் உலகின் புரிபடாத புதிரான சுற்றுச் சுழல் உறவுகள் பற்றி வியப்பிற்கும், அவற்றிற்குரிய மரியாதைக்கும் இத்தகைய மனப்போக்குகள் எதிரிகள் என்பதைக் கார்சன் அறிந்திருந்தார். மௌன வசந்தம் நூலில் கார்சன் இந்த பண்பாட்டுக் கூறுகளுக்கு ஒரு வரலாற்றுச் சூழல் தருகிறார். அவற்றின் முயற்சிகளுக்கு எதிர்ப்புத் தெரிவித்தார். மெத்தனத்திற்கு எதிராக எச்சரிக்கை தந்தார். ஒரு புதிய வாழ்வியலை, நம்பிக்கை ஒளியைக் கொடுத்தார். இந்த இருபத்தோராம் நூற்றாண்டில் அவருடைய செய்திக்கு செவிமடுக்க நமக்குத் துணிவு வேண்டும்.

பெதஸ்டா,
வசந்தம் 1998

லிண்டா லியர்,

ரெய்ச்சல் கார்சன்